సాఫల్య శిఖరాల వైపు – వ్యక్తిత్వ వైభవం

సంపూర్ణ వ్యక్తిత్వ వికాస గ్రంథం

నూతలపాటి నాగేశ్వర రావు

notionpress.com

INDIA · SINGAPORE · MALAYSIA

ISBN

Paperback 979-8-90540-928-8

Hardcase 979-8-90540-929-5

Disclaimer

Trade Mark No 5578002 of 23.08.2022

NNR WRITING HOUSE SINCE 1975

INTELLECTUAL PROPERTY INDIA
PATENTS | DESIGNS | TRADE MARKS
GEOGRAPHICAL INDICATIONS

प्रारूप आरजी - 2
Form RG - 2

क्रमांक No. 3219375

व्यापार चिन्ह रजिस्ट्री, भारत सरकार Trade Marks Registry, Government Of India

व्यापार चिन्ह अधिनियम, 1999 Trade Marks Act, 1999

व्यापार चिन्ह के रजिस्ट्रीकरण का प्रमाणपत्र | Certificate of Registration of Trade Mark

(धारा 23 (2), नियम 56 (1)) | Section 23 (2), Rule 56 (1)

व्यापार चिन्ह संख्या / Trade Mark No. : 5578002
दिनांक / Date : 23-08-2022
ज. संख्या / J. No. : 2088

प्रमाणित किया जाता है कि व्यापार चिन्ह / जिसका प्रतिरूप इसके साथ संलग्न है, वह .... के नाम से .... वर्ग में .... संख्या के अधीन दिनांक .... को .... के संबंध में रजिस्ट्रीकृत किया गया है।

Certified that Trade Mark / a representation is annexed hereto, has been registered in the name(s) of :- NUTHALAPATI NAGESWARA RAO, D.NO.10-68-6 LIG-B18, NEAR GOVT HOSPITAL, AMARAVATI PLOTS, VUDA COLONY, TENALI, GUNTUR-522202, ANDHRA PRADESH , INDIA. INDIVIDUAL. (Single Firm)

In Class 16 Under No. 5578002 as of the date 23 August 2022 in respect of

BOOKS, NOVELS, MAGAZINES, PERIODICAL JOURNALS

NUTHALAPATI NAGESWARA RAO

आज वर्ष 20.................. के .... मास के .... वें दिन को मेरे निर्देश पर मुद्रांकित किया गया

Sealed at my direction, this 26th day of June, 2023

व्यापार चिन्ह रजिस्ट्री मुंबई
Trade Marks Registry MUMBAI

व्यापार चिन्ह रजिस्ट्रार
Registrar of Trademarks

Registration is for 10 years from the date of application and may then be renewed for a period of 10 years and also at the expiration of each period of 10 years.

This certificate is not for use in legal proceedings or for obtaining Registration abroad.

Note: Upon any change of ownership of this Trademark or change in address of the principal place of business or address for service in India a request should AT ONCE be made to register the change.

ప్రముఖ రచయిత, వ్యక్తిత్వ వికాస నిపుణుడు

మరియు

ప్రేరణాత్మక వక్త

నూతలపాటి నాగేశ్వరరావు

అంకితం

నా తండ్రి శ్రీ నూతలపాటి లక్ష్మయ్య గారికి,

నా తల్లి శ్రీమతి సుబ్బాయమ్మ గారికి

సాదర అంకితం

నా జీవితంలోని ప్రతి శ్వాసలో వారి ప్రేమ ఉంది.

నా ప్రతి అడుగులో వారి ఆశీర్వాదం ఉంది.

నేను చూసే ప్రతి విజయపు వెలుగులో వారి త్యాగాల ప్రతిబింబం ఉంది.

నాకు జీవితం ఇచ్చింది వారు మాత్రమే కాదు,

జీవితాన్ని ఎలా గౌరవంగా జీవించాలో నేర్పిన గురువులు కూడా వారే.

నా కలలకు రెక్కలు తొడిగిన తండ్రి,

నా హృదయానికి ప్రేమ, కరుణ, మానవత్వం నేర్పిన తల్లి.

నా జీవితంలోని ప్రతి శ్వాస వారి వెలుగే.

నా వ్యక్తిత్వంలోని ప్రతి విలువ వారి బోధనే.

నా విజయాలలో ప్రతి శిఖరం వారి ఆశీస్సుల ఫలితమే.

అందుకే ఈ గ్రంథం 'సాఫల్య శిఖరాల వైపు – వ్యక్తిత్వ వైభవం'

నా తల్లిదండ్రులు శ్రీ నూతలపాటి లక్ష్మయ్య గారు మరియు శ్రీమతి సుబ్బాయమ్మ గారి పవిత్ర స్మృతులకు,

వారి అనంత ప్రేమకు, త్యాగాలకు, ఆశీర్వాదాలకు వినమ్రంగా అంకితం.

– నూతలపాటి నాగేశ్వరరావు

Contents

Foreword

A Journey Toward Excellence and Meaningful Success

It is my distinct privilege to present this foreword for "సాఫల్య శిఖరాల వైపు – వ్యక్తిత్వ వైభవం" (Towards the Pinnacles of Success – The Splendor of Personality), authored by Sri Nuthalapati Nageswara Rao—a distinguished writer, visionary motivational thinker, and revered personality development mentor.

In a contemporary world where success is frequently quantified by material wealth, social status, and transient achievements, this profound work serves as a vital reminder that enduring success is anchored in a robust personality, noble character, and unwavering values. While knowledge and intellect may open doors of opportunity, it is character alone that determines how far we can travel through them and how long we can sustain our position.

Drawing deep from his rich reservoir of life experiences, astute social observations, and an innate understanding of human behavior, he presents a highly practical road-map for holistic personal growth. This book masterfully explores the essential pillars of personality development ranging from self-confidence, articulate communication, and leadership to meticulous time management, financial acumen, positive thinking, social responsibility, and the pursuit of lifelong learning.

What makes this work exceptionally valuable is its universal relevance. Whether you are a student standing at the threshold of your career, a seasoned professional, an innovative entrepreneur, a homemaker anchoring a family, or an aspiring leader, the timeless principles shared in these pages offer invaluable guidance for achieving both personal fulfillment and professional excellence.

The author's emphasis on resilience, self-discipline, and continuous self-improvement is particularly resonant in today's rapidly changing and often chaotic world. He powerfully encourages readers not merely to pursue the metrics of success, but to intentionally evolve into individuals who are inherently worthy of it.

As the author of the widely acclaimed personality development work Touching the Zenith, he beautifully continues his noble mission of empowering individuals to unlock their true potential and contribute meaningfully to the fabric of society.

I am entirely confident that this book will inspire readers to fortify their character, expand their horizons, and pursue lives of deep purpose, distinct achievement, and lasting significance.

In the Words of the Masters

As you embark on the journey detailed within this book, let the wisdom of these great minds serve as your guiding light:

"Character cannot be developed in ease and quiet. Only through experience of trial and suffering can the soul be strengthened, ambition inspired, and success achieved."

– Helen Keller

"Try not to become a man of success, but rather try to become a man of value."

– Albert Einstein

"Success is not merely reaching the summit; it is becoming the person worthy of standing there."

– Rahul. N
Senior Manager,
MD Office
Adani Group
Kolkata

1. నా నినాదం

ప్రియ పాఠకులారా,

సమయాన్ని గౌరవించిన వారిని విజయం గౌరవిస్తుంది. జీవితాన్ని మార్చే శక్తి బయట ఎక్కడా లేదు, అది మన ఆలోచనల్లో, అలవాట్లలో, నిర్ణయాలలో ఉంది. వ్యక్తిత్వ వికాసం అనేది ఒక రోజు జరిగే అద్భుతం కాదు, అది ప్రతిరోజూ మనల్ని మనం మెరుగుపరుచుకునే నిరంతర ప్రక్రియ.

నా ప్రతిజ్ఞ: ప్రతి రోజు ఒక కొత్త విషయం నేర్చుకుంటాను. ప్రతి రోజు ఒక మంచి పని చేస్తాను. నా ఆలోచనలను, నా ప్రవర్తనను, నా వ్యక్తిత్వాన్ని ఉన్నతంగా తీర్చిదిద్దుకోవడానికి నిరంతరం కృషి చేస్తాను.

నా సూత్రం: నా మాట, నా మనసు, నా ప్రవర్తన ఇతరులకు ఉపయోగపడేలా ఉండాలి. ఎవరికీ బాధ కలిగించే మాటను మాట్లాడకుండా, గౌరవం, మర్యాద, మానవత్వంతో జీవించడం నా జీవిత సూత్రం.

నా విజ్ఞప్తి: ఈ పుస్తకంలోని పాఠాలను కేవలం చదవకండి. వాటిని నిజాయితీగా ఆచరించి చూడండి. మార్పు సాధ్యమా అనే ప్రశ్నకు మీ జీవితమే సమాధానం చెబుతుంది.

నా బోధ: ఆత్మవిశ్వాసం లేని విద్య అసంపూర్ణం. జ్ఞానం మనకు దిశను చూపుతుంది; ఆత్మవిశ్వాసం ఆ దిశలో నడిచే ధైర్యాన్ని ఇస్తుంది.

నా ఉపదేశం: కోపంలో నిర్ణయాలు తీసుకోవద్దు. నిరాశలో ఆశలను వదులుకోవద్దు. ప్రతి పరిస్థితిని ప్రశాంతంగా ఆలోచించి, వివేకంతో స్పందించడం నేర్చుకోండి.

నా నినాదం: 'చేయగలను – చేస్తాను – గెలుస్తాను.'

నా ఘోషణ: వ్యక్తిత్వ వికాసం లేని విద్య అసంపూర్ణం. మంచి వ్యక్తిత్వమే వ్యక్తిగత విజయానికి, కుటుంబ శ్రేయస్సుకు, సమాజ పురోగతికి పునాది.

నా హెచ్చరిక: కాలం ఎవరి కోసం ఆగదు. అవకాశాలు కూడా రెండోసారి తలుపు తట్టకపోవచ్చు. ఆలస్యం, సోమరితనం, ప్రతికూల ఆలోచనలు మన విజయానికి అతిపెద్ద శత్రువులు.

నా ప్రోత్సాహం: మీరు అనుకున్నంత బలహీనులు కాదు. మీలో అపారమైన శక్తి, సామర్థ్యం, సృజనాత్మకత దాగి ఉన్నాయి. ఒక అడుగు ముందుకు వేయండి; విజయం మీ వైపు ప్రయాణం ప్రారంభిస్తుంది.

నా పిలుపు: ప్రతి విద్యార్థి, ప్రతి యువకుడు, ప్రతి పౌరుడు క్రమశిక్షణ, ఆత్మవిశ్వాసం, సమయపాలన, సేవాభావం, సానుకూల దృక్పథం వంటి లక్షణాలను అలవర్చుకోవాలి. వ్యక్తి మారితే కుటుంబం మారుతుంది, కుటుంబం మారితే సమాజం మారుతుంది; సమాజం మారితే దేశం మారుతుంది.

నా గమ్యం: నేను నేర్చుకున్న ప్రతి మంచి ఆలోచనను, ప్రతి మంచి అలవాటును, ప్రతి మంచి విలువను మరెందరికో పంచడం. వ్యక్తిగత వికాసాన్ని సామాజిక వికాసంగా మార్చడం.

నా దృక్పథం: ప్రతి సమస్యకు మూలం మన ఆలోచనల్లో ఉండవచ్చు. అదే విధంగా ప్రతి పరిష్కారానికి మూలం కూడా మనలోనే ఉంటుంది. మన వ్యక్తిత్వాన్ని మెరుగుపరచుకున్నప్పుడు మన జీవితాన్ని, మన చుట్టూ ఉన్న ప్రపంచాన్ని కూడా మెరుగుపరచగలం.

నా అంతిమ పలుకు: మీ చేతుల్లో ఉన్నది కేవలం ఒక పుస్తకం కాదు. ఇది ఒక జీవిత మార్గదర్శి. ఇది ఒక స్వీయ పరివర్తన సాధనం. ఇది చదవడానికి మాత్రమే కాదు, జీవించడానికి రాయబడింది. ఈ పాఠాలను మీ జీవిత ప్రయాణంలో భాగం చేసుకోండి. మీరు మారితే మీ భవిష్యత్తు మారుతుంది, మీ భవిష్యత్తు మారితే సమాజం మారుతుంది.

గుర్తుంచుకోండి: విజయం అనేది గమ్యం కాదు, నిరంతర స్వీయ వికాసమే నిజమైన విజయం.

ప్రాచీన ఋషి వచనం వేదాలు , ఋగ్వేదం 1.89.1 అంటుంది, ఆ నో భద్రాః క్రతవో యంతు విశ్వతః మనకు సర్వ దిశల నుండి మంచి ఆలోచనలు రావాలి.

ఈ పుస్తకం అటువంటి మంచి ఆలోచనల సంగమం. ఇందులోని ప్రతి పాఠం వేదకాలం నుండి నేటి వరకు మానవాళికి మార్గదర్శకమైన సత్యాలను సూటిగా, సరళంగా వివరిస్తుంది.

యజుర్వేదం 34.1 చెప్పింది, ఉత్తిష్ఠత జాగ్రత ప్రాప్య వరాన్ నిబోధత. లెండి, మేల్కొండి, గొప్పవారిని చేరుకోండి, ఆ మార్గాన్ని తెలుసుకోండి.

పది అధ్యాయాలు మిమ్మల్ని ఆత్మనిద్ర నుండి మేల్కొలపడానికి ఇక్కడ ఉన్నాయి.

బుద్ధుని వాక్యం, మనం ఏమి ఆలోచిస్తామో, అదే మనమవుతాము. మన ఆలోచనలతో మనం ప్రపంచాన్ని నిర్మిస్తాము. ఈ పుస్తకంలోని సానుకూల ఆలోచన పై పాఠం (పాఠం 8) బుద్ధుని ఈ బోధనను ప్రతిబింబిస్తుంది. మీ ఆలోచనలను మార్చుకుంటే, మీ ప్రపంచం మారిపోతుంది.

వెయ్యి పదాల ప్రసంగం కంటే, అర్థవంతమైన ఒక్క మాట చాలు, దాన్ని విని శాంతి చెందడానికి. అందుకే ఈ పుస్తకంలో కమ్యూనికేషన్ స్కిల్స్ (పాఠం 2) కు అత్యంత ప్రాధాన్యత ఇవ్వబడింది. ఎందుకంటే మాటే మంత్రం.

బైబిల్ బోధన, సామెతలు 22:6 చెప్పింది, బాలునికి అతడు పోవలసిన మార్గంలో శిక్షణ ఇవ్వండి, అప్పుడు అతను ముసలివాడైనప్పటికీ దాన్ని విడిచిపెట్టడు.

ఈ పుస్తకం చిన్నారుల నుండి పెద్దల వరకు, ప్రతి వయసు వారికి మార్గాన్ని చూపిస్తుంది. మీరు ఈ పాఠాలను నేర్చుకుంటే, అవి జీవితాంతం మీ వెంట ఉంటాయి.

మత్తయి 5:16 ఇలా చెప్పింది, మీ వెలుగు ప్రజల ముందు ప్రకాశింపజేయండి, అందువల్ల వారు మీ మంచి కార్యాలను చూసి పరలోకంలో ఉన్న మీ తండ్రిని మహిమపరుస్తారు.

సామాజిక బాధ్యత (పాఠం 7) మరియు నాయకత్వ లక్షణాలు (పాఠం 5) ఇవి మీ వెలుగును ప్రపంచానికి చూపించడానికి మార్గాలు.

ఖురాన్ సందేశం, ఖురాన్ 13:11 ఇలా చెప్పింది, నిశ్చయంగా, ఒక జాతి వారు తమలోని మార్పును స్వయంగా చేసుకునే వరకు అల్లాహ్ వారి స్థితిని మార్చడు.

ఈ వాక్యమే వ్యక్తిత్వ వికాసానికి పునాది. మార్పు బయట నుండి రాదు, అది మీ లోపలి నుండి మొదలవుతుంది. ఈ పది పాఠాలు ఆ లోపలి మార్పుకు సోపానాలు.

ఖురాన్ 94:5-6 చెప్పింది, నిశ్చయంగా, కష్టంతోపాటు సుఖం ఉంది.

ఒత్తిడి, నిరాశను ఎదుర్కోవడం (పాఠం 4) గురించి ఈ పుస్తకంలోని వివరణ, ప్రతి కష్టం తర్వాత సుఖం ఉంటుందనే ఖురాన్ సూక్తికి ప్రతిబింబం.

ఈ పుస్తకం యొక్క ప్రయోజనం: ఎందుకు ఈ పుస్తకం? మనం ఒక యుగంలో జీవిస్తున్నాం, అక్కడ డబ్బు ఉంది కాని సమయం లేదు. కనెక్షన్లు ఉన్నాయి కాని సంబంధాలు లేవు. సమాచారం ఉంది కాని జ్ఞానం లేదు. సాధనాలు ఉన్నాయి కాని ధ్యేయం లేదు.

ఈ పుస్తకం యొక్క ప్రధాన లక్ష్యం ఒక్కటే, ప్రతి మనిషిని తన జీవితానికి తానే నాయకుడిగా తీర్చిదిద్దడం. వ్యక్తిత్వ వికాసం అనేది కేవలం విజయాన్ని సాధించే సాధనం మాత్రమే కాదు, అది జీవితాన్ని అర్థవంతంగా, ప్రభావవంతంగా, సార్థకంగా మార్చే ప్రయాణం.

ఈ పుస్తకం ఆత్మవిశ్వాసాన్ని పెంపొందించడం, సమర్థవంతమైన సంభాషణ నైపుణ్యాలను అలవర్చడం, సమయాన్ని సద్వినియోగం చేసుకోవడం, మానసిక స్థైర్యాన్ని బలోపేతం చేయడం, నాయకత్వ లక్షణాలను అభివృద్ధి చేయడం మరియు ఆర్థిక స్వావలంబన దిశగా పయనించడానికి మార్గదర్శకత్వం అందిస్తుంది.

విద్యార్థులు, యువత, ఉద్యోగార్థులు, ఉద్యోగులు, గృహిణులు, వ్యాపారులు, వృత్తి నిపుణులు ప్రతి వయస్సు, ప్రతి వర్గానికి చెందిన వ్యక్తులు తమలోని సామర్థ్యాన్ని గుర్తించి, జీవిత లక్ష్యాలను నిర్దేశించుకుని, సానుకూల దృక్పథంతో ముందుకు సాగేందుకు ఈ గ్రంథం ప్రేరణనిస్తుంది.

అదే సమయంలో సామాజిక బాధ్యత, దేశభక్తి, మానవీయ విలువలు, నిరంతర అభ్యాసం వంటి అంశాలను పెంపొందిస్తూ, వ్యక్తిగత విజయాన్ని సమాజ శ్రేయస్సుతో అనుసంధానించే దిశగా పాఠకులను నడిపిస్తుంది.

ఈ పుస్తకం చదివిన ప్రతి పాఠకుడు తన జీవితాన్ని మార్చుకోవడమే కాక, ఇతరులకు స్ఫూర్తిగా నిలిచే వ్యక్తిగా ఎదగాలనేదే దీని అంతిమ ఆశయం.

ఈ పుస్తకం ఎవరికి?

ఈ పుస్తకం ఒక వయస్సు, వృత్తి లేదా వర్గానికి మాత్రమే కాదు, జీవితాన్ని మెరుగుపరచుకోవాలనుకునే ప్రతి ఒక్కరికీ. విలువలతో కూడిన విద్యను కోరుకునే విద్యార్థులకు, ఆత్మవిశ్వాసంతో ఎదగాలనుకునే యువతకు, విజయవంతమైన వృత్తి జీవితాన్ని నిర్మించుకోవాలనుకునే ఉద్యోగార్థులు ఉద్యోగులకు, ఆదర్శ కుటుంబాన్ని నిర్మించాలనుకునే తల్లిదండ్రులు గృహిణులకు, నాయకత్వం మానవ సంబంధాలను మెరుగుపరచుకోవాలనుకునే వ్యాపారవేత్తలకు, తమ అనుభవాలను తదుపరి తరాలకు అందించాలనుకునే వృద్ధులకు ఈ పుస్తకం ఒక జీవిత మార్గదర్శి.

జననం నుండి జీవితాంతం వరకు ప్రతి మనిషికి వ్యక్తిత్వ వికాసం అవసరం. అందుకే ఈ గ్రంథంలోని ప్రతి పాఠం జీవితంలోని ఏదో ఒక దశలో మీకు దిక్సూచిగా నిలుస్తుంది.

పది పాఠాలు – జీవితాంతం తోడుండే పునాది. ఈ పుస్తకం పది రోజుల్లో పది పాఠాలను పరిచయం చేస్తుంది. కాని వాటి విలువ పది రోజులకే పరిమితం కాదు, జీవితాంతం మీ ఆలోచనలను, అలవాట్లను, వ్యక్తిత్వాన్ని తీర్చిదిద్దుతుంది.

ఈ పుస్తకం పాఠకుని నుండి ఒక ప్రతిజ్ఞను కోరుతుంది.

'నేను నా ఆలోచనలను మెరుగుపరుచుకుంటాను. నా ప్రవర్తనను ఉన్నతంగా తీర్చిదిద్దుకుంటాను. నేను ఒక మంచి వ్యక్తిగా ఎదుగుతాను. నా కుటుంబానికి, సమాజానికి, దేశానికి ఉపయోగపడే పౌరుడిగా జీవిస్తాను.'

ఈ పుస్తకం ఏ ఒక్క మతాన్ని, తత్వాన్ని లేదా వర్గాన్ని ప్రోత్సహించదు. ఇది మానవాళి శ్రేయస్సుకు దోహదపడే సార్వత్రిక విలువలను మాత్రమే ప్రోత్సహిస్తుంది. ప్రపంచంలోని అన్ని గొప్ప ఆలోచనలలో, అన్ని పవిత్ర గ్రంథాలలో ప్రతిధ్వనించే సందేశం ఒక్కటే, మంచి ఆలోచన, మంచి నడవడిక, మంచి మనసు.

మార్గాలు వేర్వేరు కావచ్చు, కాని గమ్యం ఒక్కటే ఉన్నత వ్యక్తిత్వం, సార్థక జీవితం, శాంతియుత సమాజం. ఈ పుస్తకం అదే గమ్యానికి మిమ్మల్ని ఆహ్వానించే ఒక స్ఫూర్తిదాయక ప్రయాణం.

మానవాళి చరిత్రలో అనేక గొప్ప ఆధ్యాత్మిక సంప్రదాయాలు వెలుగొందాయి. వాటిలో ప్రతి ఒక్కటి మానవుని ఉన్నతికి, సత్యాన్వేషణకు, సమాజ సౌభ్రాతృత్వానికి అద్దం పడతాయి. ఈ సంక్షిప్త సందర్శనం ద్వారా మనమూ వారి మార్గాన్ని గౌరవిస్తూ, సార్వత్రిక విలువలను స్వీకరిద్దాం.

1. జొరాస్ట్రియనిజం – పార్సీ మతం:

   ప్రాచీన పర్షియా (నేటి ఇరాన్), దాదాపు 3500 సంవత్సరాల క్రితం, 'హుమత – హుక్త – హువర్ష' మంచి ఆలోచన, మంచి మాట, మంచి పని. జొరాస్టర్ బోధన ప్రకారం, మనిషి తన స్వేచ్ఛా సంకల్పంతో సత్యాన్ని (అషా) ఎంచుకోవాలి, అసత్యాన్ని (ద్రుజ్) తిరస్కరించాలి.

   ఈ పుస్తకంలోని ప్రతి పాఠం మంచి ఆలోచన, మంచి మాట, మంచి పని ఈ మూడింటి చుట్టూనే తిరుగుతుంది. జొరాస్ట్రియన్లు అగ్నిని వెలుగు, నిజాయితీకి ప్రతీకగా భావిస్తారు. ఈ పుస్తకం మీ లోపలి వెలుగును వెలిగించడానికి ప్రయత్నిస్తుంది.

2. జైనిజం: ప్రాచీన భారతదేశం (సుమారు 2500 సంవత్సరాల క్రితం) 24 తీర్థంకరులు, చివరివారు వర్ధమాన మహావీరుడు, అహింస (హింస చేయకపోవడం), అపరిగ్రహ (పేరాశ లేకపోవడం), అనేకాంతవాదం (అనేక దృక్పథాలు) జైన తత్వం అహింసా పరమో ధర్మః (హింస చేయకపోవడమే పరమ ధర్మం) అని బోధిస్తుంది. కేవలం చంపకపోవడమే కాదు, మన మాటలతో, ఆలోచనలతో, ప్రవర్తనతో కూడా ఇతరులను బాధించకూడదు.

   ఈ పుస్తకంలోని సామాజిక బాధ్యత, మానవ సంబంధాల విలువ, కమ్యూనికేషన్ స్కిల్స్ అన్నీ ఈ అహింసా సూత్రంపైనే ఆధారపడి ఉంటాయి. అపరిగ్రహం అంటే అనవసరమైన సంపద, వస్తువుల పట్ల మమకారాన్ని వదులుకోవడం, ఇది ఆర్థిక నియంత్రణ పాఠాన్ని బలపరుస్తుంది.

3. సిక్కుమతం: 15వ శతాబ్దం, పంజాబ్ ప్రాంతం (భారతదేశం) 'కిరత్ కరో (చేతిపని చేసి జీవించు), వండ్ ఛకో (ఇతరులతో పంచుకో), నామ్ జపో (దేవుని నామాన్ని స్మరించు)' సిక్కుమతం సేవ, సమానత్వం, సామాజిక న్యాయం పై ప్రత్యేక శ్రద్ధ చూపిస్తుంది. గురునానక్ చెప్పారు 'నా మతం ఏదీ కాదు, నేను దేవుని మనిషిని' కుల, మత, లింగ వివక్షను తీవ్రంగా వ్యతిరేకించారు.

   ఈ పుస్తకంలోని నాయకత్వ లక్షణాలు, సామాజిక బాధ్యత, మానవ సంబంధాలు అనే పాఠాలు సిక్కు సూత్రాలతో పూర్తిగా సమన్వయం చెందుతాయి. లంగర్ (ఉచిత సామూహిక భోజనం) సేవా భావానికి గొప్ప ఉదాహరణ.

4. టావోయిజం – మార్గ తత్వం: ప్రాచీన చైనా (2500 సంవత్సరాల క్రితం) స్థాపకుడు లావో జు (లావో త్సే) ముఖ్య గ్రంథం టావో తే చింగ్ (దారి మరియు సద్గుణం) కేంద్ర సూత్రం, వు వే (సహజ ప్రవాహంలో జీవించడం, బల ప్రయోగం చేయకపోవడం). టావోయిజం బోధిస్తుంది, ప్రకృతి నియమాలతో పోరాడకు, ప్రవహించు. నీటిలా మృదువుగా ఉండు, అయినా నీటికి రాయిని కూడా కరిగించే శక్తి ఉంది.

ఈ పుస్తకంలోని ఒత్తిడి, నిరాశలను ఎదుర్కోవడం సానుకూల ఆలోచన పాఠాలు టావోయిస్ట్ దృక్పథానికి అనుగుణంగా సాగుతాయి. ఒత్తిడితో పోరాడకు, దాన్ని స్వీకరించి, సర్దుబాటు చేసుకో, ఇదే టావో మార్గం.

5. షింటోయిజం – దేవతల మార్గం:

ప్రారంభం, ప్రాచీన జపాన్ (సా.శ.పూ. 500 నుండి) స్థాపకుడు నిర్దిష్ట వ్యక్తి లేరు (సహజ ఉద్భవం) ముఖ్య గ్రంథాలు కోజికి, నిహోన్ షోకి కేంద్ర సూత్రం సాంప్రదాయం పట్ల గౌరవం, ప్రకృతి పట్ల భక్తి, పూర్వీకుల పట్ల కృతజ్ఞత. షింటోయిజంలో ప్రతి స్థలంలో ఒక కామి (దేవత / ఆత్మ) నివసిస్తుందని నమ్మకం. పర్వతాలు, నదులు, చెట్లు, రాళ్ళు అన్నీ సజీవంగా గౌరవించబడతాయి.

ఈ పుస్తకంలోని సామాజిక బాధ్యత అనేది ప్రకృతి పట్ల, సమాజం పట్ల, పూర్వీకుల సంప్రదాయాల పట్ల గౌరవంగా విస్తరించబడింది. షింటో ఆచారాలలో శుద్ధి, కృతజ్ఞత, స్థానిక సంఘ సేవ ప్రధానం. మనం మన చిన్న చిన్న బాధ్యతలను గౌరవించినప్పుడు, సమాజం గొప్పగా ఎదుగుతుందని ఇది బోధిస్తుంది.

6. బహాయి మతం:

ప్రారంభం 19వ శతాబ్దం, పర్షియా (నేటి ఇరాన్) స్థాపకుడు బహావుల్లా, ముఖ్య గ్రంథం కితాబ్–ఇ–అక్దాస్ కేంద్ర సూత్రం మానవజాతి ఏకత్వం ఒకే దేవుడు, ఒకే మతం, ఒకే మానవ కుటుంబం, బహాయి మతం అన్ని ప్రధాన మతాలు ఒకే దైవ సత్యానికి భిన్నమైన వ్యక్తీకరణలని బోధిస్తుంది. ఇది లింగ సమానత్వం, విద్య, ప్రపంచ శాంతి, కుల వివక్ష రహిత సమాజం కోసం వాదిస్తుంది.

ఈ పుస్తకంలోని సానుకూల ఆలోచన, మానవ సంబంధాలు, సామాజిక బాధ్యత అనే పాఠాలు బహాయి సూత్రాలతో పూర్తిగా ఏకీభవిస్తాయి. ప్రతి మనిషి తన సొంత సత్యాన్వేషణ చేయాలని, ఎలాంటి మూఢనమ్మకాలు లేదా పక్షపాతాలు లేకుండా సత్యాన్ని గౌరవించాలని బహాయి మతం ప్రోత్సహిస్తుంది.

7. జొరాస్ట్రియనిజం:

మంచి ఆలోచన, మంచి మాట, మంచి పని. మనసులో సత్ప్రవృత్తులను పెంపొందించుకొని, మాటల ద్వారా ప్రేమను పంచుతూ, కార్యాలలో ధర్మాన్ని ఆచరించాలి. వ్యక్తి నైతికతే సమాజ శ్రేయస్సుకు పునాది అని ఈ మతం బోధిస్తుంది.

8. జైనిజం: అహింసా పరమో ధర్మః ఏ జీవికీ హాని కలిగించకుండా జీవించడం అత్యున్నత ధర్మంగా భావిస్తుంది. స్వీయ నియంత్రణ, కరుణ, సత్యనిష్ఠ ద్వారా ఆత్మశుద్ధి సాధించవచ్చని ఉపదేశిస్తుంది.

ఈ సంప్రదాయాల సారాంశం ఏకవాక్యంలో మంచితనం, సేవ, సమానత్వం, ప్రకృతి గౌరవం, సత్యాన్వేషణ ఇవే అన్ని మతాల ఉమ్మడి హృదయం.

మన పుస్తకం వ్యక్తిత్వ వికాసం, విజయం, స్ఫూర్తి ఈ సార్వత్రిక విలువలన్నింటినీ లోపలికి తీసుకుంటుంది. మీరు ఏ మతాన్ని, ఏ తత్వాన్ని, ఏ ఆలోచనా విధానాన్ని అనుసరించినా, దేనినీ విశ్వసించకున్నా ఇందులోని పది పాఠాలు మీ స్వంత నమ్మకాలతో సమన్వయం చేసుకోగలిగే సౌలభ్యంతో రూపొందించబడ్డాయి.

బహాయి గ్రంథం చెబుతుంది, తోటలో వివిధ రంగుల పువ్వులు ఉండటం వల్ల దాని అందం పెరుగుతుంది. అలాగే, వివిధ ఆధ్యాత్మిక మార్గాలు ఉండటం మానవజాతి సౌందర్యాన్ని పెంచుతుంది. ఈ పుస్తకం ఆ తోటలోని ఒక ప్రత్యేక పువ్వు.

సత్యం శ్రేష్టమైనది. సత్యంలో జీవించుదాం. జీవితమంతా అహింసతో సాగుదాం. వాహేగురు జీ కా ఖాల్సా, వాహేగురు జీ కీ ఫతే, వాహేగురు స్వంత సమూహం, విజయం వాహేగురుదే! టావో తే చింగ్ మార్గాన్ని అనుసరించండి, నా హృదయం స్వచ్ఛంగా ఉండుగాక, సత్యాన్ని స్వయంగా అన్వేషించు, ఎవరి ద్వారానూ కాదు. సార్వత్రిక సందేశం మనమందరం ఒక్కటే.

మన మందరం ఒకే భూమి పిల్లలం, ఒకే విశ్వానికి ప్రయాణికులం. వ్యక్తిత్వ వికాసం మన అందరినీ ఒక తాడిగా బంధించే దారం. శాంతి, ప్రేమ, సత్యం అన్ని మతాలకు ఉమ్మడి నాణెం. ఈ పుస్తకం ఆ నాణాన్ని మీ చేతికి ఇస్తుంది.

ఈ పుస్తకం ఆశించే ప్రయోజనం:

1. అంధ విశ్వాసాలను తొలగించి, హేతువును ప్రోత్సహించడం:

   సమాజంలో చాలామంది ఇది నా అదృష్టం, నా పూర్వజన్మ సంస్కారం, దేవుడిలా అనుకున్నాడు వంటి మాటలతో జీవితంలోని ప్రతి సంఘటనను సమర్థించుకుంటారు. ఇది హేతుబద్ధమైన ఆలోచనకు అడ్డంకి. ఈ పుస్తకం యొక్క మొదటి ప్రయోజనం ప్రతి విజయానికి, ప్రతి వైఫల్యానికి కారణం మీ నిర్ణయాలు, మీ అలవాట్లు, మీ ప్రవర్తనే తప్ప వేరొకరి దయ లేదా కోపం కాదని నిరూపించడం.

   శాస్త్రీయ దృష్టిలో, కార్యకారణ సూత్రం ప్రకారం ప్రతి ఫలితానికి ఒక కారణం ఉంటుంది. మీరు విజయం సాధించకపోతే, అది మీ పద్ధతుల్లో లోపం వల్లనే. మీరు విజయం సాధిస్తే, అది మీ క్రమశిక్షణ, ప్రణాళిక, కృషి వల్లనే. అదృష్టం అనేది ఒక శాస్త్రీయ వాస్తవం కాదు, అది ఒక భావోద్వేగపు తప్పించుకోవడం.

2. వ్యక్తిత్వ వికాసాన్ని ఒక శాస్త్రం గా ప్రదర్శించడం:

   చాలామంది వ్యక్తిత్వ వికాసాన్ని ఒక కళ లేదా తత్వం గా భావిస్తారు. కాని వాస్తవం వ్యక్తిత్వ వికాసం పూర్తిగా శాస్త్రీయమైన ప్రక్రియ. ఆత్మవిశ్వాసం న్యూరోప్లాస్టిసిటీ మెదడు మార్పు చెందగలదు.

కమ్యూనికేషన్, సామాజిక మనస్తత్వ శాస్త్రం. సమయపాలన, ప్రవర్తనా ఆర్థిక శాస్త్రం. ఒత్తిడి నియంత్రణ, న్యూరో ఎండోక్రినాలజీ కార్టిసోల్ స్థాయిలు.

నిర్ణయ సామర్థ్యం, న్యూరో సైన్స్ ఆఫ్ డెసిషన్ మేకింగ్. ఆర్థిక నిగ్రహం, ప్రవర్తనా ఫైనాన్స్. మానవ సంబంధాలు, సామాజిక మార్పిడి సిద్ధాంతం. సానుకూల ఆలోచన, కాగ్నిటివ్ బిహేవియరల్ థెరపీ. లక్ష్య నిర్దేశం, గోల్ సెట్టింగ్ థియరీ. నిరంతర అభ్యాసం, గ్రోత్ మైండ్సెట్.

ఈ పుస్తకం ప్రతి పాఠాన్ని శాస్త్రీయ ప్రయోగాలు, గణాంకాలు, కేస్ స్టడీస్ ఆధారంగా వివరిస్తుంది. కేవలం నమ్మకాలు లేదా మూఢ నమ్మకాల ఆధారంగా కాదు.

3. విలువలు మరియు విజ్ఞానం మధ్య సమన్వయం:

హేతుబద్ధత అంటే భావశూన్యత కాదు. శాస్త్రం అంటే నీతి లేకపోవడం కాదు. ఎందుకు విలువలు శాస్త్రీయంగా ప్రయోజనకరమో ఈ పుస్తకం వివరిస్తుంది. నిజాయితీ, విశ్వాసం పెరిగి, సంబంధాలు స్థిరంగా ఉంటాయి. సమయపాలన, ఒత్తిడి హార్మోన్ తగ్గి, ఆరోగ్యం మెరుగవుతుంది. సహనం, రక్తపోటు తగ్గి, జీవితకాలం పెరుగుతుంది.

దాతృత్వం, ఆక్సిటోసిన్ విడుదలై, ఆనందం పెరుగుతుంది.హేతుబద్ధత అంటే ప్రతి విలువకు 'ఎందుకు?' అనే ప్రశ్న వేసుకోవడం. ఈ పుస్తకం ఆ ప్రశ్నలకు శాస్త్రీయ సమాధానాలు ఇస్తుంది.

4. తెలుగులో శాస్త్రీయ సాహిత్యం యొక్క అవసరాన్ని తీర్చడం:

ఈనాటి తెలుగు సాహిత్యంలో భావోద్వేగ ప్రేరణ పుష్కలంగా ఉన్నాయి, మూఢ నమ్మకాలు, అంధ విశ్వాసాలు కూడా ఎక్కువగా ఉన్నాయి. కాని హేతుబద్ధమైన, శాస్త్రీయ దృక్పథంతో కూడిన వ్యక్తిత్వ వికాస సాహిత్యం చాలా తక్కువ. ఈ పుస్తకం ఆ ఖాళీని పూరించడానికి ఒక చిన్న ప్రయత్నం.

నేను నమ్ముతున్నాను ఎందుకంటే నాకు అలా చెప్పారు అని కాకుండా నేను నమ్ముతున్నాను ఎందుకంటే శాస్త్రం, ప్రయోగాలు, నా స్వంత అనుభవం దాన్ని రుజువు చేస్తున్నాయి, ఇదే ఈ పుస్తకం యొక్క హేతుబద్ధ సందేశం.

5. స్థానిక సందర్భంలో సార్వత్రిక సత్యాలు:

సమాజంలో నేడు యువత ఒక సంక్షోభంలో ఉంది. సాంప్రదాయ విలువలు నమ్మకాలు క్షీణిస్తున్నాయి, ఆధునిక శాస్త్రీయ విజ్ఞానం పూర్తిగా అందుబాటులో లేదు, మధ్యలో తరం ఊగిసలాడుతుంది.

ఈ పుస్తకం సాంప్రదాయం మరియు ఆధునికతకు వంతెన వేస్తుంది. అతిథి దేవో భవ అతిథి సత్కారం వల్ల ఆక్సిటోసిన్ విడుదల, సంతృప్తి పెరుగుతుంది. సత్యమేవ జయతే నిజాయితీ వల్ల మెదడులోని ప్రీ ఫ్రంటల్ కార్టెక్స్ బలపడి, విశ్వాసపాత్రత పెరుగుతుంది. మాతృ దేవో భవ తల్లి ప్రేమ వల్ల పిల్లల

మెదడు ఆరోగ్యంగా పెరుగుతుంది. వి ద్యా దానం జ్ఞానాన్ని పంచడం వల్ల టీచర్ ఎఫెక్ట్ బోధించే వ్యక్తి మరింత నేర్చుకుంటాడు.

6. ప్రతి వ్యక్తి స్వీయ ప్రయోగశాల గా మారడం:

ఈ పుస్తకం మీకు సూత్రాలు ఇస్తుంది, కాని నియంత్రణ విధించదు. శాస్త్రీయ దృక్పథంలో ప్రతి మనిషి ఒక స్వీయ ప్రయోగశాల. ఈ సూత్రాన్ని ఇరువది ఒక్క రోజులు నా జీవితంలో ప్రయోగించి చూద్దాం. ఫలితం బాగుంటే కొనసాగిద్దాం, లేకపోతే సర్దుబాటు చేద్దాం.ఇదే హేతుబద్ధత. ఇదే శాస్త్రీయ విధానం.

ఆత్మవిశ్వాసం రోజూ ఉదయం మూడు అఫర్మేషన్లు ముప్పై రోజుల్లో స్టేజ్ భయం తగ్గుతుందా? సమయపాలన ఐదు రోజులు డైలీ ప్లానర్ ఐదు రోజుల్లో ఎన్ని పనులు సక్రమంగా జరిగాయి? సానుకూల ఆలోచన ప్రతి ప్రతికూల ఆలోచనకు రెండు సానుకూలాలు మూడ్ స్కోరు పెరిగిందా?

7. మిథ్యా విశ్వాసాలు మరియు శాస్త్రీయ సత్యాలు:

ఈ పుస్తకం స్పష్టంగా గీత గీస్తుంది. మిథ్యా విశ్వాసం శాస్త్రీయ సత్యం నేను పుట్టుకతోనే బలహీనుడిని మెదడు మార్పు చెందగలదు. ప్రతి నైపుణ్యం నేర్చుకోవచ్చు. 85% విజయం నిరంతర ప్రయత్నం, 15% అవకాశాలు, సమయం లేదు, నిజానికి ప్రాధాన్యతలు లేవు. సగటు వ్యక్తి రోజుకు నాలుగు గంటలు ఫోన్ లో వృధా చేస్తాడు.

నేను మారలేను ప్రతి అలవాటు మార్చుకోవచ్చు ఇరువది ఒక్క రోజుల నుండి అరువది ఆరు రోజుల స్థిరత్వం. ఇది నా స్వభావం, స్వభావం కూడా నేర్చుకున్న ప్రవర్తనల సమాహారం. హేతుబద్ధత అంటే ప్రతి నేను చేయలేను వెనుక ఉన్న నిజమైన అడ్డంకిని కనుగొనడం. అది అలవాటు అయితే, అలవాటును మార్చుకోవడం శాస్త్రం.

ఈ పుస్తకం ఇంగ్లీషు పదజాలంతో ప్రేక్షకులను భయపెట్టదు. న్యూరోప్లాస్టిసిటీ మెదడు కొత్త దారులు వేసుకోగలదు, కాగ్నిటివ్ డిసోనెన్స్ మనసులోని వైరుధ్యం, డోపమైన్ సంతోష రసాయనం, తెలుగులో శాస్త్రీయ విజ్ఞానాన్ని అందించడం ఈ పుస్తకం యొక్క ప్రత్యేక లక్ష్యం.

8. యువతరానికి ఒక మేలుకోలు:

నేటి యువత సైన్స్ ను ప్రేమిస్తుంది. సోషల్ మీడియాలో సైంటిఫిక్ ఫాక్ట్స్ చూస్తుంది. కాని అవి సాధారణంగా చెల్లాచెదురుగా ఉంటాయి.ఈ పుస్తకం ఆ సైంటిఫిక్ ఫాక్ట్స్ ను ఒక క్రమబద్ధమైన వ్యక్తిత్వ వికాస ప్రణాళికలో అమర్చుతుంది.

విజ్ఞానం + క్రమశిక్షణ + స్థిరత్వం = వ్యక్తిత్వ విజ్ఞానం.

9. హేతుబద్ధతే మార్గం:

ఈ పుస్తకం యొక్క అంతిమ ప్రయోజనం ఒక్కటే. మీరు ప్రతి నిర్ణయం, ప్రతి నమ్మకం, ప్రతి అలవాటును ప్రశ్నించడం నేర్చుకోవాలి. ఎందుకు? అనే ప్రశ్నకు సమాధానం లేకపోతే ఆ నమ్మకాన్ని వదిలిపెట్టండి లేదా పరీక్షించండి. శాస్త్రం అంటే నేను తెలుసుకుంటాను అనే వైఖరి. విజయం అంటే తెలుసుకున్నది నిత్యజీవితంలో ప్రయోగించడం.

మీరు హేతువాదిగా మారండి, శాస్త్రాన్ని జీవితంలో ప్రయోగించండి, మీ వ్యక్తిత్వాన్ని మీరే తీర్చిదిద్దుకోండి. ఇదే నా సంకల్పం. ఇదే ఈ పుస్తకం యొక్క ప్రయోజనం. ఈ పుస్తకం ఆ సార్వత్రిక సత్యాలన్నింటినీ ఆలింగనం చేసుకుంటుంది.

ఈ పుస్తకాన్ని ఎలా చదవాలి?

1. రోజుకు ఒక పాఠం మాత్రమే (వేగంగా వెళ్ళకండి)
2. ప్రతి పాఠంలోని కథలను మననం చేసుకోండి
3. ప్రతి పాఠం చివరి ఆచరణాత్మక సూచనలను నెరవేర్చండి (కేవలం చదివితే సరిపోదు)
4. మీ ఫీడ్‌బ్యాక్ ను రికార్డ్ చేసుకోండి (పుస్తకంలో చివరి రెండు పేజీలో)
5. మీరు నేర్చుకున్నది కనీసం ఒక వ్యక్తికి చెప్పండి (బోధించడం వలన మీరు రెట్టింపు నేర్చుకుంటారు)

బుద్ధుడు చెప్పినట్లు మీకు మీరే ఆశ్రయం. మరెవరు ఆశ్రయం కాలేరు. వేదాలు చెప్పినట్లు తత్ త్వం అసి, నీవే ఆ సత్యం. బైబిల్ చెప్పినట్లు మీరు ఈ లోకానికి వెలుగు, ఖురాన్ చెప్పినట్లు ఒక జాతి వారు తమలోని మార్పును స్వయంగా చేసుకునే వరకు అల్లాహ్ వారి స్థితిని మార్చడు.

మనిషి జీవితాన్ని మార్చేది, సరైన ఆలోచన నిరంతర సాధన. ఈ పుస్తకం ఆ సరైన ఆలోచనకు విత్తనం. మీ నిత్య సాధన ఆ విత్తనానికి నీరు. వేదాలు సర్వే భవంతు సుఖినః, సర్వే సంతు నిరామయాః అందరూ సుఖపడండి, అందరూ రోగాలు లేకుండా ఉండండి. బుద్ధుడు బుద్ధం శరణం గచ్ఛామి, జ్ఞానాన్ని ఆశ్రయిస్తాను. బైబిల్ శాంతి నీతో ఉండుగాక. ఖురాన్ మీపై శాంతి కలుగుగాక.

ముగింపు మాటగా ఒక హృదయస్పర్శి, ప్రేరణాత్మకమైన నిజ జీవిత ఘటనను మీ ముందుంచుతున్నాను.

జపాన్ లో ఒకే ఒక విద్యార్థి కోసం రైలు నడపడం అనేది విద్య పట్ల, విద్యార్థి పట్ల, మానవత్వం పట్ల ఆ దేశానికి ఉన్న గౌరవాన్ని చాటే అద్భుత ఉదాహరణగా చెప్పవచ్చు.

'ఒక్కడి కోసం ఒక రైలు – జపాన్ విద్యా విలువలకు నిదర్శనం'

మీరు ఎప్పుడైనా ఊహించగలరా ఒక రైలు, ప్రతిరోజూ నడుస్తుంది. కేవలం ఒక్కరి కోసం. ఒక్క ప్రయాణికుని కోసం. ఆ ప్రయాణికుడు ఒక చిన్న విద్యార్థి. ఇది కల్పిత కథ కాదు.

సుదూర హొక్కాయిడోలో ఒక చిన్న స్టేషను. జపాన్ దేశంలోని హొక్కాయిడో అనే ప్రాంతంలో క్యుషో అనే ఒక చిన్న రైల్వే స్టేషను ఉంది. చాలా సంవత్సరాలుగా, ఈ స్టేషనుకు చాలా తక్కువ ప్రయాణీకులు. వ్యాపార లాభాల దృష్ట్యా రైల్వే కంపెనీ ఈ స్టేషనును మూసివేయాలని నిర్ణయించుకుంది.

కాని వారికి ఒక విషయం తెలిసింది, ఈ స్టేషను ద్వారా ఒకే ఒక విద్యార్థి ప్రతిరోజూ తన పాఠశాలకు వెళ్ళేవారు. నానో హరూక అనే ఆ చిన్నారి. ఆమె వయసు అప్పుడు కేవలం ఏడు సంవత్సరాలు.

ఒక్కడి కోసం ఒక నిర్ణయం రైల్వే కంపెనీ ఒక గొప్ప నిర్ణయం తీసుకుంది.

'ఈ స్టేషనును మూసివేయము. ఈ చిన్నారి చదువు పూర్తయ్యే వరకు ఈ రైలు నడుస్తూనే ఉంటుంది.' అంతే. ప్రతిరోజూ ఉదయం, ఆ రైలు ఆ స్టేషనులో ఆగేది. ఆగి, ఒక్క ప్రయాణికురాలిని నానోను ఎక్కించుకునేది. సాయంత్రం, ఆమెను తిరిగి ఆ స్టేషనులో దింపేది. రైలు ప్రయాణం లాభాల కోసం కాదు. అది ఒక తపస్సు. విద్య పట్ల, విద్యార్థి పట్ల, భవిష్యత్తు పట్ల ఆ దేశానికి ఉన్న గౌరవం.

మూడు సంవత్సరాలు 1095 రోజులు, ఫిబ్రవరి 2014 నుండి మార్చి 2016 వరకు. సుమారు మూడు సంవత్సరాలు. ఏకంగా 1095 రోజులు. మంచు కురిసినా రైలు ఆగింది. వర్షం వచ్చినా రైలు ఆగింది. ఒక్క ప్రయాణికురాలు మాత్రమే ఉన్నా రైలు ఆగింది. ఎందుకంటే ఆ దేశానికి విద్య ఒక పవిత్రమైన బాధ్యత. ప్రతి పిల్లవాడి చదువు, ప్రతి విద్యార్థి భవిష్యత్తు అదే వారి నిజమైన సంపద.

మార్చి 2016 నాడు, నానో హరూక హైస్కూల్ పూర్తి చేసింది. ఆమె ఒక నర్సు కావాలని నిర్ణయించుకుంది ప్రజలకు సేవ చేయడానికి. ఆమె పాఠశాల నుండి బయటికి వచ్చిన చివరి రోజు రైలు చివరిసారిగా ఆగింది. ఆమె దిగింది. స్టేషను శాశ్వతంగా మూసివేయబడింది. కాని ఆ స్టేషను ఇప్పటికీ గుర్తుంచుకోబడుతుంది. ఎందుకంటే అది ఒక్కడి కోసం, ఒక్క చదువు కోసం, ఒక్క విజయం కోసం నడిచింది.

ఈ ఘటన మనకు నేర్పే పాఠాలు, విద్య పట్ల గౌరవం, విద్యార్థి కోసం రైలు నడిపిన దేశం, విద్యను ఎంతగా గౌరవిస్తుందో తెలుస్తుంది. బాధ్యత భావం, ఒక్కరి చదువుకు కూడా బాధ్యత వహించే సమాజం, ఎంత పెద్దదో తెలుస్తుంది. సమయపాలన, ప్రతిరోజూ సరిగ్గా సమయానికి రైలు రావడం, ఆగడం క్రమశిక్షణకు నిదర్శనం. వ్యక్తిత్వ విలువ, ఒక వ్యక్తి కోసం, అతని భవిష్యత్తు కోసం సమాజం పెట్టుబడి పెట్టిన సందర్భం, సేవా భావం, లాభం కంటే మానవత్వానికి ప్రాధాన్యం ఇచ్చిన సంస్థ.

మనం కొద్దిగా ఆలోచిద్దాం మన చుట్టూ ఒక విద్యార్థి పాఠశాలకు దూరం నడుస్తుంటే ఎవరు పట్టించుకుంటారు? ఒక పాఠశాలకు తక్కువ మంది విద్యార్థులు ఉంటే ఆ పాఠశాలను మూసివేస్తారు. ఒక విద్యార్థిని కోచింగ్ సెంటర్‌కు తీసుకెళ్లడానికి తల్లిదండ్రులు కష్టపడుతుంటే అది సాధారణంగా చూస్తారు.

విద్య అంటే కేవలం మార్కులు కాదు. విద్య అంటే ఒక జీవితాంత ప్రక్రియ దాని కోసం ఒక రైలు నడవచ్చు, ఒక స్టేషను ప్రత్యేకంగా మూసివేయకూడదు, ఒక చిన్నారి ముందుకు రావాలి.

మీరు ఈ పుస్తకంలో చదవబోయే ప్రతి అధ్యాయం ఆత్మవిశ్వాసం, కమ్యూనికేషన్, సమయపాలన, నాయకత్వం, క్రమశిక్షణ. అన్నింటికీ మూలం ఒక్కటే 'మీ విద్య మీ భవిష్యత్తును నిర్మిస్తుంది. మీ భవిష్యత్తు మీ కుటుంబం, సమాజం, దేశం భవిష్యత్తును నిర్ణయిస్తుంది.'

ఒక దేశం ఒక విద్యార్థి కోసం రైలు నడిపింది. ఎందుకంటే ఆ దేశానికి ప్రతి విద్యార్థి విలువైనవాడు. మీరు కూడా విలువైనవారు. మీ కలలు విలువైనవి. మీ విద్య విలువైనది. మీ వ్యక్తిత్వ వికాసం ఇదే విలువైన ప్రయాణం.

విద్యార్థి పట్ల గౌరవం – ఒక చిన్నారి కోసం సమాజం తన దినచర్యను మార్చుకుంటుంది.

సంస్థల బాధ్యత – లాభాలు తాత్కాలికం, కాని ఒక మనిషిని తీర్చిదిద్దడం శాశ్వతం.

సమయం యొక్క విలువ – ప్రతి రోజూ ఖచ్చితంగా రైలు నడపడం – అదే సమయపాలన.

ఒక్కడి ప్రాముఖ్యత – ఒక్కడు అనేవాడు లేకపోతే సమాజం నిలువదు. ప్రతి ఒక్కడు విలువైనవాడే.

దీర్ఘకాల దృష్టి – మూడు సంవత్సరాలు నష్టాలను భరించి, ఒక జీవితాన్ని తీర్చిదిద్దారు.

అంకితభావం – సంస్థ, డ్రైవర్, స్టేషను మాస్టర్ అందరూ తమ బాధ్యతను నిర్వహించారు.

వ్యక్తిత్వం నిర్మాణం – నానో నేడు నర్సుగా ప్రజలకు సేవ చేస్తుంది. ఆమెలో వ్యక్తిత్వం, ధైర్యం, సేవా భావం వచ్చాయి.

నానో హరూక ఒక సాధారణ విద్యార్థి. ఆమెలో ప్రత్యేకత ఏమీ లేదు. కాని ఆమెను ప్రత్యేకురాలిని చేసింది. సమాజం ఆమె పట్ల చూపిన గౌరవం. మీరు కూడా ప్రత్యేకులు. మీరు ఒక రైలు కోసం వేచి ఉండకండి మీరే మీ రైలును నడపండి. మీ వ్యక్తిత్వమే మీ ఇంజను. మీ విద్య, మీ క్రమశిక్షణ, మీ సమయపాలన, మీ నాయకత్వం ఇవన్నీ ఆ ఇంజనుకు చక్రాలు. జపాన్ రైలు ఒక చిన్నారి కోసం ఆగింది. మీ ప్రయాణం ఇప్పుడు మొదలవుతుంది. మీరు దింపుకోబోయే గమ్యం విజయం.

నా ప్రతిజ్ఞ 'నేను నా విద్యను గౌరవిస్తాను. నా సమయాన్ని గౌరవిస్తాను. నా చుట్టూ ఉన్న ప్రతి విద్యార్థిని, ప్రతి వ్యక్తిని గౌరవిస్తాను. నేను నా వ్యక్తిత్వాన్ని తీర్చిదిద్దుకుంటాను ఎందుకంటే ఒక రైలు నాకోసం ఆగినట్లు, నేను నా కలలకోసం ఆగకుండా పరుగెత్తుతాను.'

ఇదే నా సందేశం. ఇదే ఈ పుస్తకం యొక్క ముందుమాట.

ఈ పుస్తకం మీ కోసం, మన కోసం ఇప్పుడు మన చేతుల్లో వుంది. ఇక మార్పు మీ చేతుల్లోనే, సమయం ఇదే. సాగండి ముందుకు. ఒక పాఠం నేర్చుకోండి. ఒక రోజు జీవించండి. మీ జీవితం మారుతుంది. మీ చుట్టూ ప్రపంచం మారుతుంది.

మీ అభిప్రాయం మాకు అమూల్యం. పది తరగతుల పాఠ్యాంశాలు మీ కోసమే. దయచేసి మీ ఫీడ్‌బ్యాక్ ను పంపండి. మీకు ఏ అంశం ఎక్కువగా నచ్చింది? ఏ ఉదాహరణ మీ ప్రవర్తనను మార్చింది? మీరు ఏ కొత్త అలవాటును ప్రారంభించారు? భవిష్యత్తులో ఏ అంశాలు కావాలి?

మీ స్పందనలను పుస్తకంలోని అభిప్రాయ పేజీలో రాయగలరు మరియు

email ID: nnrao112@gmail.com కు పంపగలరు.

ఈ పుస్తకం ప్రతి పాఠం ఆ రైలులో ఒక బోగీ. ప్రతి అధ్యాయం ఒక స్టేషను. మీరు ప్రయాణికులు. గమ్యం మీ స్వంత విజయం.

సాగండి.. ముందుకు... మరింత ముందుకు.

'సాఫల్య శిఖరాల వైపు – వ్యక్తిత్వ వైభవం' పుస్తకం ద్వారా శాంతి, జ్ఞానం, విజయం మీ సొంతం.

మీ

(నూతలపాటి నాగేశ్వరరావు)

ప్రముఖ రచయిత, వ్యక్తిత్వ వికాస నిపుణుడు

మరియు

ప్రేరణాత్మక వక్త

సంతనూతలపాడు

26 జూన్ 2026

2. వ్యక్తిత్వ వికాస అంశాల పరిచయం

సమాజంలోని ప్రతి ఒక్కరికీ ఉపయోగపడే విధంగా 'సాఫల్య శిఖరాల వైపు – వ్యక్తిత్వ వైభవం' నందు చర్చించవలసిన మరియు అవగాహన చేసుకోవలసిన పది ముఖ్యాంశాలు ముందస్తుగా క్లుప్తంగా తెలుసుకుందాం.

విజయానికి దారిచూపే జీవన మార్గదర్శి. మనిషి జీవితంలో విద్య, సంపద, ఉద్యోగం, వ్యాపారం, కుటుంబం అన్నీ ముఖ్యమైనవే. కాని వీటన్నింటికీ పునాది వ్యక్తిత్వం. మంచి వ్యక్తిత్వం ఉన్న వ్యక్తి ఎక్కడ ఉన్నా గౌరవాన్ని సంపాదిస్తాడు. ప్రతిభను గుర్తింపుగా మార్చేది, అవకాశాలను విజయాలుగా మలిచేది, సాధారణ జీవితాన్ని అసాధారణంగా తీర్చిదిద్దేది వ్యక్తిత్వ వికాసమే.

ఈ పుస్తకం విద్యార్థులు, యువత, మహిళలు, ఉద్యోగులు, వ్యాపారులు, కుటుంబ సభ్యులందరికీ ఉపయోగపడేలా రూపొందించబడింది. జీవితంలో ఎదురయ్యే సవాళ్లను ధైర్యంగా ఎదుర్కొంటూ సాఫల్య శిఖరాలను అధిరోహించడానికి అవసరమైన పది ముఖ్యమైన అంశాలను ఇందులో చర్చించబోతున్నాం.

1. వ్యక్తిత్వ వికాసం అంటే ఏమిటి?

   వ్యక్తిత్వం అనేది కేవలం మన రూపం కాదు. మన ఆలోచనలు, ప్రవర్తన, విలువలు, మాటతీరు, నిర్ణయాలు, అలవాట్లు అన్నింటి సమ్మేళనం. మన వ్యక్తిత్వమే మన జీవితానికి అద్దం.

   మంచి వ్యక్తిత్వం కలిగిన వ్యక్తి ఎక్కడికి వెళ్లినా గౌరవాన్ని పొందుతాడు. డబ్బు, హోదా, అధికారం కంటే కూడా మంచి ప్రవర్తన, మానవతా దృక్పథం మనిషిని గొప్పవాడిగా నిలబెడతాయి. అందుకే వ్యక్తిత్వ వికాసం విజయవంతమైన జీవితానికి మొదటి అడుగు.

2 ఆత్మవిశ్వాసం – విజయానికి తొలి మెట్టు:

   విజయాన్ని సాధించిన ప్రతి వ్యక్తి వెనుక ఆత్మవిశ్వాసం అనే శక్తి ఉంటుంది. భయం, సంకోచం, అపజయాల భయం మనల్ని వెనక్కు లాగుతాయి. కాని 'నేను చేయగలను' అనే నమ్మకం మనలో ఉన్నప్పుడు అసాధ్యాలు కూడా సాధ్యమవుతాయి.

   విద్యార్థికి పరీక్షల్లో, యువతకు ఉద్యోగంలో, వ్యాపారికి నిర్ణయాలలో, కుటుంబ సభ్యులకు బాధ్యతల నిర్వహణలో ఆత్మవిశ్వాసం అత్యంత అవసరం. ఆత్మవిశ్వాసం విజయ ద్వారాలను తెరిచే బంగారు తాళం చెవి.

3. కమ్యూనికేషన్ స్కిల్స్ ప్రాముఖ్యత:

మనిషి వ్యక్తిత్వాన్ని గుర్తించే మొదటి అంశం అతని సంభాషణ. మనం ఎలా మాట్లాడుతున్నాం? ఎలా వింటున్నాం? ఎలా స్పందిస్తున్నాం? అనే విషయాలు మన ఎదుగుదలను నిర్ణయిస్తాయి.

సమర్థవంతమైన కమ్యూనికేషన్ ఉద్యోగ అవకాశాలను పెంచుతుంది. నాయకత్వ లక్షణాలను బలపరుస్తుంది. కుటుంబంలో, కార్యాలయంలో, సమాజంలో మంచి సంబంధాలను ఏర్పరుస్తుంది. మంచి మాట అనేక తలుపులను తెరుస్తుంది.

4. సమయపాలన మరియు క్రమశిక్షణ:

ప్రపంచంలోని ప్రతి వ్యక్తికి రోజుకు ఇరువది నాలుగు గంటల సమయమే లభిస్తుంది. కాని ఆ సమయాన్ని ఎలా వినియోగించు కుంటామన్నదే మన భవిష్యత్తును నిర్ణయిస్తుంది.

సమయాన్ని గౌరవించే వ్యక్తి జీవితాన్ని గెలుస్తాడు. ఆలస్యం, నిర్లక్ష్యం, అలసత్వం విజయానికి పెద్ద అడ్డంకులు. చిన్న చిన్న క్రమశిక్షణా అలవాట్లు జీవితంలో గొప్ప మార్పులను తీసుకువస్తాయి. సమయాన్ని ఆదా చేయడం అంటే జీవితాన్ని ఆదా చేయడమే.

5. ఒత్తిడి మరియు నిరాశను జయించే మార్గాలు:

నేటి కాలంలో విద్య, ఉద్యోగం, కుటుంబ బాధ్యతలు, పోటీ ప్రపంచం కారణంగా మానసిక ఒత్తిడి పెరుగుతోంది. అనేక మంది చిన్న చిన్న అపజయాలకే నిరాశకు గురవుతున్నారు.

కాని ప్రతి అపజయం ఒక పాఠం. ప్రతి సమస్య ఒక పరిష్కారాన్ని కలిగి ఉంటుంది. జీవితంలో ఎలాంటి పరిస్థితులు వచ్చినా ధైర్యంగా ఎదుర్కోవడం నేర్చుకోవాలి. ఆత్మహత్య పరిష్కారం కాదు, ఆత్మవిశ్వాసమే సరైన పరిష్కారం.

6. నాయకత్వ లక్షణాలు మరియు నిర్ణయ సామర్థ్యం:

నాయకులు పుట్టరు, తయారవుతారు. మంచి నాయకత్వం అంటే కేవలం ఇతరులను నడిపించడం కాదు, ముందుగా తనను తాను నడిపించుకోవడం.

కుటుంబంలో తల్లిదండ్రులు, కార్యాలయంలో అధికారులు, సమాజంలో సేవకులు, వ్యాపారంలో యజమానులు అందరూ నాయకులే. సరైన సమయంలో సరైన నిర్ణయం తీసుకునే సామర్థ్యం వ్యక్తిని విజయపథంలో నడిపిస్తుంది.

7. ఆర్థిక నియంత్రణ మరియు జీవిత ప్రణాళిక:

ఎంత సంపాదిస్తున్నామన్నది కాదు, ఎలా నిర్వహిస్తున్నామన్నదే ముఖ్యమైనది. సంపాదనతో పాటు పొదుపు, పెట్టుబడులు, భవిష్యత్తు ప్రణాళికలు అవసరం.

యువతలో ఆర్థిక అవగాహన పెరగాలి. అనవసర ఖర్చులను తగ్గించి, అవసరాలను గుర్తించి జీవించడం నేర్చుకోవాలి. చిన్న చిన్న ఆర్థిక అలవాట్లు జీవితంలో పెద్ద భద్రతను కలిగిస్తాయి.

8. సామాజిక బాధ్యత మరియు మానవ సంబంధాలు:

మనిషి సంఘజీవి. ఒంటరిగా ఎదగడం సాధ్యం కాదు. మన ఎదుగుదల వెనుక కుటుంబం, స్నేహితులు, గురువులు, సమాజం ఉంటారు.

మంచి సంబంధాలు జీవితానికి బలమైన పునాది. పరస్పర గౌరవం, సహకారం, కృతజ్ఞత, మానవతా విలువలు వ్యక్తిత్వాన్ని ఉన్నత స్థాయికి తీసుకువెళ్తాయి. మన విజయాన్ని సమాజ అభివృద్ధితో ముడిపెట్టినప్పుడే నిజమైన సంతృప్తి లభిస్తుంది.

9. సానుకూల ఆలోచన మరియు విజయ దృక్పథం:

మన ఆలోచనలే మన భవిష్యత్తును నిర్మిస్తాయి. సానుకూల ఆలోచన మనలో ఆశను, ఉత్సాహాన్ని, సృజనాత్మకతను పెంచుతుంది. అసూయ, కోపం, ద్వేషం, ప్రతీకారం వంటి ప్రతికూల భావనలు వ్యక్తిత్వాన్ని బలహీనపరుస్తాయి. సమస్యలను కాకుండా అవకాశాలను చూసే దృక్పథం కలిగినవారే జీవితంలో ముందుకు సాగగలరు.

10. జీవిత లక్ష్యం మరియు నిరంతర అభ్యాసం:

లక్ష్యం లేని జీవితం దిశలేని పడవ వంటిది. మన జీవితానికి ఒక స్పష్టమైన లక్ష్యం ఉండాలి. ఆ లక్ష్యం మన ప్రయత్నాలకు దిశను చూపుతుంది.

ప్రపంచం వేగంగా మారుతోంది. కొత్త నైపుణ్యాలు, కొత్త జ్ఞానం, కొత్త అవకాశాలు నిరంతరం వస్తూనే ఉన్నాయి. అందుకే జీవితాంతం నేర్చుకునే మనస్తత్వం అవసరం. నేర్చుకోవడం ఆపిన రోజు నుంచే ఎదుగుదల ఆగిపోతుంది.

వ్యక్తిత్వ వికాసం అనేది ఒక జీవన విధానం. అది మన ఆలోచనలను మార్చుతుంది, అలవాట్లను మెరుగుపరుస్తుంది, సంబంధాలను బలపరుస్తుంది, లక్ష్యాలను స్పష్టపరుస్తుంది, విజయాన్ని సాధించే శక్తిని అందిస్తుంది.

ఈ పుస్తకం ద్వారా మీరు కేవలం విజయం సాధించడం మాత్రమే కాదు, విలువలతో కూడిన విజయవంతమైన వ్యక్తిగా, బాధ్యతగల పౌరుడిగా, స్ఫూర్తిదాయకమైన నాయకుడిగా ఎదగాలని నా ఆకాంక్ష.

'మన ఆలోచనలు మారితే జీవితం మారుతుంది, జీవితం మారితే గమ్యం మారుతుంది, గమ్యం మారితే చరిత్ర సృష్టించబడుతుంది.'

ఈ అంశాల ప్రాముఖ్యత మరియు సమాజానికి అవసరం:

విద్యార్థులకు – చదువులో మరియు కెరీర్‌లో స్పష్టమైన దిశ.

యువతకు – ఆత్మవిశ్వాసం, ఉద్యోగ అవకాశాలు, మానసిక బలం.

మహిళలకు – స్వీయ గౌరవం, నాయకత్వం, ఆర్థిక అవగాహన.

ఉద్యోగులకు – కమ్యూనికేషన్, టీమ్ మేనేజ్‌మెంట్, ప్రమోషన్ అవకాశాలు.

వ్యాపారులకు – నాయకత్వం, నిర్ణయ సామర్థ్యం, సంబంధాల నిర్మాణం.

కుటుంబాలకు – పరస్పర గౌరవం, సానుకూల వాతావరణం.

సమాజానికి – బాధ్యతగల, విలువలతో కూడిన పౌరుల నిర్మాణం.

వ్యక్తిత్వ వికాసం అనేది ఒక కోర్సు మాత్రమే కాదు, మన జీవితాన్ని విజయవంతం చేసే జీవన విధానం కూడా.

వ్యక్తిత్వ వికాసం కేవలం ఒక పాఠం కాదు, అది మనిషి జీవితాన్ని సార్థకం చేసే నిరంతర ప్రయాణం. అది మన ఆలోచనలను, ప్రవర్తనను, విలువలను మెరుగుపరచి వ్యక్తిగతంగా, సామాజికంగా మరియు వృత్తిపరంగా ఉన్నత శిఖరాలకు చేరుకునే మార్గాన్ని చూపిస్తుంది. జ్ఞానం, క్రమశిక్షణ, ఆత్మవిశ్వాసం, మానవీయ విలువలను పెంపొందిస్తూ మనలోని అపారమైన శక్తిని వెలికితీసి సమాజానికి ఆదర్శప్రాయమైన వ్యక్తిగా తీర్చిదిద్దే మహోన్నత ప్రక్రియే వ్యక్తిత్వ వికాసం.

3. వ్యక్తిత్వ వికాసం – విజయానికి మార్గదర్శి

'వ్యక్తిత్వమే నీ అస్త్రం, విజయమే నీ లక్ష్యం'

నిలబడండి ఒక్క క్షణం ఆలోచించండి. మీరు అద్దంలో మిమ్మల్ని మీరు చూసుకున్నప్పుడు, మీరు నిజంగా ఎవరు? ఆ డిగ్రీల జాబితా? ఆ బ్యాంకు బ్యాలెన్స్ లేక మీరు ధరించిన దుస్తులు?

లేదు. ఆ అద్దంలో కనిపించే నిజమైన ప్రతిబింబం మీ ఆలోచనల నిబిడీకరణ, మీ మాటల తీరు, మీ ప్రవర్తనల తాండవం, మీ విలువల దీప్తి.

విద్య మీకు జీవనోపాధిని ఇస్తుంది అది నిజమే. ఆకలి తీర్చే అన్నం లాంటిది. కాని వ్యక్తిత్వ వికాసం మీకు గౌరవాన్ని, గుర్తింపును, ఒక చిరునామాను ఇస్తుంది. అది మీ జీవితానికి రుచినిచ్చే సుగంధ ద్రవ్యం. ఎంతటి ఎత్తైన భవనానికైనా పునాది లాగా, ఎంతటి గొప్ప విజేతకైనా పునాది అతని వ్యక్తిత్వమే!

విజయం డబ్బుకు అతీతం. ప్రపంచం నేర్పింది చదువు రాబట్టు, ఉద్యోగం సంపాదించు, డబ్బు సంపాదించు, అదే విజయం. కాని నిజమైన విజయానికి కరెన్సీ వేరు. డబ్బున్నా, దర్పం ఉంటే సమాజం తిరస్కరిస్తుంది. డబ్బు లేకున్నా, సత్ప్రవర్తన, సహనం, గౌరవం ఉంటే లోకం మీ ముందు తలవంచుతుంది.

గుర్తుంచుకోండి డబ్బు రావచ్చు, పోవచ్చు. వ్యాపారం కుప్పకూలవచ్చు, ఉద్యోగం పోవచ్చు. కాని మంచి వ్యక్తిత్వం అది మిమ్మల్ని ఎన్నటికీ వదిలిపెట్టదు. అది మీతో పాటు పుట్టిన వజ్రాయుధం. నిజమైన వ్యక్తిత్వం లోపలి నుండి వెలువడే వెలుగు. చాలామంది అనుకుంటారు వ్యక్తిత్వం అంటే బాగా దుస్తులు ధరించడం, ఖరీదైన సువాసనలు, గ్లామర్.

అలాంటి భావనలు తప్పు. ఆ బాహ్య ప్రపంచం నిమిషాల్లో మారిపోతుంది. వ్యక్తిత్వం అంటే మీ బాహ్య చూపు కాదు, మీ అంతర్గత వెలుగు. అది మీ వ్యక్తిత్వంలో ఏమి చేస్తుంది? ఆలోచనా విధానం, విషాదాన్ని అవకాశంగా మారుస్తుంది. మాట్లాడే తీరు, గాయపడిన హృదయాలకు బామును పూస్తుంది. ప్రవర్తన, గదిలోకి అడుగుపెట్టగానే వెలుగును నింపుతుంది.

నిర్ణయ సామర్థ్యం, తుఫానులో సైతం దిక్కు చూపిస్తుంది. ఇతరుల పట్ల గౌరవం, బాధ్యత, 'నేను చేయగలను' అనే ధైర్యాన్ని ఇస్తుంది.క్రమశిక్షణ, బంగారు గొలుసు కట్టదు, కాపాడుతుంది. నైతిక విలువలు, చీకటిలోనూ దారి చూపే నక్షత్రం.

పుస్తకం ఎదురు కక్షి వ్యక్తిత్వం వీటి మధ్య తేడా తెలుసుకోండి. మంచి పుస్తకం చదివితే జ్ఞానం వస్తుంది. జ్ఞానం బతుకు తెరువు చూపిస్తుంది. మంచి వ్యక్తిత్వం పెంపొందించుకుంటే జీవితమే మారిపోతుంది.

వ్యక్తిత్వం మిమ్మల్ని ప్రశ్నలకు అతీతంగా చేస్తుంది. ఒకసారి ఊహించుకోండి. మీకు పట్టుబట్టలు లేకపోయినా, మీ ప్రశాంతమైన ప్రవర్తన వల్ల ఎదుటివాడు తలవంచి మాట్లాడుతాడు. మీరు పెద్ద హోదాలో లేకపోయినా, మీ నిజాయితీ వల్ల ప్రజలు మీ దగ్గరకే పరుగెత్తుకొస్తారు. ఇదే నిజమైన విజయానికి సోపానం.

వ్యక్తిత్వ వికాసానికి ఒక సూత్రం 'ఐదు డీ'లు

గుర్తుంచుకోండి ఈ 5 సూత్రాలు. ఇవే మీ వ్యక్తిత్వానికి శాశ్వత పునాది:

1. డిజైర్ (కోరిక) – 'నేను మారాలి' అనే నిజమైన కోరిక లేకపోతే ఏమీ జరగదు.
2. డిసిప్లిన్ (క్రమశిక్షణ) – చిన్న చిన్న మంచి అలవాట్లు, రోజూ చేయడం.
3. డెడికేషన్ (అంకితభావం) – ఒక్కో మంచి లక్షణాన్ని స్వంతం చేసుకోవడానికి పట్టుదల.
4. డిసెంట్ (సౌమ్యత) – గర్వం కాదు, మృదుత్వం. నేర్చుకోవడానికి ఎప్పుడూ సిద్ధంగా ఉండటం.
5. డైనమిక్ (చైతన్యం) – సర్దుబాటు, ఉత్సాహం, మార్పును ఆహ్వానించడం.

అద్దం ముందు మీరే నిలబడి ఈ ప్రశ్నలు వేసుకోండి. నేను నిజాయితీగా ఉంటున్నానా? నా మాటలు ఎదుటివారికి ఊరటనిస్తున్నాయా? నేను ఒక బాధ్యత తప్పుకున్న సందర్భం ఉందా? ఒక తప్పు జరిగిందంటే దాన్ని ఒప్పుకునే ధైర్యం ఉందా? నేను మరొకరి విజయంలో సంతోషించగలనా?

ఈ ప్రశ్నలకు సమాధానం 'అవును' అయితే మీరు ఇప్పటికే విజయ మార్గంలో ఉన్నారు. 'కాదు' అనిపిస్తే చింతించకండి. వ్యక్తిత్వ వికాసం అనేది రాత్రికి రాత్రి జరిగేది కాదు. అది ప్రతిరోజు చేసే నిరంతర సాధన. ప్రతి చిన్న మంచి ప్రయత్నం. చివరి మాట నువ్వే నీ మార్గదర్శి.

గుర్తుంచుకోండి డబ్బు సంపాదించడం వ్యాపారం. వ్యక్తిత్వాన్ని సంపాదించడం విప్లవం. ప్రపంచం నిన్ను ఎలా గుర్తుంచుకోవాలి? ఒక డబ్బున్న వ్యక్తిగా లేక ఒక గొప్ప మనస్తత్వం, గొప్ప విలువలు, గొప్ప ప్రవర్తన కలిగిన మానవుడిగా? నిర్ణయం నీదే. కాని నువ్వు ప్రతీ రోజు ఒక చిన్న మంచి అలవాటును నీలో నింపుకో.

నీ వ్యక్తిత్వమే నీ ప్రతిబింబం. దాన్ని ఎప్పటికప్పుడు మెరుగు పరచుకో. ఎందుకంటే నీలోని వెలుగు మరొకరి చీకటిని తొలగించగలదు.

నీ ప్రయాణానికి శుభాకాంక్షలు. వ్యక్తిత్వమే విజయం విజయమే నీ గుర్తింపు.

స్ఫూర్తిదాయక వ్యక్తుల సంక్షిప్త పరిచయాలు.

డాక్టర్ వర్గీస్ కురియన్: పాల విప్లవ పితామహుడు. గ్రామీణ రైతుల అభ్యున్నతికి కృషి చేసి, భారతదేశాన్ని ప్రపంచంలోనే అతిపెద్ద పాల ఉత్పత్తిదారుగా తీర్చిదిద్దారు.

ఈ. శ్రీధరన్: భారతదేశ మెట్రో మ్యాన్. క్రమశిక్షణ, నిజాయితీ, అంకితభావంతో ఆధునిక భారత మౌలిక సదుపాయాల అభివృద్ధికి విశేష కృషి చేశారు.

డాక్టర్ ఎం.ఎస్. స్వామినాథన్: హరిత విప్లవ పితామహుడు. వ్యవసాయ పరిశోధనల ద్వారా భారతదేశ ఆహార భద్రతకు బలమైన పునాది వేశారు.

ఎలా భట్: మహిళా సాధికారతకు మార్గదర్శి. అసంఘటిత రంగ మహిళల ఆర్థిక స్వావలంబన కోసం జీవితాన్ని అంకితం చేశారు.

ఎన్.ఆర్. నారాయణ మూర్తి: నైతిక వ్యాపార నాయకత్వానికి ప్రతీక. కృషి, పారదర్శకత, విలువలతో భారత ఐటీ రంగాన్ని ప్రపంచ స్థాయికి తీసుకెళ్లారు.

కిరణ్ బేడీ: ధైర్యం, కర్తవ్యనిష్ఠకు చిహ్నం. భారత తొలి మహిళా ఐపీఎస్ అధికారిగా సేవలందించి అనేక సంస్కరణలకు శ్రీకారం చుట్టారు.

సింధుతాయి సప్కాల్: అనాథల తల్లి. వేలాది అనాథ పిల్లలకు ఆశ్రయం, విద్య, ప్రేమ అందించి మాతృత్వానికి కొత్త నిర్వచనం ఇచ్చారు.

అరుణాచలం మురుగానందం: సామాజిక ఆవిష్కర్త. మహిళల ఆరోగ్యం, గౌరవం కోసం తక్కువ ఖర్చుతో శానిటరీ న్యాప్కిన్ యంత్రాలను రూపొందించి సామాజిక మార్పుకు దోహదపడ్డారు.

ఈ వ్యక్తులందరిలోనూ కనిపించే సాధారణ లక్షణాలు స్వప్నం, సేవాభావం, క్రమశిక్షణ, పట్టుదల, నిజాయితీ, సమాజ పట్ల బాధ్యత. ఇవే వ్యక్తిత్వ వికాసానికి నిజమైన పునాదులు. స్వార్థం కోసం కాదు, సమాజం కోసం జీవించినప్పుడు వ్యక్తిత్వం మహోన్నతమవుతుంది.

సమాజంలో వ్యక్తిత్వం ప్రాముఖ్యత:

ఒక మంచి వ్యక్తిత్వం కలిగిన వ్యక్తి కుటుంబాన్ని కలుపుకుంటాడు, సమాజానికి ఆదర్శంగా నిలుస్తాడు, ఉద్యోగంలో విశ్వాసాన్ని పొందుతాడు, నాయకత్వాన్ని ప్రదర్శిస్తాడు, సమస్యలను ప్రశాంతంగా పరిష్కరిస్తాడు. ఇది కేవలం సమాచారం కాదు, ఇది మార్పు కోసం పిలుపు.

వ్యక్తిత్వ విప్లవం నేటి సమాజానికి అవసరమైన అగ్ని పరీక్ష, ఒక యువ, శక్తివంతమైన, ఆధునిక దృక్పథం. సమాజంలోని తుఫానుకు మూలం వ్యక్తిత్వ లోపాలు. రోడ్డుపై ఓ చిన్న గొడవ కోపం మంటలా విస్తరిస్తుంది. స్నేహితుడు ముందుకు వెళ్తే అసూయ చిన్న పురుగులా కుడుతుంది.

ప్రతి ఒక్కరూ 'నేను, నాకు' అంటూ స్వార్థం గోడలు కడుతుంది. చిన్న తప్పుకు సైతం అసహనం విషంలా పడుతుంది. ఒకరి బాధ్యత, మరొకరి భారం అవుతుంది బాధ్యతారాహిత్యం మహమ్మారిలా వ్యాపిస్తుంది. ఇది కేవలం సమస్యల జాబితా కాదు. ఇది సమాజం రోగ నిర్ధారణ.

ఈ లోపాలే కుటుంబాలను విచ్ఛిన్నం చేస్తున్నాయి, స్నేహాలను బూడిద చేస్తున్నాయి, దేశాన్ని బలహీనపరుస్తున్నాయి. కారణం ఏమిటి? విద్య లేకపోవడం కాదు. విలువల లేమి. పరిష్కారం ఏమిటి? మార్కులు కాదు. వ్యక్తిత్వ వికాసం.

విద్యార్థి యుగం మార్కుల చివరికి చేరిన ప్రయాణం. నేటి విద్యార్థులు పరుగెడుతున్నారు. కాని ఎక్కడికి? తొంభై తొమ్మిది శాతం మార్కుల కోసం, ర్యాంకుల కోసం, డిగ్రీల కోసం, ఉద్యోగాల కోసం. అది తప్పు కాదు. కాని మార్కులు వచ్చి పోతాయి. విలువలు మిగిలిపోతాయి. ఒక వైద్యుడికి మార్కులు వచ్చాయి, కాని నైతికత లేదు రోగి ప్రాణానికి ప్రమాదం.

ఒక ఇంజనీరుకు మార్కులు వచ్చాయి, కాని నిజాయితీ లేదు వంతెన కూలిపోతుంది. ఒక న్యాయమూర్తికి మార్కులు వచ్చాయి, కాని న్యాయం లేదు నిరపరాధి శిక్ష అనుభవిస్తాడు.

గుర్తుంచుకోండి, విలువలు లేని విద్య చేతిలో కత్తి ఉన్న పిచ్చివాడికి సమానం. అది సమాజానికి హానికరమవుతుంది. అప్పుడు పరిష్కారం? వ్యక్తిత్వ వికాసమే. మీరు అడుగుతారు 'వ్యక్తిత్వాన్ని ఎలా తీర్చిదిద్దుకోవాలి?'

ఇక్కడ మీ కోసం ఏడు అద్భుత ఆయుధాలు :

ఆయుధం ఎలా ఉపయోగించాలి?

1. మంచి పుస్తకాలు, రోజూ ముప్పై నిమిషాలు జీవిత చరిత్రలు, ప్రేరణ గ్రంథాలు, మెదడు పదునవుతుంది, దృక్పథం విస్తరిస్తుంది.

2. సానుకూల వ్యక్తుల స్నేహం, విజేతలతో చుట్టుకోండి, ఫిర్యాదుదారులకు దూరంగా ఉండండి. శక్తి పెరుగుతుంది, నమ్మకం వస్తుంది.

3. కోప నియంత్రణ, పది సెకన్లు వేచి ఉండండి, లోతైన శ్వాస తీసుకోండి, ఆగ్రహాన్ని ప్రశ్నగా మార్చండి. సంబంధాలు కాపాడతాయి, నిర్ణయాలు స్పష్టంగా ఉంటాయి .

4. సమయపాలన, ప్రతి పనికి టైమ్ బ్లాక్ పెట్టుకోండి, మొబైల్ నోటిఫికేషన్లు ఆఫ్ చేయండి, ఒత్తిడి తగ్గుతుంది, అవుట్పుట్ రెట్టింపవుతుంది.

5. కొత్త విషయం నేర్చుకోవడం, నేర్చుకోవడాన్ని గేమ్ లా చూడండి ఒక పదం, ఒక స్కిల్, ఒక ఆలోచన రోజూ, ఆత్మవిశ్వాసం ఎగిరిపడుతుంది, వృద్ధి ఆగదు.

6. ఇతరులను గౌరవించడం. చిన్నవారైనా, పెద్దవారైనా ప్రతి ఒక్కరి విలువను గుర్తించండి. దయచేసి, క్షమించండి వాడండి. హృదయాలు గెలుచుకుంటారు, ప్రేమ సంపాదిస్తారు.

7. సేవాభావం, వారానికి ఒక్కసారైనా నిస్వార్థంగా ఎవరికైనా సహాయం చేయండి. ఆనందం దొరుకుతుంది, జీవితానికి అర్థం వస్తుంది.

ఈ సప్త ఆయుధాలు మీతో ఉంటే ప్రపంచం ఏ సమస్యా మిమ్మల్ని ఓడించలేదు.

కోపం, అసూయ, స్వార్థం వీటిని ఎదుర్కొనే శాస్త్రీయ మార్గం. ఈ నాలుగు శత్రువులు లోపలే ఉంటారు. గుర్తించండి, గెలవండి. లోపం, లక్షణం, వ్యక్తిత్వ విరుగుడు. కోపం మాటలు కత్తులవుతాయి, మౌనం + విరామం + నాకు శాంతి కావాలి అనే సంకల్పం.

అసూయ ఇతరుల విజయంలో కుమిలిపోవడం, 'అతని విజయం నాకు స్ఫూర్తి' అనే దృక్పథం. స్వార్థం 'నేను, నాకు, నాదే, మనందరం' అనే సామూహిక చింతన. అసహనం చిన్నచిన్న విషయాలకు ఉడుకుపోవడం, వ్యాయామం, ప్రార్థన, సృజనాత్మక అవుట్ లెట్. బాధ్యతారాహిత్యం 'నేను కాదు, వాడు, నేను దానికి బాధ్యుడిని' స్వీయ బాధ్యత.

ఒక కొత్త ఫార్ములా – PV = S (Personality Values = Success)

మీరు గణితం నేర్చుకున్నారు. ఇప్పుడు జీవిత గణితం నేర్చుకోండి.

విద్య + డిగ్రీ = జీతం

విద్య + విలువలు + వ్యక్తిత్వం = గౌరవం + విజయం + శాంతి

రెండింటిలో మీరు ఏది ఎంచుకుంటారు?

అద్దం ఎదురు కక్షి సమాజం – చివరి నిజం:

మీరు నిలబడి, మీ ముఖం అద్దంలో చూసుకుంటారు. అది చెబుతుంది 'జుట్టు చెదిరింది, దుస్తులు ముడతలు పడ్డాయి.' కాని నిజమైన అద్దం మీరు కాదు. సమాజమే మీ అద్దం. మీరు దూరంగా వెళ్తే ప్రజలు విచారిస్తారా? మీరు మాట్లాడితే ప్రజలు ఆసక్తిగా వింటారా? మీరు తప్పు చేస్తే ప్రజలు గౌరవంగా చెప్తారా? మీరు లేనప్పుడు ప్రజలు మీ గురించి మంచిగా మాట్లాడుతారా? ఇవే నిజమైన వ్యక్తిత్వ మార్కులు.

వ్యక్తిత్వం అనేది మనిషి ధరించే అత్యంత విలువైన ఆభరణం. డైమండ్ నెక్లెస్ ధరించవచ్చు కాని దానిని దొంగలు దొంగిలించవచ్చు. బంగారు గడియారం వేసుకోవచ్చు పోగొట్టుకోవచ్చు. కాని సత్ప్రవర్తన, సహనం, నిజాయితీ, గౌరవం ఇవే ఎన్నటికీ చౌకబారని ఆభరణాలు. మీరు ఈ నాణేన్ని చేతపట్టండి.

ప్రతిరోజూ ఒక్క చిన్న మంచి అలవాటును నింపుకోండి. మీ ముఖాన్ని అద్దం చూపిస్తుంది మీ వ్యక్తిత్వాన్ని సమాజం చూపిస్తుంది. ఈ రోజు నిర్ణయించుకోండి నేను ఏ విధమైన వ్యక్తిత్వాన్ని ప్రపంచానికి చూపించాలనుకుంటున్నాను? ఎందుకంటే విజేతలు పుట్టరు. విజేతలు తీర్చిదిద్దబడతారు. మీ చేతుల్లోనే మీ భవిష్యత్తు ఉంది.

వ్యక్తిత్వ వికాసమే యుగానికి అవసరమైన విద్య. దీన్ని ప్రారంభించండి. నేటి నుండే.

మనిషి జీవితంలో చదువు, డబ్బు, ఉద్యోగం, పదవి ఇవన్నీ అవసరమే. కాని ఇవన్నింటినీ సరిగ్గా ఉపయోగించడానికి, సమాజంలో గౌరవం పొందడానికి, కుటుంబంలో ప్రేమను నిలబెట్టుకోవడానికి,

ఉద్యోగంలో ఎదగడానికి, వ్యాపారంలో విజయాన్ని సాధించడానికి, ముఖ్యంగా మనసుకు ప్రశాంతత పొందడానికి అవసరమైనది వ్యక్తిత్వ వికాసం.

వ్యక్తిత్వం అంటే కేవలం బాహ్య అందం కాదు. మన ఆలోచనలు, మన ప్రవర్తన, మాట తీరు, నిర్ణయాలు, ఇతరులతో వ్యవహరించే విధానం, కష్టసమయంలో మన ధైర్యం ఇవన్నీ కలిపి వ్యక్తిత్వం అవుతుంది. ఒక మంచి వ్యక్తిత్వం ఉన్న వ్యక్తి ఎక్కడికి వెళ్లినా గౌరవం పొందుతాడు. అతని మాటకు విలువ ఉంటుంది. అతని సమక్షంలో ఇతరులకు భద్రతా భావం కలుగుతుంది.

ఈ రోజు మనం తెలుసుకోవాల్సిన ముఖ్య అంశాలు:

వ్యక్తిత్వ వికాసం అంటే ఏమిటి?

విజయానికి వ్యక్తిత్వం ఎందుకు అవసరం?

జీవితంలో అలవాట్ల ప్రాముఖ్యత

సానుకూల ఆలోచన శక్తి

ప్రేరణాత్మక నిజ జీవిత ఉదాహరణలు

యువత ఎదుర్కొంటున్న సమస్యలు మరియు పరిష్కారాలు

స్వీయ నియంత్రణ – విజయానికి మూల సూత్రం

వ్యక్తిత్వ వికాసం అంటే ఏమిటి?

వ్యక్తిత్వ వికాసం అంటే మనలోని మంచితనాన్ని, ప్రతిభను, ధైర్యాన్ని, ఆత్మవిశ్వాసాన్ని అభివృద్ధి చేసుకోవడం. ఒక మొక్కను మంచి నీరు, ఎరువు, వెలుతురు ఇస్తే అది పెద్ద చెట్టుగా మారుతుంది. అలాగే మనిషి కూడా సరైన ఆలోచనలు, మంచి అలవాట్లు, క్రమశిక్షణ, మంచి స్నేహితులు, సానుకూల వాతావరణం ఉంటే గొప్ప వ్యక్తిగా ఎదుగుతాడు.

వ్యక్తిత్వ వికాసంలోని ముఖ్య అంశాలు

1. ఆత్మవిశ్వాసం: నేను చేయగలను అనే నమ్మకం.
2. క్రమశిక్షణ: సమయపాలన, బాధ్యత, నియంత్రణ.
3. కమ్యూనికేషన్ నైపుణ్యం: స్పష్టంగా, మర్యాదగా మాట్లాడగలగడం.
4. భావోద్వేగ నియంత్రణ: కోపం, అసూయ, భయం వంటి భావాలను నియంత్రించడం.
5. నాయకత్వ లక్షణాలు: ఇతరులను ప్రోత్సహించడం, మార్గనిర్దేశం చేయడం.

కల అంటే నిద్రలో కనిపించేది కాదు. నిద్రపోనివ్వకుండా చేసే లక్ష్యం.

విజయానికి వ్యక్తిత్వం ఎందుకు అవసరం?

ప్రస్తుతం ప్రపంచం చాలా వేగంగా మారుతోంది. చదువు మాత్రమే సరిపోదు. మార్కులు మాత్రమే మనిషిని విజయవంతుణ్ని చేయవు. ఈ రోజుల్లో అవసరమైన నైపుణ్యాలు, ఇతరులతో కలిసిపోవడం, సమస్యలను పరిష్కరించడం, ఒత్తిడిని తట్టుకోవడం, సమయాన్ని సరిగ్గా వినియోగించడం, స్పష్టమైన లక్ష్యాలు పెట్టుకోవడం. ఒక వ్యక్తి బాగా చదివి ఉన్నా కోపం ఎక్కువగా ఉంటే, ఇతరులను గౌరవించకపోతే, మాట్లాడే తీరు సరిగా లేకపోతే ఉద్యోగంలో ఎక్కువకాలం నిలబడలేడు.

ఒక కంపెనీలో ఇద్దరు ఉద్యోగులు ఉన్నారు. ఒకరు చాలా తెలివైనవాడు. కాని అతను ఎప్పుడూ ఇతరులను తక్కువగా చూసేవాడు. ఇంకొకరు సాధారణ ఉద్యోగి. కాని అందరితో మర్యాదగా మాట్లాడేవాడు. బాధ్యతగా పని చేసేవాడు. కొన్ని సంవత్సరాల తరువాత రెండో వ్యక్తి మేనేజర్ అయ్యాడు. ఎందుకు? ఎందుకంటే విజయానికి కేవలం జ్ఞానం సరిపోదు. వ్యక్తిత్వం కూడా అవసరం.

యెన్ అర్ నారాయణ మూర్తి, తన జీవితంలో నిజాయితీ, వినయం, క్రమశిక్షణను ప్రధానంగా పాటించారు. అందుకే ఆయన స్థాపించిన సంస్థ ప్రపంచస్థాయికి చేరుకుంది. ఆయన విజయానికి ప్రధాన కారణం టెక్నాలజీ మాత్రమే కాదు, విలువలు. మంచి అలవాట్లు విజయానికి మెట్లు. మన భవిష్యత్తును నిర్మించేది మన అలవాట్లు.

రోజూ చిన్న చిన్న మంచి పనులు చేస్తే అవే పెద్ద విజయాలకు దారితీస్తాయి.అభివృద్ధికి సహాయపడే అలవాట్లు, ఉదయం త్వరగా లేవడం, మనసు ప్రశాంతంగా ఉంటుంది. పుస్తకాలు చదవడం వల్ల జ్ఞానం పెరుగుతుంది. రోజువారీ ప్రణాళిక సమయం వృథా కాకుండా ఉంటుంది. ఆరోగ్యంపై శ్రద్ధ, శారీరక ఆరోగ్యం లేకపోతే మానసిక శక్తి తగ్గుతుంది. మంచి స్నేహితులు మన ఆలోచనలను ప్రభావితం చేస్తారు.

ఒక రైతు ప్రతిరోజూ చిన్నగా మొక్కలకు నీళ్లు పోసేవాడు. కొన్ని సంవత్సరాల తరువాత ఆ మొక్కలు పెద్ద చెట్లయ్యాయి.అలాగే మన మంచి అలవాట్లు కూడా నెమ్మదిగా మన జీవితాన్ని గొప్పదిగా మారుస్తాయి.

మనిషి చేసే పనులు అలవాట్లవుతాయి. అలవాట్లు స్వభావమవుతాయి. స్వభావం భవిష్యత్తును నిర్ణయిస్తుంది. సానుకూల ఆలోచన శక్తి మన ఆలోచనలు మన జీవితాన్ని ప్రభావితం చేస్తాయి. ఎప్పుడూ నేను చేయలేను అని అనుకునే వ్యక్తి ముందుకు వెళ్లలేడు. నేను ప్రయత్నిస్తాను అని అనుకునే వ్యక్తి విజయం సాధించే అవకాశాలు ఎక్కువ.

నెగెటివ్ ఆలోచనల వల్ల భయం పెరుగుతుంది, ఆత్మవిశ్వాసం తగ్గుతుంది, ఒత్తిడి పెరుగుతుంది, అవకాశాలు కోల్పోతారు. పాజిటివ్ ఆలోచనల వల్ల ధైర్యం పెరుగుతుంది. సమస్యలకు పరిష్కారం కనిపిస్తుంది. ఇతరులతో మంచి సంబంధాలు ఏర్పడతాయి, మానసిక ప్రశాంతత వస్తుంది.

సుధా మూర్తి చిన్నప్పటి నుంచి ఎన్నో కష్టాలు ఎదుర్కొన్నారు. మహిళలకు అవకాశాలు తక్కువగా ఉన్న కాలంలో ఇంజనీరింగ్ చదివారు. ధైర్యం, సానుకూల ఆలోచన, సేవాభావం ఆమెను లక్షల మందికి

ఆదర్శంగా నిలబెట్టాయి. ఆమె జీవితంలో ఒక ముఖ్యమైన సందేశం జీవితంలో ఎన్ని కష్టాలు వచ్చినా మన మనసు ఓడిపోకూడదు.

యువత ఎదుర్కొంటున్న సమస్యలు పరిష్కార మార్గాలు, ప్రస్తుతం యువత అనేక సమస్యలను ఎదుర్కొంటున్నారు. ముఖ్య సమస్యలు, మొబైల్ వ్యసనం, సోషల్ మీడియా ప్రభావం, నిరుద్యోగ భయం, పోలికల మనస్తత్వం.

డిప్రెషన్ మరియు ఒత్తిడి పరిష్కారాలు:

రోజుకు ఒక గంట స్వీయ అభివృద్ధికి కేటాయించాలి.

మంచి పుస్తకాలు చదవాలి.

వ్యాయామం చేయాలి.

తల్లిదండ్రులతో మాట్లాడాలి.

లక్ష్యాన్ని స్పష్టంగా నిర్ణయించుకోవాలి.

చెడు అలవాట్లకు దూరంగా ఉండాలి.

ఒక యువకుడు రోజంతా మొబైల్‌లో గడిపేవాడు. తరువాత అతను తన సమయాన్ని నియంత్రించి రోజుకు ఒక గంట పుస్తకాలు చదవడం ప్రారంభించాడు. కొద్ది నెలల్లోనే అతని ఆలోచనలు, మాట్లాడే తీరు, ఆత్మవిశ్వాసం పూర్తిగా మారిపోయాయి. వ్యక్తిత్వ వికాసం ఒక్కరోజులో జరిగేది కాదు. అది ఒక నిరంతర ప్రక్రియ. మనలోని బలహీనతలను గుర్తించి వాటిని మార్చుకోవడం ప్రారంభించిన రోజే నిజమైన అభివృద్ధి ప్రారంభమవుతుంది.

గుర్తుంచుకోవాల్సిన ముఖ్య విషయాలు:

ఆత్మవిశ్వాసం విజయానికి మొదటి అడుగు

మంచి అలవాట్లు భవిష్యత్తును నిర్మిస్తాయి

సానుకూల ఆలోచనలు జీవితాన్ని మార్చుతాయి

క్రమశిక్షణ విజయానికి మూలం

వ్యక్తిత్వం మనిషిని గొప్పవాడిని చేస్తుంది

గెలిచిన వ్యక్తులు వేరే పనులు చేయరు. వారు పనులను వేరే విధంగా చేస్తారు.

ఈ రోజు నుంచే మన జీవితంలో చిన్న మార్పులు ప్రారంభిద్దాం.

సమయాన్ని గౌరవిద్దాం

మన మాటను మెరుగుపరుచుకుందాం

మంచి ఆలోచనలు పెంపొందిద్దాం

సమాజానికి ఉపయోగపడే వ్యక్తులమవుదాం

అప్పుడు విజయం మన వెంట వస్తుంది.

మీ జీవితంలో మీకు ఆదర్శంగా ఉన్న వ్యక్తి ఎవరు?

మీలో మార్చుకోవాలనుకునే అలవాటు ఏది?

విజయానికి ముఖ్యమైన లక్షణం ఏమిటి?

రోజుకు ఎంత సమయం స్వీయ అభివృద్ధికి కేటాయిస్తున్నారు?

ఈ రోజు నుంచే నేను మార్చుకోవాలనుకునే ఒక అలవాటు అనే అంశంపై ప్రతి విద్యార్థి ఒక నిమిషం మాట్లాడాలి.

ఆలోచనలు మారితే జీవితం మారుతుంది.

క్రమశిక్షణ లేని ప్రతిభ ఎక్కువకాలం నిలవదు.

ఆత్మవిశ్వాసం ఉన్నవారికి అసాధ్యం అనే పదం ఉండదు.

విజయం ముందు మనసులో ప్రారంభమవుతుంది.

మంచి వ్యక్తిత్వం జీవితానికి శాశ్వత సంపద.

పేదరికం విజయానికి అడ్డంకి కాదు

చదువు మాత్రమే కాదు, వ్యక్తిత్వం కూడా ముఖ్యం

క్రమశిక్షణ మనిషిని ఉన్నత స్థాయికి తీసుకెళ్తుంది

ఆత్మవిశ్వాసం ఉన్నవారిని ప్రపంచం గుర్తిస్తుంది

మంచి అలవాట్లు భవిష్యత్తును మార్చగలవు

ఈ రోజు మొబైల్ ఫోన్, సోషల్ మీడియా, ఒత్తిడి, నిరుద్యోగం వంటి ఎన్నో సమస్యలు ఉన్నా మన ఆలోచనలను సానుకూలంగా మార్చుకుంటే, మన అలవాట్లను మెరుగుపరుచుకుంటే, మన లక్ష్యంపై దృష్టి పెట్టితే ప్రతి ఒక్కరూ జీవితంలో ఎదగగలరు.

విజయం ఒక్కరోజులో రాదు. కాని ప్రతి రోజు చేసే చిన్న మంచి మార్పులు ఒకరోజు గొప్ప విజయంగా మారుతాయి.

ప్రతి ఒక్కరూ మీలోని శక్తిని గుర్తించండి. మీ జీవితానికి మీరు నాయకులుగా మారండి. వ్యక్తిత్వ వికాసాన్ని జీవిత విధానంగా మార్చుకోండి. అప్పుడు విజయం మీ వెంటే నడుస్తుంది.

4. ఆత్మవిశ్వాసం – విజయానికి తొలి మెట్టు

ఒక యువ, శక్తివంతమైన, విప్లవాత్మక దృక్పథం. ఆత్మవిశ్వాసం ఒక శాస్త్రం. మీకు తెలుసా ఆత్మవిశ్వాసం అనేది మనస్తత్వం మాత్రమే కాదు, అది ఒక న్యూరో సైన్స్? మన మెదడులో 'నేను చేయగలను' అనే ప్రతీసారి, డోపమైన్ అనే రసాయనం విడుదలవుతుంది.

అది మనకు ఆనందాన్ని, ధైర్యాన్ని ఇస్తుంది. మనం 'నేను చేయలేను' అనుకున్న ప్రతీసారి, ఒత్తిడి హార్మోన్ పెరిగి, మనల్ని బలహీనపరుస్తుంది. అంటే ఏమిటి? మీ ఆలోచనలు మీ మెదడును రీవైర్ చేస్తాయి. మీ నమ్మకమే మీ జీవరసాయనాన్ని మారుస్తుంది.

సూత్రం:

పునరావృత ఆలోచన → నమ్మకం → ఆత్మవిశ్వాసం → చర్య → విజయం → మరింత నమ్మకం

ఈ చక్రాన్ని విచ్ఛినం చేయొద్దు. దీన్ని రేసులా నడపండి.

ఆత్మవిశ్వాసం = మనిషి యొక్క అదృశ్య కవచం

గుర్తుంచుకోండి ఈ మూడు శాశ్వత సత్యాలు:

డబ్బు లేకపోయినా జీవించవచ్చు. పేదరికం దుఃఖాన్ని ఇస్తుంది, కాని ఆత్మహత్యకు దారితీయదు.

అవకాశాలు లేకపోయినా ఎదగవచ్చు. అవకాశాలు లేనివారు ఎంతోమంది విజేతలయ్యారు.

ఆత్మవిశ్వాసం లేకపోతే, మనిషి నిలువునా కూలిపోతాడు. అతనికి తనపై నమ్మకం పోతే, ప్రపంచం అంతా అతనికి శత్రువు.

నిజం చెప్పాలంటే ఆత్మవిశ్వాసం మనుగడ సాధనం. అది లేకుండా, మానవుడు తన నీడకే భయపడతాడు.

ఆత్మవిశ్వాసం అంటే నిర్వచనం ఏమిటి?

ఆత్మవిశ్వాసం అంటే 'నేను చేయగలను' అనే భావన మాత్రమే కాదు. అది తప్పులు చేస్తాననే భయం లేకుండా చేయడం. 'ఫలితం ఏమైనా, నేను నేర్చుకుంటాను' అనే మనస్తత్వం.

ఎదుటివారి మాటలు మీ నిర్ణయాన్ని ప్రభావితం చేయకపోవడం, మీ స్వంత మౌనాన్ని కూడా శక్తిగా మార్చుకోగలిగే స్థితి, 'మిగతావారు నన్ను తిరస్కరించవచ్చు, కాని నేను నన్ను ఎన్నటికీ తిరస్కరించుకోను' అనే స్థిరత్వం. కేవలం మాటలు కాదు. ఇది ఒక జీవన తత్వం.

విద్యార్థి దృష్టాంతం – రెండు మనస్తత్వాలు

ఒక పరీక్షా హాలును ఊహించుకోండి. ఇద్దరు విద్యార్థులు:

ఒక విద్యార్థి భయం తో నేను ఫెయిల్ అవుతాను, గుండె వేగంగా కొడుతుంది, పాఠం మరిచిపోతాడు, ప్రశ్నను సగంలో వదిలేస్తాడు, ఫలితం: తక్కువ మార్కులు.

మరొక విద్యార్థి ఆత్మవిశ్వాసం తో నేను ప్రయత్నిస్తాను, లోతైన శ్వాస తీసుకుంటాడు, స్పష్టంగా గుర్తుంచుకుంటాడు, ప్రతి ప్రశ్నకు తన వంతు ప్రయత్నం చేస్తాడు, ఫలితం: సగటు కంటే ఎక్కువ మార్కులు.

మార్పు ఒక్కటే 'నేను ఫెయిల్ అవుతాను' ఎదురు కక్షి 'నేను ప్రయత్నిస్తాను.' ఇదే అన్ని విజయాలకు మూలం.

భయం మనిషిని బానిసగా మార్చే గొలుసు, నేటి యువత పదిమందిలో ఏడుగురు సామాజిక ఆందోళన తో బాధపడుతున్నారు. ఎందుకు? ఇన్స్టాగ్రామ్, ఫేస్బుక్, షార్ట్స్ ఇవి మనల్ని పోల్చడం నేర్పాయి. కామెంట్లు, లైక్లు, షేర్లు ఇవి మన విలువను కొలవడం నేర్పాయి. సమాజం ఏమంటుందో అనే భయం ఇది చంపేస్తుంది.

యువతలో సాధారణ భయాలు:

1. స్టేజ్ ఫియర్ – జనం నవ్వుతారు
2. మాట్లాడే భయం – తప్పుగా మాట్లాడతాను
3. అపజయ భయం – తిరిగి లేవలేను
4. తిరస్కార భయం – అందరూ నన్ను వదిలేస్తారు
5. కొత్తదనం భయం – నేను నేర్చుకోలేను

ఇదే ఆత్మవిశ్వాస లోపం. ఇది ఒక వ్యాధి దీనికి మందు ఉంది.

1893, సెప్టెంబర్ 11, చికాగో. ప్రపంచ మతాల సదస్సు. వేదికపై పెద్ద పెద్ద పండితులు, తెలివైన వక్తలు. మధ్యలో ఒక యువ సన్యాసి స్వామి వివేకానంద. అతనికి అక్కడ మాట్లాడటానికి టైమ్ ఇచ్చారు కేవలం కొన్ని నిమిషాలు. అతను నిలబడ్డాడు. ఒక్కసారి లోతైన శ్వాస తీసుకున్నాడు.అప్పుడు అతని నోటి నుండి వచ్చిన మాటలు:

Brothers and Sisters of America..." ఆ రెండు మాటల వెనుక ఉన్న ధైర్యం, స్వీయ నమ్మకం, గాంభీర్యం ప్రపంచాన్ని నిలువునా కదిలించింది. ఏడువేల మంది ప్రేక్షకులు నిలబడి చప్పట్లు కొట్టారు. ఆయనకు అక్కడ డబ్బు లేదు. పరిచయాలు లేవు. పెద్ద వకృత్వం లేదు. ఉన్నది ఒక్కటే ఆత్మవిశ్వాసం.

మీరు చిన్నవారు కావచ్చు. అనుభవం లేకపోవచ్చు. కాని ఆత్మవిశ్వాసం ఉంటే మీరు ప్రపంచాన్ని ఏ ఘడియలోనైనా మార్చవచ్చు.

ఆత్మవిశ్వాసం ప్రతి రంగంలో అవసరం. విద్యార్థి ఆత్మవిశ్వాసం లేకపోతే పరీక్షలో బ్లాక్ అవుతాడు, ఆత్మవిశ్వాసం ఉంటే టైం మేనేజ్ చేసుకుంటాడు.

ఉద్యోగార్థి ఆత్మవిశ్వాసం లేకపోతే ఇంటర్వ్యూలో తడబడతాడు ఆత్మవిశ్వాసం ఉంటే కంపెనీని ఇంప్రెస్ చేస్తాడు. ఉద్యోగి ఆత్మవిశ్వాసం లేకపోతే ప్రమోషన్ కాదు, టాస్క్ లు దొరకవు, ఆత్మవిశ్వాసం ఉంటే లీడర్ అవుతాడు. మహిళ ఆత్మవిశ్వాసం లేకపోతే నిర్ణయాలు తీసుకోలేదు, ఆత్మవిశ్వాసం ఉంటే తన స్వంత పాదాలపై నిలుస్తుంది.

వ్యాపారి ఆత్మవిశ్వాసం లేకపోతే అవకాశాలు చూడలేడు, ఆత్మవిశ్వాసం ఉంటే రిస్క్ తీసుకొని మార్కెట్ లీడర్ అవుతాడు. సృజనాత్మకుడు ఆత్మవిశ్వాసం లేకపోతే తన ఆలోచనలను ప్రదర్శించలేడు, ఆత్మవిశ్వాసం ఉంటే ప్రపంచాన్ని తన క్రియేటివిటీతో ఆకట్టుకుంటాడు. ప్రతి విజేతకు వెన్నెముక లాంటిది ఆత్మవిశ్వాసం.

1. ఆత్మవిశ్వాసాన్ని పెంచుకోవడానికి కొన్ని శాస్త్రీయ దశలు. చిన్న చిన్న విజయాల జాబితా రాయండి.

   నిన్న: నువ్వు ఒక పని సరిగ్గా చేశావా? ఒక ప్రశ్నకు జవాబు చెప్పావా? ఒక చిన్న సమస్యను పరిష్కరించావా? రాయండి. రోజూ విన్స్ జర్నల్ ఉంచండి. మీరు విజేతలని మీ మెదడుకు నిరూపించండి.

   ప్రతికూల ఆలోచనలను 'కోర్టు' విచారణకు పెట్టండి. భయం మీ మనసులో వస్తే నేను విఫలమవుతాను ఒకసారి ఆలోచించండి: దీనికి ఆధారం ఏమిటి? పది లో తొమ్మిది సార్లు, మీ ప్రతికూలతలకు ఆధారం లేదు. వాటిని ప్రశ్నించండి. తిరస్కరించండి. మంచి మాటలు నిత్యం చెప్పుకోవడం, రోజూ ఉదయం అద్దం ముందు నిలబడి ఇలా చెప్పుకోండి:

   'నేను బలంగా ఉన్నాను, నేను సమర్థుడను, నేను అడ్డంకులను దాటగలను, నా మాటల్లో శక్తి ఉంది' నమ్మండి, మీ స్వరం మీ స్పృహను ప్రోగ్రామ్ చేస్తుంది.

2. శరీర భాష – నిలబడండి మహారాజులా:

   వీపు నిటారుగా, భుజాలు వెనక్కి, తల పైకెత్తి, కళ్ళలో కాంతి. నేరుగా ముందుకు చూడండి ఇలా ఉండటం వలన మీ మెదడు 'మనిషి ఇప్పుడు విజయ స్థితిలో ఉన్నాడు' అని భావించి, ఆత్మవిశ్వాసాన్ని విడుదల చేస్తుంది. కొత్త విషయాలను నేర్చుకోండి. మీ మెదడును సవాల్ చేయండి.

3. ప్రతి వారం – ఒక కొత్త స్కిల్:

కొత్త భాషలో ఒక పదం, కొత్త యాప్, కొత్త వంటకం, కొత్త సాఫ్ట్వేర్. ఎదుగుదల ఆగిపోయిన చోట, ఆత్మవిశ్వాసం చచ్చిపోతుంది.

అపజయాన్ని డేటా లా చూడండి.

ఎడిసన్ పదివేల ప్రయోగాలు చేసి ఒకటి విజయవంతమైతే, అతడు మిగతా 9, 999 ని డేటాగా ఉంచుకున్నాడు. అపజయం ఒక అనుభవం తప్ప మిమ్మల్ని నిర్వచించదు. తప్పు చేసినవాడు నేర్చుకుంటాడు నేర్చుకోనివాడు మాత్రమే ఓడిపోతాడు. మీ ఫియర్ జోన్ నుండి. గ్రోత్ జోన్ లోకి:

భయం → నేర్చుకోవడం → ఎదుగుదల → ఆత్మవిశ్వాసం

ప్రతిరోజు ఒక చిన్న పని చేయండి దాన్ని మీరు భయపడతారు. కాస్త కష్టమైనా పూర్తి చేయండి. అలవాటు పడండి.

ఇతరులతో పోల్చుకోవడం మానండి:

ఇన్స్టాగ్రామ్ లైఫ్ అనేది ఒక రీల్ మాత్రమే. ప్రతి ఒక్కరి ప్రయాణం వేరు. నిన్నటి నీతో మాత్రమే పోల్చుకోండి. నేను నిన్న కంటే ఈ రోజు కాస్త మెరుగ్గా ఉన్నానా? అవునంటే అదే విజయం.

5. సానుకూల వ్యక్తుల సహచర్యం:

మిమ్మల్ని నమ్మే వారితో చుట్టుకోండి. మీ కలలను ఎగతాళి చేసే వారికి దూరంగా ఉండండి. ఒక మంచి స్నేహితుడు, ఒక మార్గదర్శి, ఒక టీచర్ వీరు మీ ఆత్మవిశ్వాసానికి ఊతమిస్తారు. విజయాన్ని రోజూ ఊహించుకోండి.

6. ప్రతిరోజు రాత్రి ఐదు నిమిషాలు – కళ్ళు మూసుకోండి.

మీరు ఒక ఇంటర్వ్యూలో విజయం సాధిస్తున్నట్లు, మీరు స్టేజిపై బాగా మాట్లాడుతున్నట్లు, మీరు ఒక పరీక్షలో మెరిసిపోతున్నట్లు ఊహించుకోండి. మీ మెదడు నమ్ముతుంది. అది నిజమయ్యే అవకాశం మూడు రెట్లు పెరుగుతుంది.

ఎడిసన్ నుండి నేర్చుకోండి అపజయం అంతం కాదు. థామస్ ఎడిసన్ బల్బు కనిపెట్టే ముందు 9, 999 సార్లు ప్రయోగం విఫలమైంది. ఒక రిపోర్టర్ అడిగాడు: 'మీరు 9, 999 సార్లు ఫెయిల్ అయ్యారు కదా? ఎడిసన్ చిరునవ్వుతో చెప్పాడు 'నేను ఫెయిల్ కాలేదు. పనిచేయని 9, 999 మార్గాలను కనుగొన్నాను. నేను విజయానికి ఒక అడుగు దగ్గరగా ఉన్నాను' ఇది ఆత్మవిశ్వాసం యొక్క శిఖరం.

రూ.500 నుంచి రూ.75 లక్షల టర్నోవర్ వరకు సంకల్పం ఉంటే సాధ్యం కానిదేమీ లేదు. జీవితంలో ఎదురయ్యే కష్టాలు మనలను ఓడించడానికి రావు, మనలోని శక్తిని వెలికి తీయడానికి వస్తాయి. పరిస్థితులు

ఎంత ప్రతికూలంగా ఉన్నా, మన సంకల్పం, ఆత్మవిశ్వాసం, కృషి బలంగా ఉంటే అసాధ్యమనుకున్న విజయాలను కూడా సాధించగలమని నిరూపించిన మహిళ కనికా తాలూక్దార్.

అస్సాంలోని నల్బారి జిల్లాకు చెందిన కనికా జీవితంలో ఒక దశలో అంతా చీకటిగానే కనిపించింది. కేవలం 27 ఏళ్ల వయసులో రోడ్డు ప్రమాదంలో భర్తను కోల్పోయింది. చేతిలో డబ్బు లేదు. ఉన్నత విద్య లేదు. స్థిరమైన ఉద్యోగం లేదు. నాలుగు నెలల చిన్నారి కూతురు, వృద్ధులైన అత్తామామల బాధ్యత ఆమె భుజాలపై పడింది.

చాలామంది ఇలాంటి పరిస్థితుల్లో జీవితాన్ని నిందిస్తూ నిరాశలో మునిగిపోతారు. కాని కనికా ఒక గొప్ప నిర్ణయం తీసుకుంది. 'నా పరిస్థితులు నన్ను నిర్వచించవు, నా ప్రయత్నాలే నా భవిష్యత్తును నిర్ణయిస్తాయి' అని భావించింది. అదే ఆమె జీవిత మలుపు.

2014లో ఆమె ఒక స్వయం సహాయక సంఘంలో చేరింది. అక్కడ ఆమెకు పొదుపు, నాయకత్వం, సమూహ శక్తి, స్వయం ఉపాధి అవకాశాల గురించి అవగాహన పెరిగింది. వ్యక్తిత్వ వికాసంలో మొదటి మెట్టు అయిన 'నేర్చుకోవాలనే తపన' ఆమెలో బలపడింది.

తర్వాత కృషి విజ్ఞాన కేంద్రంలో వర్మీకంపోస్ట్ తయారీపై శిక్షణ పొందింది. ఈ అవకాశాన్ని ఆమె కేవలం శిక్షణగా కాకుండా జీవితాన్ని మార్చే సాధనంగా చూసింది. కేవలం రూ.500 పెట్టుబడితో, ఒక కిలో వానపాములతో తన తల్లిదండ్రుల ఇంటి పెరట్లో చిన్న ప్రయోగాన్ని ప్రారంభించింది.

విజయం వెంటనే రాలేదు. డబ్బుల కొరత, వనరుల కొరత, మార్కెట్‌లో అవగాహన లేకపోవడం వంటి ఎన్నో సమస్యలు ఎదురయ్యాయి. అయినప్పటికీ ఆమె వెనక్కి తగ్గలేదు. చుట్టుపక్కల దొరికే ఎండిన ఆకులు, కూరగాయల వ్యర్థాలు, ఆవు పేడ వంటి వనరులను వినియోగించి తన మొదటి ఉత్పత్తిని తయారు చేసింది.

ఇక్కడ మనం నేర్చుకోవాల్సిన వ్యక్తిత్వ వికాస సూత్రం ఏమిటంటే 'సాకులు వెతికేవారు అవకాశాలను కోల్పోతారు, అవకాశాలను వెతికేవారు విజయాలను సృష్టిస్తారు'

రైతులు మొదట్లో ఆమె ఉత్పత్తిని నమ్మలేదు. అయినప్పటికీ కనికా నిరుత్సాహపడలేదు. గ్రామాలకు వెళ్లింది. రైతులతో మాట్లాడింది. చిన్న సమావేశాలు నిర్వహించింది. నేల ఆరోగ్యం, సేంద్రియ వ్యవసాయం ప్రాముఖ్యత గురించి వివరించింది. స్థానిక రేడియో కార్యక్రమాల ద్వారా అవగాహన కల్పించింది.

ఈ దశలో ఆమె ప్రదర్శించిన గుణాలు, కమ్యూనికేషన్ నైపుణ్యం, నాయకత్వం, ఓర్పు, పట్టుదల. ఇవే ఒక సాధారణ వ్యక్తిని అసాధారణ వ్యక్తిగా తీర్చిదిద్దే వ్యక్తిత్వ లక్షణాలు.

ఆమె కృషి ఫలించింది. రైతులు ఆమె ఉత్పత్తులను ఆదరించడం ప్రారంభించారు. వ్యాపారం క్రమంగా విస్తరించింది. 2017లో 'జయతు ఆర్గానిక్ ప్రొడక్ట్స్' అనే బ్రాండ్‌ను నమోదు చేసింది. తరువాత అమెజాన్, ఫ్లిప్ కార్ట్ , GeM వంటి వేదికల ద్వారా దేశవ్యాప్తంగా విక్రయాలు ప్రారంభించింది.

ఆమె ప్రతిభను గుర్తించిన వివిధ సంస్థలు రూ.27.50 లక్షల గ్రాంట్లు అందించాయి. ఆ సహాయంతో వ్యాపారాన్ని మరింత విస్తరించింది. నేడు ఆమె నెలకు 70 టన్నుల వర్మీకంపోస్ట్ ఉత్పత్తి చేస్తూ, సంవత్సరానికి రూ.70 నుండి రూ.75 లక్షల వరకు టర్నోవర్ సాధిస్తోంది.

ఇది కేవలం ఒక వ్యాపార విజయగాథ మాత్రమే కాదు, ఇది ఆత్మవిశ్వాసం, కష్టపడి పనిచేసే తత్వం, నిరంతర అభ్యాసం, లక్ష్యసాధనకు నిదర్శనం.

2019లో ఆమెకు ICAR జాతీయ అవార్డు కూడా లభించింది. కాని ఆమె ప్రయాణం అక్కడితో ఆగలేదు. తనలాంటి గ్రామీణ మహిళలకు ఉపాధి కల్పించడం, రసాయన రహిత వ్యవసాయాన్ని ప్రోత్సహించడం, దేశవ్యాప్తంగా తన వ్యాపారాన్ని విస్తరించడం ఆమె తదుపరి లక్ష్యాలు.

కనికా తాలూక్దార్ జీవితం మనకు ఐదు గొప్ప పాఠాలు నేర్పుతుంది:

1. పరిస్థితులు కాదు, మన నిర్ణయాలే మన భవిష్యత్తును నిర్ణయిస్తాయి.
2. చిన్న ప్రారంభాలను ఎప్పుడూ తక్కువగా అంచనా వేయకూడదు.
3. నిరంతర అభ్యాసం విజయానికి పునాది.
4. సమస్యలను అవకాశాలుగా మార్చుకునే వారే నాయకులవుతారు.
5. పట్టుదల ముందు అపజయాలు నిలవలేవు.

ఒకప్పుడు చేతిలో రూ.500 మాత్రమే ఉన్న మహిళ, నేడు లక్షల రూపాయల వ్యాపారాన్ని నడుపుతోంది. ఇది అదృష్టం వల్ల కాదు, ఆత్మవిశ్వాసం, కృషి, సంకల్పం వల్ల సాధ్యమైంది.

'జీవితంలో మనం ఎక్కడి నుంచి ప్రారంభించామన్నది ముఖ్యంకాదు, మన లక్ష్యం వైపు ఎంత దృఢసంకల్పంతో ముందుకు సాగామన్నదే నిజమైన విజయం.'

కనికా తాలూక్దార్ కథ ప్రతి యువతికి, ప్రతి మహిళకు, ప్రతి కలలుగనే వ్యక్తికి ఒక సందేశం ఇస్తుంది 'మీరు నమ్మితే మీరు సాధించగలరు, మీరు ప్రారంభిస్తే విజయం మీ వైపు ప్రయాణం ప్రారంభిస్తుంది.'

తప్పులు జరుగుతాయి. ప్రతి తప్పు నేర్చుకోవడానికి ఒక అవకాశం. విఫలమైన వెంటనే లేచి నిలబడే ధైర్యమే ఆత్మవిశ్వాసం. మీరు నమ్మితే, ప్రపంచం నమ్ముతుంది. మనల్ని మనం నమ్మితే ప్రపంచం మనల్ని గౌరవిస్తుంది.

భయం ఉంటే → వెనకడుగు → బానిసత్వం → సమాజంలో అగౌరవం . ఆత్మవిశ్వాసం ఉంటే → ముందడుగు → నాయకత్వం → సమాజంలో గౌరవం.

మీరు నేడే నిర్ణయించుకోవాలి: నేను ఏ వ్యక్తిని అవ్వాలనుకుంటున్నాను? మీ మనసు మీకు చెప్పే ప్రతి ప్రతికూల మాటను ఒక శాశ్వత సత్యంగా తీసుకోకండి. మీలో ఎంతో శక్తి ఉంది. ఆ శక్తిని గుర్తించండి. ఆత్మవిశ్వాసం ఒక్కటే ఆ శక్తికి తలుపు తీసే తాళం.

మీరు నేటి నుండి చేయవలసిన ఐదు డైలీ కన్ఫిడెన్స్ బూస్టర్లు:

1. ఉదయం రెండు నిమిషాలు – 'నేను చేయగలను' అని బిగ్గరగా చెప్పండి.
2. మధ్యాహ్నం రెండు నిమిషాలు – మీ బాడీ లాంగ్వేజ్ చెక్ చేసుకోండి (వీపు నిటారుగా).
3. సాయంత్రం ఐదు నిమిషాలు – కొత్త విషయం నేర్చుకోండి.
4. రాత్రి ఐదు నిమిషాలు – మీ 'విన్స్ జర్నల్' లో ఈరోజు విజయాలు రాయండి.
5. నిద్రపోయేముందు – రేపు మీరు ఏ ఒక్క భయాన్ని జయించబోతున్నారో ఊహించండి.

ఆత్మవిశ్వాసం విజయానికి మెట్లు:

భయం మనిషిని బానిసగా మారుస్తుంది, ఆత్మవిశ్వాసం నాయకుడిగా మారుస్తుంది. మీరు నాయకుడిగా మారాలా? అయితే మీ నమ్మకాన్ని మొదటి స్థానంలో ఉంచండి. మీ ప్రతి మాట, ప్రతి చర్య, ప్రతి ఆలోచన ఆత్మవిశ్వాసాన్ని ప్రతిబింబించేలా మార్చండి.

ప్రారంభించండి – ఒక్క చిన్న అడుగు నుండి. నేటి నుండి.

'నేను చేయగలను' అనే నమ్మకంతో.

మీ విజయం మీ చేతుల్లోనే ఉంది. నమ్మకం ఉంటే, ప్రపంచం మీదే. సాగండి ముందుకు.

జీవితంలో విజయం సాధించాలంటే మనకు అవసరమైన మొదటి శక్తి ఆత్మవిశ్వాసం. ధనం లేకపోయినా, పరిచయాలు లేకపోయినా, అవకాశాలు ఆలస్యమైనా ఆత్మవిశ్వాసం ఉన్న వ్యక్తి మళ్లీ లేచి నిలబడగలడు.

మనిషిని ఉన్నతంగా తీసుకెళ్లేది కేవలం చదువు కాదు అతని మీద అతనికి ఉన్న నమ్మకం. నిన్ను నీవు నమ్ముకో ప్రపంచం మొత్తం నీకు వ్యతిరేకంగా ఉన్నా, నీవు గెలవగలవు.

ఆత్మవిశ్వాసం అంటే అహంకారం కాదు. నేను నేర్చుకోగలను నేను ఎదగగలను నేను సాధించగలను అనే అంతరంగ నమ్మకం.

భయం, సంకోచం, నిస్పృహలను ఎలా అధిగమించాలి? భయం మనిషిని ఎలా వెనక్కి లాగుతుంది? భయం సహజం, కాని భయానికి బానిస కావడం ప్రమాదం.

సాధారణ భయాలు నేను ఫెయిల్ అవుతానేమో, నన్ను ఎవరైనా విమర్శిస్తారేమో, నాకు ఇంగ్లీష్ రాదు, నాకు స్టేజ్ ఫియర్ ఉంది, నేను పేద కుటుంబం నుంచి వచ్చాను. ఈ భయాల వల్ల చాలా మంది తమ ప్రతిభను బయటపెట్టలేరు.

భయాన్ని జయించడానికి ఐదు మార్గాలు:

1. చిన్న చిన్న ప్రయత్నాలతో ప్రారంభించాలి:

   ఒకేసారి పెద్ద పని చేయాలని ప్రయత్నిస్తే భయం పెరుగుతుంది. స్టేజ్ మీద మాట్లాడలేని విద్యార్థి మొదట కుటుంబంలో మాట్లాడాలి, తర్వాత స్నేహితుల ముందు, తర్వాత చిన్న మీటింగ్‌లో, చివరకు సభలో చిన్న అడుగులు పెద్ద విజయాలకు దారి తీస్తాయి.

2. తప్పులను శత్రువులుగా కాక గురువులుగా చూడాలి తప్పులు చేయని వ్యక్తి ఎదగడు:

   అమితాబ్ బచ్చన్ మొదట ఆల్ ఇండియా రేడియోలో ఉద్యోగం కోసం వెళ్లినప్పుడు ఆయన గొంతును తిరస్కరించారు. కాని అదే గొంతు తర్వాత భారతదేశాన్ని మంత్ర ముగ్ధులను చేసింది. తిరస్కారం అంటే ముగింపు కాదు. అది కొత్త ప్రారంభం.

3. నెగెటివ్ ఆలోచనలను నియంత్రించాలి:

   మన మెదడు మనం ఏమి చెబితే అదే నమ్ముతుంది. నేను చేయలేను అని పదే పదే అనుకుంటే, మన సామర్థ్యం తగ్గిపోతుంది. దాని బదులు నేను ప్రయత్నిస్తాను, నేను నేర్చుకుంటాను, నేను మెరుగుపడతానని మనసుకు చెప్పాలి.

4. పోలికలను తగ్గించాలి:

   ఇతరులతో పోల్చుకోవడం నిస్పృహకు మూలం. ప్రతి వ్యక్తి ప్రయాణం వేరు. ఏ పి జె అబ్దుల్ కలాం పేద కుటుంబంలో పుట్టి పేపర్లు అమ్మారు. కాని తన మీద నమ్మకంతో భారతదేశ రాష్ట్రపతిగా ఎదిగారు. మీ పరిస్థితులు కాదు మీ పట్టుదలే మీ భవిష్యత్తును నిర్ణయిస్తుంది.

5. మంచి స్నేహాలు, మంచి పుస్తకాలు:

   మన చుట్టూ ఉన్న వాతావరణం మన ఆలోచనలను ప్రభావితం చేస్తుంది. మంచి వ్యక్తులతో ఉండాలి, ప్రేరణాత్మక పుస్తకాలు చదవాలి, స్ఫూర్తిదాయక ప్రసంగాలు వినాలి.

ఆత్మవిశ్వాసం ఉద్యోగం, వ్యాపారం, విద్య, కుటుంబ జీవితంలో ప్రాముఖ్యత:

1. విద్యలో ఆత్మవిశ్వాసం

   చదువులో తెలివితేటలు మాత్రమే కాదు ధైర్యం కూడా అవసరం. విద్యార్థుల్లో సాధారణంగా కనిపించే సమస్యలు పరీక్ష భయం, ఇంగ్లీష్ భయం, ఇంటర్వ్యూ భయం, స్టేజ్ ఫియర్.

   సుందర్ పిచాయ్ సాధారణ భారతీయ కుటుంబం నుంచి వచ్చి, తన ప్రతిభపై నమ్మకంతో ప్రపంచంలోనే అగ్రగామి సంస్థ అయిన గూగుల్ కి సి. యి. ఓ అయ్యారు. పరీక్షల్లో మార్కులు విజయానికి ఒక భాగం మాత్రమే ఆత్మవిశ్వాసం విజయానికి ప్రధాన శక్తి.

2. ఉద్యోగంలో ఆత్మవిశ్వాసం

ఉద్యోగంలో కమ్యూనికేషన్, నిర్ణయాలు, నాయకత్వం, సమస్య పరిష్కారం. ఇవన్నీ ఆత్మవిశ్వాసం పై ఆధార పడతాయి. ఇంటర్వ్యూకు వెళ్లిన ఇద్దరిలో ఒకరికి ఎక్కువ జ్ఞానం ఉండవచ్చు, మరొకరికి ఆత్మవిశ్వాసం ఎక్కువ ఉండవచ్చు. చాలా సందర్భాల్లో రెండవ వ్యక్తి ఎంపిక అవుతాడు. ఎందుకు? ఎందుకంటే సంస్థలు నమ్మకంగా మాట్లాడగలవారిని, బాధ్యత తీసుకునే వారిని, టీమ్‌ను నడిపే వారిని కోరుకుంటాయి.

3. వ్యాపారంలో ఆత్మవిశ్వాసం

వ్యాపారం అంటే రిస్క్. భయపడే వ్యక్తి వ్యాపారంలో ముందుకు వెళ్లలేడు. ధీరూ భాయి అంబాని చిన్న ఉద్యోగంతో ప్రారంభించి, తన ధైర్యం మరియు ఆత్మవిశ్వాసంతో రిలయన్స్ వంటి మహాసంస్థను నిర్మించారు. వ్యాపారవేత్తకు అవసరమైనవి నిర్ణయం తీసుకునే ధైర్యం, అపజయాన్ని ఎదుర్కొనే శక్తి, మళ్లీ లేచి నిలబడే మనస్తత్వం.

4. కుటుంబ జీవితంలో ఆత్మవిశ్వాసం

ఆత్మవిశ్వాసం ఉన్న వ్యక్తి కుటుంబంలో సమస్యలను ప్రశాంతంగా పరిష్కరిస్తాడు, పిల్లలకు ధైర్యాన్ని నేర్పిస్తాడు, భార్యాభర్తల మధ్య నమ్మకాన్ని పెంచుతాడు. భయంతో, అనుమానాలతో జీవించే వ్యక్తి కుటుంబాన్ని కూడా అస్థిరంగా మారుస్తాడు. కుటుంబంలో అవసరమైన ఆత్మవిశ్వాసం, సంభాషణలో స్పష్టత, నిర్ణయాల్లో ధైర్యం, ఆర్థిక సమస్యలలో స్థైర్యం. నేను చేయగలను అనే భావనను పెంపొందించడం.

1. స్వీయ సంభాషణ

   ప్రతి రోజు మనసుకు మంచి మాటలు చెప్పాలి. ఉదయం లేవగానే నేను చేయగలను, నేను నేర్చుకుంటాను, నేను విజయం సాధిస్తాను, నేను విలువైన వ్యక్తిని అని చెప్పాలి.

2. లక్ష్యాలను రాసుకోవాలి

   లక్ష్యం లేని జీవితం దిశ లేని పడవ లాంటిది. SMART లక్ష్యాలు స్పష్టంగా ఉండాలి, కొలిచే విధంగా ఉండాలి, సాధ్యమైనవి కావాలి, సమయపరిమితి ఉండాలి.

3. విజయాలను గుర్తుచేసుకోవాలి

   చిన్న విజయాలైనా గుర్తుంచుకోవాలి. ఒక పరీక్షలో మంచి మార్కులు, ఒక ప్రసంగం, ఒక మంచి పని, ఒక సమస్య పరిష్కారం. ఇవి మనలో ధైర్యాన్ని పెంచుతాయి.

4. శారీరక భాష

ఆత్మవిశ్వాసం మన మాటల్లో మాత్రమే కాదు మన నడకలో, కూర్చోవడంలో, చూపులో కనిపించాలి. పాటించాల్సినవి తల వంచి కాక నిటారుగా నడవాలి, స్పష్టంగా మాట్లాడాలి, కళ్లలోకి చూసి మాట్లాడాలి, చిరునవ్వుతో ఉండాలి.

5. క్రమశిక్షణ

ఆత్మవిశ్వాసానికి మూలం క్రమశిక్షణ. సమయపాలన, ఆరోగ్యకరమైన జీవనం, నిరంతర అభ్యాసం, పట్టుదల. ఇవి మనలో అంతర్గత బలాన్ని పెంచుతాయి.

నిక్ వుయిసిచ్ ఆస్ట్రేలియాకు చెందిన ప్రపంచ ప్రఖ్యాత ప్రేరణాత్మక వక్త, రచయిత. ఆయన చేతులు, కాళ్లు లేకుండా జన్మించినప్పటికీ, జీవితాన్ని ధైర్యంగా ఎదుర్కొని కోట్లాది మందికి స్ఫూర్తిగా నిలిచారు.

చిన్నతనంలో తీవ్రమైన నిరాశ, అవమానాలు ఎదుర్కొన్న ఆయన, తరువాత తన లోపాన్ని బలంగా మార్చుకొని ప్రపంచవ్యాప్తంగా వ్యక్తిత్వ వికాసం, ఆత్మవిశ్వాసం, ఆశావాదం గురించి ప్రసంగాలు చేశారు. ఆయన స్థాపించిన 'అవయవాలు లేకపోయినా సంపూర్ణ జీవితం' ద్వారా లక్షలాది మందికి ప్రేరణ అందిస్తున్నారు.

పరిస్థితులు మన జీవితాన్ని నిర్ణయించవు, వాటిని ఎదుర్కొనే మన దృక్పథమే మన భవిష్యత్తును నిర్ణయిస్తుంది. శారీరక పరిమితులు విజయానికి అడ్డంకి కావు. ఆత్మవిశ్వాసం, పట్టుదల, సానుకూల దృక్పథం ఉంటే అసాధ్యాన్ని కూడా సాధ్యం చేయవచ్చని నిక్ వుయిసిచ్ జీవితం నిరూపిస్తుంది. అవయవాలు లేకపోయినా ఆశయాలతో ప్రపంచాన్ని గెలిచిన మహోన్నత వ్యక్తి.

పరిస్థితులు కాదు మన దృక్పథమే మన భవిష్యత్తు.

మేరి కోమ్ పేద కుటుంబం నుంచి వచ్చి, ఎన్నో అడ్డంకులను ఎదుర్కొని ప్రపంచ బాక్సింగ్ ఛాంపియన్ అయ్యారు. ఆమె జీవితంలో ప్రధాన బలం ఆత్మవిశ్వాసం, క్రమశిక్షణ, పట్టుదల. వివాహం, మాతృత్వం వంటి కుటుంబ బాధ్యతలను నిర్వహిస్తూ కూడా ఆమె తన క్రీడా జీవితంలో అసాధారణ విజయాలను సాధించారు. కష్టాలు ఎంత పెద్దవైనా సంకల్పం దృఢంగా ఉంటే విజయాన్ని అందుకోవచ్చని ఆమె జీవితం ప్రతి ఒక్కరికీ స్ఫూర్తినిస్తుంది.

మన జీవితాన్ని మార్చేది అదృష్టం కాదు, ఇది ఒక ఊహాత్మక వివాదాస్పద అంశం. శాస్త్రీయ నిరూపనకు నిలబడని ఒక కల్పన. ఇతరుల సహాయం కాదు, పరిస్థితులు కాదు, మనలోని నేను చేయగలను అనే విశ్వాసం. గుర్తుంచుకోండి ఒక వ్యక్తి తనను తాను నమ్మిన క్షణం నుంచే అతని విజయం ప్రారంభమవుతుంది. భయం వస్తుంది అపజయం వస్తుంది విమర్శలు వస్తాయి కాని ఆత్మవిశ్వాసం ఉన్నవాడు ఆగడు నేర్చుకుంటాడు, మళ్లీ ప్రయత్నిస్తాడు, చివరకు విజయం సాధిస్తాడు.

నన్ను ఎవరూ ఆపలేరు ఎందుకంటే నా విజయానికి మొదటి మెట్టు నా ఆత్మవిశ్వాసం.

5. కమ్యూనికేషన్ స్కిల్స్ ప్రాముఖ్యత

కమ్యూనికేషన్ స్కిల్స్ విజయానికి వంతెన. ఒక యువ, శక్తివంతమైన, విప్లవాత్మక దృక్పథం. మాట ఒక మంత్రం, మౌనం ఒక తపస్సు.

ప్రియ మిత్రులారా, విద్యార్థులారా, ఔత్సాహికులారా ఒక నిజాన్ని చెప్పాలంటే, మీకు ఎన్ని డిగ్రీలున్నా, ఎంత టెక్నికల్ నాలెడ్జ్ ఉన్నా మీరు మాట్లాడలేకపోతే, మీరు అక్కడికక్కడే ఆగిపోతారు. ప్రాచీనులైన మన పెద్దలు చెప్పారు 'మాటే మంత్రం' ఎందుకంటే మాట శక్తి మనిషిని ప్రసన్నం చేస్తుంది, నిద్రించే శక్తిని మేల్కొల్పుతుంది, జీవితంలో ఉపయోగిస్తారు.

ఒక మంచి మాట విఫలమైన వ్యక్తిని విజయం వైపు నడిపిస్తుంది. ఒక చెడు మాట బలమైన సంబంధాన్ని ఒక్క క్షణంలో ధ్వంసం చేస్తుంది. మీ నాలుక మీకు గొప్ప మిత్రురాలిగా లేదా ఘోరమైన శత్రువుగా మారవచ్చు. ఎంచుకోండి నేడే.

కమ్యూనికేషన్ అంటే ఏమిటి?

చాలామంది అనుకుంటారు కమ్యూనికేషన్ అంటే మాట్లాడటం మాత్రమే. అది పొరపాటు. కమ్యూనికేషన్ అనేది ఒక సజీవ ప్రక్రియ. అది ఒక వంతెన లాంటిది. ఒక వైపు – మీ ఆలోచనలు, మరో వైపు – ఇతరుల గ్రహణశక్తి.

కమ్యూనికేషన్ యొక్క నిజమైన పిరమిడ్:

/\

/ \ → స్పందించడం (Responding)

/____\

/ \ → అర్థం చేసుకోవడం (Understanding)

/_________\

/ \ → వినడం (Listening)

/_____________\

/ \ → మాట్లాడటం (Speaking)

/_________________\

గమనించండి, మాట్లాడటం అనేది బేస్ వద్ద ఉంది. వినడం, అర్థం చేసుకోవడం, స్పందించడం అనేవి పైన ఉన్నాయి. అంటే నిజమైన కమ్యూనికేటర్ తక్కువ మాట్లాడతాడు, ఎక్కువ వింటాడు, గౌరవంగా స్పందిస్తాడు.

మాట తీరు – మీ వ్యక్తిత్వానికి అద్దం:

ప్రపంచంలో మిమ్మల్ని నిర్వచించే రెండు విషయాలు ఉన్నాయి:

1. మీరు ఏమి చేస్తారు?
2. మీరు ఎలా మాట్లాడతారు?

ప్రజలకు మీ డిగ్రీ, మీ సర్టిఫికేట్లు కనిపించవు. కాని వారికి మీ మాటలు, మీ శరీర భాష, మీ స్వరం స్పష్టంగా కనిపిస్తాయి. మంచి కమ్యూనికేటర్, స్పష్టం, స్థిరం, ఆత్మవిశ్వాసంతో, నేరుగా, గౌరవంగా చూస్తారు, మాటల ఎంపిక, సరళమైన, ప్రభావశీలమైన, శరీర భంగిమ, తెరిచి, స్థిరంగా వినే తీరు, శ్రద్ధగా, ప్రశ్నలు అడుగుతారు. జ్ఞానం మీ మెదడులో ఉండవచ్చు, కాని మీ వ్యక్తిత్వం మీ మాటలలో బయటకు వస్తుంది.

ఇద్దరు అభ్యర్థులు – ఒక ముఖ్యమైన పాఠం

ఒక ప్రసిద్ధ కంపెనీలో సేల్స్ మేనేజర్ పోస్టుకు ఇద్దరు అభ్యర్థులు ఎంపికయ్యారు.

అభ్యర్థి అరుణ్: టాప్ MBA కాలేజీ నుండి గోల్డ్ మెడలిస్ట్, అన్ని సాంకేతిక ప్రశ్నలకు 100% సరైన సమాధానాలు, టెక్నికల్ రౌండ్లో మెరిసిపోయాడు.

అభ్యర్థి బాలు: సాధారణ కాలేజీ నుండి సెకండ్ క్లాస్ పాస్, కొన్ని టెక్నికల్ తప్పులు చేశాడు. కాని అతను వినయంగా, స్పష్టంగా, ఆత్మవిశ్వాసంగా మాట్లాడాడు

H.R మేనేజర్ ఇలా చెప్పారు: అరుణ్ కు జ్ఞానం ఉంది, కాని అతను మాట్లాడేటప్పుడు తెలివి తక్కువగా, ఆక్రమణగా ఉన్నాడు. బాలు సాధారణ విద్యార్థి అయినా, అతనితో మాట్లాడటం ఆనందంగా ఉంది. మాకు ఒక టీమ్ లీడర్ కావాలి, కేవలం డేటా ఇన్పుటర్ కాదు. ఫలితంగా బాలుకు ఉద్యోగం దక్కింది.

జ్ఞానం అర్థం కానప్పుడు, వ్యక్తిత్వమే నిర్ణయిస్తుంది. మంచి కమ్యూనికేషన్ లేని జ్ఞానం, మూసి ఉన్న తాళంచెవి లాంటిది ఎంత విలువైనా, పనికిరాదు.

కమ్యూనికేషన్ – ప్రతి రంగంలో ప్రాణం

విద్యార్థులకు, కమ్యూనికేషన్ లేకపోతే, వణుకు, తడబాటు, నమ్మకం లేమి, మాట మరిచిపోవడం. మంచి కమ్యూనికేషన్ ఉంటే, స్పష్టమైన ప్రజెంటేషన్, చప్పట్లు, నాయకత్వం వహించగలరు, స్థిరమైన స్వరం, మంచి అభిప్రాయం.

ఉద్యోగులకు, ప్రమోషన్ సాధించడానికి 70% కమ్యూనికేషన్, 30% పనితనం. టీమ్ లీడర్ కావాలంటే ఇతరులతో సంభాషించే తీరు ముఖ్యం. క్లయింట్లను ఇంప్రెస్ చేయాలంటే మీ ప్రెజెంటేషన్ స్కిల్స్ నేరుగా కంపెనీ వృద్ధికి దారితీస్తుంది.

వ్యాపారులకు, ఒప్పించడం మాత్రమే వ్యాపారం యొక్క మూలస్తంభం. ఒప్పించడం = మంచి కమ్యూనికేషన్. కస్టమర్ సేవలో ఎనభై శాతం సమస్యలు కేవలం 'గౌరవంగా మాట్లాడకపోవడం' వల్ల వస్తాయి. భాగస్వామ్యాలు మీరు ఎంత నిజాయితీగా, స్పష్టంగా మాట్లాడగలరనే దానిపై ఆధారపడి ఉంటాయి.

కుటుంబంలో, భార్యాభర్తల మధ్య సగం గొడవలు కమ్యూనికేషన్ లోపం వల్లే. తల్లిదండ్రులు పిల్లల మధ్య మాటల్లో ప్రేమ లేకపోతే, పిల్లలు దూరమవుతారు. బంధువుల మధ్య మంచి మాట చెప్పకపోవడం వల్ల వైరాలు వస్తాయి. మంచి కమ్యూనికేషన్ ఉన్నచోటే సంతోషం ఉంటుంది. సంబంధాలు బాగుంటాయి. జీవితం సజావుగా సాగుతుంది.

వినడం మరచిపోతున్న అదృశ్య కళ:

నిజమైన కమ్యూనికేషన్ యాభై శాతం మాట్లాడటం కాదు, అది యాభై శాతం వినడం. అయినా చాలా మంది వినడం మర్చిపోతారు.

వినడంలో నాలుగు స్థాయిలు:

1. నటిస్తూ వినడం, అవును, అవును అంటూ మనసు మరోచోట దీనివల్ల సంబంధాలు బలహీనం.
2. ఎంపిక చేసి వినడం, నాకు కావలసినది మాత్రమే వినడం దీని వల్ల అపార్థాలు పెరుగుతాయి.
3. శ్రద్ధగా వినడం, కళ్ళలోకి చూస్తూ, శ్రద్ధగా ఎదుటివాడు విలువైనట్లు భావిస్తాడు.
4. సానుభూతితో వినడం, భావాలు అర్థం చేసుకోవడం, కనెక్ట్ అవ్వడం, విశ్వాసం ఏర్పడుతుంది, ప్రేమ పెరుగుతుంది.

గొప్ప నాయకులు ఎల్లప్పుడూ గొప్ప శ్రోతలు:

నెల్సన్ మండేలా శత్రువుల మాటలు కూడా వినేవారు. స్టీవ్ జాబ్స్ తుది నిర్ణయాలు తీసుకోముందు ప్రతి డిజైనర్ మాట వినేవారు.

గుర్తుంచుకోండి: ఎవరైనా మీతో మాట్లాడుతున్నప్పుడు, మీ ఫోన్ దూరంగా ఉంచండి. కళ్ళలోకి చూడండి. వారు ముఖ్యమని భావించండి. ఇదే గొప్ప గౌరవం.

సోషల్ మీడియా:

నేడు ప్రతివ్యక్తి చేతిలో స్మార్ట్ఫోన్ ఉంది. ప్రపంచం మన అరచేతిలో ఉంది. కాని సోషల్ మీడియా మన కమ్యూనికేషన్ స్కిల్స్ మీద ఎలాంటి ప్రభావం చూపిస్తుంది?

ప్రపంచంతో కనెక్ట్ అవ్వడం వలన ప్రత్యక్ష సంభాషణ తగ్గింది. విజ్ఞానం పంచుకోవడం సులభం కాని ముఖ కవళికలు, స్వరం లేకుండా తప్పులర్థాలు. వ్యాపారానికి మంచి వేదిక కాని కుటుంబ సభ్యులతో మాట్లాడటం తగ్గింది. అవగాహన కల్పనకు, స్క్రీన్ వెనుక దాక్కునే అలవాటు.

నిజమైన కమ్యూనికేషన్: కళ్ళలో కళ్ళు పెట్టి, చేతులు కలిపి, చిరునవ్వుతో మాట్లాడటం. శరీర భాషను చదవగలగడం.నిజాయితీని, భావోద్వేగాలను నేరుగా పంచుకోవడం. ఈ సామర్థ్యం తగ్గిపోతే, మనిషి యంత్రంగా మారిపోతాడు.

సోషల్ మీడియాను సాధనంగా ఉపయోగించండి, గమ్యంగా కాదు. మొబైల్ ఆఫ్ చేసి, మీ ఇంటి వారితో కాసేపు మాట్లాడండి. అదే నిజమైన కమ్యూనికేషన్.

మంచి కమ్యూనికేషన్ కోసం పది సూత్రాలు:

చిరునవ్వు ప్రారంభానికి తాళంచెవి. మీరు మాట్లాడే ముందే, మీ చిరునవ్వు సగం మాట్లాడేస్తుంది. అది ఆత్మీయతను, స్నేహపూర్వకతను తెలియజేస్తుంది.

ఎదుటివారి పేరుతో పిలవండి. వ్యక్తికి తన పేరు వినిపించటం అత్యంత మధురమైన శబ్దం. గౌరవంగా పేరు పెట్టి పిలవండి. స్పష్టంగా మాట్లాడండి. గడగడలాడటం, తడబడటం వల్ల నమ్మకం తగ్గుతుంది. నెమ్మదిగా, క్లుప్తంగా, సరళంగా మాట్లాడండి. కోపంగా మాట్లాడకండి. కోపంలో మనిషి చెప్పే మాటలు పది రెట్లు బాధిస్తాయి. మీరు కోపంగా ఉంటే మౌనం వహించండి, శాంతించండి, తర్వాత మాట్లాడండి.

శరీర భాషపై దృష్టి పెట్టండి. తల పైకెత్తి, భుజాలు వెనక్కి, కాళ్ళు కదిలించకండి, చేతులు ముడుచుకోకండి, కంటి సంపర్కం నిలపండి, వినే అలవాటు పెంచుకోండి

రోజూ పదిహేను నిమిషాలు ఒకరి మాటలు పూర్తిగా వినండి – ఎటువంటి అంతరాయం లేకుండా. పుస్తకాలు చదవండి. చదవడం వల్ల మీ పదజాలం మెరుగవుతుంది. కొత్త పదాలు, కొత్త వాక్యాలు నేర్చుకుంటారు. వీడియో రికార్డ్ చేసుకోండి. మీ ప్రసంగాన్ని రికార్డ్ చేసి, మీరే విశ్లేషించుకోండి. తప్పులు తెలుస్తాయి.

ప్రతిరోజూ ఒక వాక్యం నేర్చుకోండి. చాలా బాగుంది, నేను అర్థం చేసుకున్నాను, మీకు సహాయం కావాలా? ఇలాంటి సానుకూల వాక్యాలు ప్రతిరోజు ప్రాక్టీస్ చేయండి.

మౌనం కూడా ఒక సందేశం. కొన్నిసార్లు, మౌనం వేయి మాటల కంటే గొప్ప సందేశాన్ని ఇస్తుంది. ఎప్పుడు మాట్లాడాలో, ఎప్పుడు ఆపాలో తెలుసుకోండి.

మీ కమ్యూనికేషన్ హింసాత్మకంగా ఉండాల్సిన అవసరం లేదు. ప్రేమతో, గౌరవంతో, నిజాయితీతో మాట్లాడండి. అదే నిజమైన శక్తి.

మీరు నేటి నుండి చేయవలసిన ఏడు డైలీ కమ్యూనికేషన్ బూస్టర్లు:

1. ఉదయం– అద్దం ముందు నిలబడి నేను స్పష్టంగా, గౌరవంగా మాట్లాడగలను
2. ఇంటికి బయలుదేరే ముందు – కుటుంబ సభ్యులతో రెండు నిమిషాల సంభాషణ
3. స్నేహితుడితో – ఒక విషయంపై ఐదు నిమిషాల చర్చ
4. చిన్న కొనుగోలు చేసేటప్పుడు – వ్యక్తిని గౌరవంగా సంబోధించండి
5. విరామ సమయంలో – ఒక పేజీ పుస్తకం బిగ్గరగా చదవండి
6. రాత్రి – ఈరోజు మీ కమ్యూనికేషన్ లోపాలను రాయండి
7. నిద్రపోయేముందు – నేర్చుకున్న ఒక కొత్త మాటను మననం చేసుకోండి

మీ మాటలతో ప్రపంచాన్ని గెలుచుకోండి.

'మంచి మాట మనిషికి ద్వారాలు తెరుస్తుంది, చెడు మాట సంబంధాలను మూసివేస్తుంది. మనిషి ముఖం అందంగా ఉండకపోయినా పరవాలేదు, మాట అందంగా ఉండాలి.

దీన్ని వివరంగా పరిశీలిస్తే మీ ప్రతి మాటలో ప్రేమ ఉండాలి. మీ ప్రతి స్పందనలో గౌరవం ఉండాలి. మీ ప్రతి సంభాషణలో అర్థం ఉండాలి.

మీ మాటలు మీ గుర్తింపు. అవి మీకు గౌరవాన్ని సంపాదించిపెడతాయి. వాటిని ఎన్నటికీ తక్కువ అంచనా వేయకండి. కమ్యూనికేషన్ ఇస్తుంది విజయం. మాట్లాడటం ఒక కళ. సరైన సమయంలో సరైన మాట చెప్పడం ఒక విజ్ఞానం. గౌరవంగా మాట్లాడటం ఒక సంస్కారం. వినడం ఒక వరం. నిశ్శబ్దంగా ఉండటం ఒక శక్తి.ఈ ఐదింటినీ సమతుల్యం చేసుకోగలిగితే, మీ కమ్యూనికేషన్ విజయాన్ని మీ వైపు లాక్కుంటుంది.

ప్రారంభించండి నేటి నుండి. ఒక చిన్న మంచి మాటతో. ఒక చిరునవ్వుతో. ఒక గౌరవప్రదమైన సంభాషణతో. మీ మాటలే మీ మంత్రం. మీ కమ్యూనికేషనే మీ విజయం. ప్రపంచాన్ని గెలవండి ఒక్క మాటతో.

మనిషి వ్యక్తిత్వాన్ని చూసి మొదటి అభిప్రాయం ఏర్పడవచ్చు, కాని అతను మాట్లాడిన తర్వాతే నిజమైన అభిప్రాయం ఏర్పడుతుంది.

అందుకే, మాట మనిషిని నిలబెడుతుంది, మాటే కూలగొడుతుంది. చదువు, ప్రతిభ, అనుభవం ఉన్నా, సరైన విధంగా మాట్లాడలేకపోతే అవకాశాలు కోల్పోవాల్సి వస్తుంది.

ఇప్పటి ప్రపంచంలో ఉద్యోగం పొందాలన్నా, వ్యాపారం పెంచాలన్నా, నాయకత్వం వహించాలన్నా, కుటుంబాన్ని సంతోషంగా ఉంచాలన్నా, కమ్యూనికేషన్ స్కిల్స్ చాలా ముఖ్యమైనవి. మాట్లాడే విధానం వ్యక్తిత్వానికి అద్దం.

కమ్యూనికేషన్ అంటే ఏమిటి?

మన ఆలోచనలను, భావాలను, సమాచారాన్ని ఇతరులకు స్పష్టంగా, తెలియజేయడం కమ్యూనికేషన్. ఇది కేవలం మాటలు కాదు, మన గొంతు తీరు, ముఖ కవళికలు, శరీర భాష, వినే విధానం, స్పందించే పద్ధతి. ఇవన్నీ కమ్యూనికేషన్‌లో భాగాలు.

మాటల ప్రభావం, ఒక మంచి మాట నిరాశలో ఉన్నవారికి ధైర్యం ఇస్తుంది, కోపాన్ని తగ్గిస్తుంది, స్నేహాన్ని పెంచుతుంది, అవకాశాలను తెస్తుంది. అలాగే ఒక చెడు మాట సంబంధాలను చెడగొడుతుంది, ఉద్యోగాన్ని కోల్పోయేలా చేస్తుంది, వ్యాపారాన్ని దెబ్బతీస్తుంది.

మన మాట్లాడే విధానం మన వ్యక్తిత్వాన్ని ఎలా చూపిస్తుంది?

మర్యాద: దయచేసి, ధన్యవాదాలు, క్షమించండి వంటి మాటలు వ్యక్తిత్వాన్ని గొప్పగా చూపిస్తాయి.

స్పష్టత: అస్పష్టంగా మాట్లాడితే గందరగోళం ఏర్పడుతుంది.

వినయం: గర్వంగా మాట్లాడే వ్యక్తిని ఎవరూ ఇష్టపడరు.

సహనం: మధ్యలో అడ్డుకోవడం కమ్యూనికేషన్‌ను దెబ్బతీస్తుంది.

వినడం: ఇది కూడా కమ్యూనికేషన్‌లో భాగమే, చాలామంది మాట్లాడడం నేర్చుకుంటారు కాని వినడం నేర్చుకోరు. మంచి శ్రోత లక్షణాలు, ఎదుటివారి మాట పూర్తి అయ్యే వరకు వినడం, కళ్లలోకి చూసి వినడం, మధ్యలో విమర్శించకపోవడం.

అబ్రహాం లింకన్ ప్రజల హృదయాలను గెలుచుకున్న మహోన్నతుడు. తన ప్రసంగాలలో సాధారణ ప్రజలకు అర్థమయ్యే సరళమైన భాషను ఉపయోగించేవారు. ఆయన మాటల్లో ఆర్భాటం కాకుండా ఆత్మీయత ఉండేది. అందుకే ఆయన ఒక గొప్ప నాయకుడిగా మాత్రమే కాకుండా ప్రజల మనసుల్లో చిరస్థాయిగా నిలిచిపోయారు.

ఆయన ప్రసంగాల ప్రత్యేకతలు సరళమైన పదాలు, పెద్ద పెద్ద పదాలు కాకుండా రైతు, కార్మికుడు, సాధారణ పౌరుడు కూడా అర్థం చేసుకునే భాషలో మాట్లాడేవారు. భావోద్వేగం దేశం కోసం ప్రాణాలు అర్పించిన సైనికుల త్యాగాన్ని ఎంతో హృదయాన్ని తాకేలా వివరించేవారు. కథల వినియోగం సాధారణ జీవితంలోని సంఘటనలు, చిన్న కథలు, హాస్యాన్ని ఉపయోగించి క్లిష్టమైన విషయాలను సులభంగా చెప్పేవారు. స్పష్టత మరియు నిజాయితీ ఆయన మాటల్లో నటన కాదు నిజాయితీ కనిపించేది. అందుకే ప్రజలు ఆయనను విశ్వసించారు.

అమెరికాలో జరిగిన అంతర్యుద్ధ సమయంలో ప్రజలు తీవ్ర నిరాశలో ఉన్నప్పుడు, లింకన్ ప్రసంగాలు ప్రజల్లో ధైర్యాన్ని నింపాయి. ముఖ్యంగా ఆయన చేసిన 'గెట్టీస్‌బర్గ్ ఉపన్యాసం' అనే చిన్న ప్రసంగం ప్రపంచ చరిత్రలోనే అత్యంత ప్రభావవంతమైన ప్రసంగాలలో ఒకటిగా నిలిచింది. ప్రజల చేత, ప్రజల కోసం, ప్రజల పాలన ఈ భూమి మీద నుండి అంతరించిపోకూడదు. ఈ ఒక్క వాక్యం ప్రజాస్వామ్యానికి కొత్త అర్థాన్ని ఇచ్చింది.

మంచి కమ్యూనికేషన్ అంటే పెద్ద పెద్ద పదాలు కాదు, ప్రజల హృదయాలను తాకే సరళమైన, నిజాయితీ గల మాటలు. మాటలలో స్పష్టత వ్యక్తిత్వానికి బలం. మాటలలో భావోద్వేగం, మనుషుల హృదయాలకు వంతెన.

బాడీ లాంగ్వేజ్ ప్రాముఖ్యత, మన మాటలకంటే మన కళ్ల చూపు, ముఖ కవళికలు, నిలబడే తీరు చాలా ప్రభావం చూపుతాయి. పాటించాల్సినవి తల వంచి కాక నిటారుగా నిలబడాలి, చిరునవ్వుతో మాట్లాడాలి, చేతులు ముడుచుకుని కాక స్వేచ్ఛగా ఉండాలి, కళ్లలోకి చూసి మాట్లాడాలి.

సమర్థవంతమైన సంభాషణతో అవకాశాలు ఎలా పెరుగుతాయి? కమ్యూనికేషన్ వల్ల అవకాశాలు ఎలా వస్తాయి?

ఇప్పటి ప్రపంచంలో ప్రతిభతో పాటు ప్రదర్శన నైపుణ్యం, ప్రతిపాదనా నైపుణ్యం, ఆత్మవిశ్వాసం, సంభాషణ నైపుణ్యం, భావ వ్యక్తీకరణ నైపుణ్యం ముఖ్యమైనవి. ఒకే విద్యార్హత ఉన్న ఇద్దరిలో బాగా మాట్లాడగలిగిన వ్యక్తికే ఎక్కువ అవకాశాలు వస్తాయి.

ఉద్యోగ అవకాశాల్లో కమ్యూనికేషన్ పాత్ర ఇంటర్వ్యూలో మీరు ఏమి చదివారన్నది మాత్రమే కాదు, మీరు ఎలా మాట్లాడుతున్నారన్నదీ ముఖ్యం. మౌఖిక పరీక్షలో చూసేవి స్పష్టత, ధైర్యం, మర్యాద, శ్రవణ నైపుణ్యం, శ్రద్ధగా వినే నైపుణ్యం, సానుకూల దృక్పథం, సా నుకూల వైఖరి.

స్టీవ్ జాబ్స్ ప్రపంచాన్ని మార్చిన గొప్ప ఆవిష్కర్తల్లో ఒకరు. ఆయన విజయానికి ప్రధాన కారణం కేవలం సాంకేతిక పరిజ్ఞానం కాదు, ప్రజల హృదయాలను తాకే విధంగా ఆలోచనలను వ్యక్తపరచగల కమ్యూనికేషన్ నైపుణ్యం. ఆపిల్ వంటి ప్రపంచ ప్రఖ్యాత సంస్థను నిర్మించడంలో ఆయన వ్యక్తిత్వం, మౌఖిక పరీక్ష దృష్టి, ప్రజెంటేషన్ శైలి కీలక పాత్ర పోషించాయి.

సరళమైన కమ్యూనికేషన్ క్లిష్టమైన టెక్నాలజీ విషయాలను కూడా సాధారణ ప్రజలకు అర్థమయ్యేలా చెప్పేవారు. భావోద్వేగంతో మాట్లాడటం, ఆయన మాటల్లో ఉత్సాహం, నమ్మకం, కలలపై విశ్వాసం కనిపించేవి. ప్రజెంటేషన్‌లో ప్రత్యేకత కొత్త ఉత్పత్తిని పరిచయం చేసే సమయంలో ఒక కథ చెప్పినట్లు ఆసక్తికరంగా వివరించేవారు.

సృజనాత్మక దృష్టి అనే భావనతో ప్రపంచ యువతకు కొత్త ఆలోచనలను ప్రేరేపించారు. స్టీవ్ జాబ్స్ ఒకప్పుడు తనే స్థాపించిన కంపెనీ నుండి తొలగించబడ్డారు. కాని ఆయన నిరుత్సాహపడలేదు. తిరిగి మరింత శక్తితో ముందుకు వచ్చి ఆపిల్ ను ప్రపంచంలో అత్యంత విలువైన సంస్థల్లో ఒకటిగా మార్చారు.

సాధించాలనే ఆకలి ఎప్పటికీ తగ్గనివ్వకండి, తెలుసుకున్నదాని కంటే ఇంకా నేర్చుకోవాల్సింది ఎంతో ఉందనే వినయాన్ని నిలుపుకోండి. అంటే, ఎప్పుడూ నేర్చుకోవాలనే ఆకలి ఉండాలి, కొత్త విషయాలను తెలుసుకోవాలనే ఆసక్తి ఉండాలి.

విఫలం అనేది అంతం కాదు కొత్త ప్రారంభం. మంచి ఆలోచనలను సరళంగా చెప్పగలిగితే ప్రపంచాన్ని ప్రభావితం చేయవచ్చు.

ఆత్మవిశ్వాసం మరియు సృజనాత్మకత విజయానికి పునాది. మన కలలను విశ్వసించే ధైర్యం ఉన్నవారే ప్రపంచాన్ని మార్చగలరు.

వ్యాపారంలో కమ్యూనికేషన్, వ్యాపారంలో కస్టమర్‌తో మాట్లాడే తీరు, ఒప్పించే విధానం, సమస్య పరిష్కారం చాలా ముఖ్యమైనవి.

మంచి కమ్యూనికేషన్ ఉన్న వ్యాపారవేత్త కస్టమర్లను ఆకర్షిస్తాడు, నమ్మకం పొందుతాడు, సంబంధాలను పెంచుకుంటాడు.

రతన్ టాటా భారతదేశంలోనే కాదు ప్రపంచవ్యాప్తంగా గౌరవం పొందిన మహానుభావుడు. ఆయన గొప్ప వ్యాపారవేత్త మాత్రమే కాదు వినయం, మానవత్వం, సరళమైన కమ్యూనికేషన్‌కు ప్రతీక.

టాటా గ్రూప్ సంస్థపై కోట్లాది ప్రజలకు ఉన్న నమ్మకానికి ప్రధాన కారణాల్లో ఒకటి రతన్ టాటా గారి వ్యక్తిత్వం మరియు ప్రజలతో మాట్లాడే విధానం.

రతన్ టాటా గారి కమ్యూనికేషన్ ప్రత్యేకతలు, వినయపూర్వకమైన మాటతీరు ఎంత పెద్ద స్థాయిలో ఉన్నప్పటికీ ఆయన ఎప్పుడూ సాధారణ వ్యక్తిలా మాట్లాడేవారు. సరళమైన భాష సంక్లిష్టమైన వ్యాపార విషయాలను కూడా సులభంగా అర్థమయ్యేలా చెప్పేవారు. మానవత్వంతో కూడిన సంభాషణ ఉద్యోగులు, కస్టమర్లు, సామాన్య ప్రజల భావాలను గౌరవిస్తూ మాట్లాడేవారు. నమ్మకాన్ని కలిగించే నాయకత్వం ఆయన మాటల్లో నిజాయితీ ఉండటం వల్ల ప్రజలు టాటా బ్రాండ్‌పై విశ్వాసం పెంచుకున్నారు.

2008 లో జరిగిన ముంబై దాడుల సమయంలో తాజ్ మహల్ ప్యాలెస్ కు చెందిన ఉద్యోగులు అసాధారణ ధైర్యం, సేవాభావం, మానవత్వాన్ని ప్రదర్శించారు. తమ ప్రాణాలు ప్రమాదంలో ఉన్నప్పటికీ, అతిథుల భద్రతను మొదటి ప్రాధాన్యంగా భావించి వారిని సురక్షిత ప్రాంతాలకు తరలించారు. కొందరు ఉద్యోగులు అతిథులను రక్షించే క్రమంలో తమ ప్రాణాలను సైతం త్యాగం చేశారు.

ఈ సంఘటన సేవా ధర్మం, బాధ్యత, నాయకత్వం, మానవత్వం ఎంత గొప్పవో ప్రపంచానికి చాటిచెప్పింది. 'నిజమైన సేవ అంటే తన స్వార్థాన్ని పక్కనపెట్టి ఇతరుల సంక్షేమం కోసం పనిచేయడం' అనే విలువకు తాజ్ హోటల్ ఉద్యోగులు సజీవ ఉదాహరణగా నిలిచారు.

'సంక్షోభ సమయంలో మనం చూపించే ధైర్యం, సేవాభావం, మానవత్వమే మన నిజమైన వ్యక్తిత్వానికి కొలమానం' వారి కుటుంబాలను రతన్ టాటా స్వయంగా పరామర్శించారు. ఆ సమయంలో గాయపడిన ఉద్యోగులకు ఆర్థిక సహాయం అందించారు. మరణించిన ఉద్యోగుల కుటుంబాలకు దీర్ఘకాలిక మద్దతు ఇచ్చారు. బాధలో ఉన్న వారితో ప్రత్యక్షంగా మాట్లాడి ధైర్యం చెప్పారు. ఇది నాయకత్వం అంటే కేవలం లాభాలు కాదు మనుషుల పట్ల బాధ్యత కూడా అని ప్రపంచానికి తెలియజేసింది.

నానో కార్ వెనుక ఉన్న మానవీయ ఆలోచన, టాటా నానో తయారు చేయడానికి కారణం లాభం మాత్రమే కాదు. ఒక కుటుంబం నాలుగు మంది ఒక చిన్న బైక్‌పై ప్రయాణిస్తున్న దృశ్యం చూసి సాధారణ కుటుంబాలకు కూడా సురక్షితమైన కారు అందుబాటులో ఉండాలి అనే ఆలోచనతో నానో కారును రూపొందించారు. ఇది ఆయన ప్రజల సమస్యలను గమనించే స్వభావాన్ని చూపిస్తుంది.

ఉద్యోగులతో ఆయన వ్యవహార శైలి, రతన్ టాటా పెద్ద అధికారి అయినప్పటికీ ఉద్యోగుల మాటలు శ్రద్ధగా వినేవారు. చిన్న ఉద్యోగులతో కూడా గౌరవంగా మాట్లాడేవారు. విజయానికి మొత్తం బృందానికే క్రెడిట్ ఇచ్చేవారు. అందుకే ఉద్యోగులు ఆయనను బాస్ కంటే మార్గదర్శిగా భావించేవారు. శక్తి, సంపద కంటే మనిషి విలువలు ముఖ్యమని ఆయన నమ్మకం.

వినయం ఉన్నవారే నిజమైన నాయకులు. కమ్యూనికేషన్‌లో గౌరవం ఉంటే నమ్మకం పెరుగుతుంది. వ్యాపారంలో విజయంతో పాటు మానవత్వం కూడా అవసరం. మంచి వ్యక్తిత్వం మనిషిని శాశ్వతంగా గుర్తుంచేలా చేస్తుంది.మాటల్లో వినయం, హృదయంలో మానవత్వం, నిర్ణయాల్లో నిజాయితీ ఇవే రతన్ టాటా గారిని మహానాయకుడిగా నిలబెట్టాయి.

ఈ రోజుల్లో వాట్సప్, యూ ట్యూబ్, ఫేస్ బుక్, ఇంస్టా గ్రామ్ ల ద్వారా మాట్లాడే విధానం కూడా మన వ్యక్తిత్వాన్ని చూపిస్తుంది. జాగ్రత్తలు కోపంతో మెసేజ్‌లు పెట్టకూడదు, అవమానకర పదాలు వాడకూడదు, తప్పుడు సమాచారం పంచకూడదు.

అవకాశాలను పెంచే కమ్యూనికేషన్ టిప్స్, ప్రతిరోజూ చదవాలి, పత్రికలు, మంచి పుస్తకాలు, ప్రసంగాలు. అద్దం ముందు మాట్లాడాలి, కొత్త వ్యక్తులతో మాట్లాడే అలవాటు, పదజాలం పెంచుకోవాలి, భయాన్ని తగ్గించుకోవాలి.

ఇంటర్వ్యూలు, ఉద్యోగం, వ్యాపారం, నాయకత్వంలో కమ్యూనికేషన్ పాత్ర, నాయకత్వంలో కమ్యూనికేషన్, మంచి నాయకుడు ప్రజలను ప్రేరేపించగలడు, సమస్యలను వివరించగలడు, నమ్మకం కలిగించగలడు.

మార్టిన్ లూథర్ కింగ్ జూనియర్ ప్రపంచ చరిత్రలో కమ్యూనికేషన్ ద్వారా ప్రజలను చైతన్యపరిచిన గొప్ప నాయకులలో ఒకరు.

ఆయన అమెరికాలో నల్లజాతి ప్రజల హక్కుల కోసం అహింసా మార్గంలో పోరాడిన నేత. మార్టిన్ లూథర్ కింగ్ జూనియర్ నాయకత్వంలో కమ్యూనికేషన్‌కు గొప్ప ఉదాహరణ. మాటలతో ఉద్యమాన్ని నిర్మించిన నాయకుడు, ఆ కాలంలో అమెరికాలో నల్లజాతి ప్రజలు తీవ్ర వివక్షను ఎదుర్కొన్నారు.

పాఠశాలల్లో వేరుగా కూర్చోబెట్టేవారు, బస్సుల్లో సీట్లు ఇవ్వరు, ఉద్యోగాల్లో వివక్ష చూపేవారు. ఈ అన్యాయాలపై ప్రజలను చైతన్యపరచడానికి మార్టిన్ లూథర్ కింగ్ తన ప్రసంగాలను ఆయుధంగా ఉపయోగించారు.

1963 లో ఆయన చేసిన ప్రసిద్ధ ప్రసంగం నా హృదయంలో ఒక ఉన్నతమైన స్వప్నం ఉంది నాకు ఒక కల ఉంది. ప్రపంచ చరిత్రలో అత్యంత ప్రభావవంతమైన ప్రసంగాలలో ఒకటిగా గుర్తించబడింది.

ఈ ప్రసంగంలో ఆయన జాతి వివక్ష లేని, సమానత్వం మరియు న్యాయం నెలకొన్న సమాజాన్ని తన కలగా వివరించారు. ఆయన చెప్పిన ముఖ్య సందేశం చర్మరంగం కాదు, మనిషి గుణమే ముఖ్యమని, అందరికీ సమాన హక్కులు ఉండాలని, ప్రేమ, అహింస ద్వారానే మార్పు రావాలని ఆయన మాటలు లక్షలాది ప్రజల్లో ఆశను నింపాయి.

కమ్యూనికేషన్ ద్వారా ప్రజల్లో ధైర్యం నింపడం, మార్టిన్ లూథర్ కింగ్ జూనియర్ ప్రత్యేకత ఏమిటంటే భావోద్వేగంతో మాట్లాడటం

ఆయన మాటల్లో బాధ, ప్రేమ, ఆశ కనిపించేవి. సరళమైన భాష, సాధారణ ప్రజలకు అర్థమయ్యే విధంగా మాట్లాడేవారు.

అహింసా సందేశం కోపం కాక ప్రేమతో సమస్యలను పరిష్కరించాలన్నారు.నాయకత్వంలో ఆయన చూపిన కమ్యూనికేషన్ లక్షణాలు, ప్రజలను ప్రేరేపించడం ఆయన మాటలు ప్రజల్లో ధైర్యాన్ని పెంచాయి.

సమస్యలను వివరించడం, సమాజంలోని అన్యాయాలను స్పష్టంగా వివరించారు. నమ్మకం కలిగించడం, ప్రజలు ఆయనను నిజాయితీ గల నాయకుడిగా విశ్వసించారు. ప్రపంచంపై ప్రభావం, ఆయన ఉద్యమం వల్ల అమెరికాలో పౌరహక్కుల చట్టాలు అమలయ్యాయి. ఆయన సందేశాలు ప్రపంచవ్యాప్తంగా సమానత్వం, మానవత్వం, శాంతి, విలువలను వ్యాప్తి చేశాయి.

మార్టిన్ లూథర్ కింగ్ జూనియర్ జీవితం మనకు చెబుతుంది మంచి మాట ప్రపంచాన్ని మార్చగలదు, కమ్యూనికేషన్ ప్రజలను ఏకం చేయగలదు, నాయకత్వానికి ధైర్యం మాత్రమే కాదు, హృదయాన్ని తాకే మాటలు కూడా అవసరం.

ఖడ్గంతో కాదు ప్రేమతో నిండిన మాటలతోనే మార్టిన్ లూథర్ కింగ్ ప్రపంచాన్ని ప్రభావితం చేశారు. మంచి కమ్యూనికేషన్ ఒక వ్యక్తిని మాత్రమే కాదు ఒక సమాజాన్ని కూడా మార్చగలదు.

ఉద్యోగంలో టీమ్ వర్క్ ఒక సంస్థలో సహచరులతో మాట్లాడటం, మీ ఆలోచనలు చెప్పడం, సమస్యలు వివరించడం ఇవి చాలా ముఖ్యం. కమ్యూనికేషన్ బాగోలేకపోతే అపార్థాలు, గొడవలు, పనిలో ఆలస్యం జరుగుతాయి.

కుటుంబ జీవితంలో కమ్యూనికేషన్ కుటుంబ సమస్యలలో ఎక్కువ భాగం సరైన సంభాషణ లేకపోవడం వల్లే వస్తాయి. అవసరమైనవి కోపంతో కాక ప్రశాంతంగా మాట్లాడటం, వినడం, గౌరవం ఇవ్వడం, భావాలను వ్యక్తపరచడం.

కమ్యూనికేషన్ మెరుగుపరచడానికి పది ముఖ్యమైన సూత్రాలు:

ముందుగా వినండి

స్పష్టంగా మాట్లాడండి

చిన్న మాటల్లో పెద్ద భావం చెప్పండి

చిరునవ్వుతో మాట్లాడండి

కళ్లలోకి చూసి మాట్లాడండి

మర్యాద పాటించండి

కోపంలో మాట్లాడకండి

తప్పులను ఒప్పుకోండి

విమర్శను సానుకూలంగా తీసుకోండి

ప్రతిరోజూ సాధన చేయండి

ఒక గ్రామీణ విద్యార్థి ఇంగ్లీష్ రాక ఇంటర్వ్యూల్లో విఫలమయ్యేవాడు. తర్వాత ప్రతిరోజూ పేపర్ చదివాడు, అద్దం ముందు మాట్లాడాడు, చిన్న చిన్న ప్రసంగాలు చేశాడు. కొన్ని నెలల్లోనే కమ్యూనికేషన్ మెరుగై మంచి ఉద్యోగం పొందాడు.

కమ్యూనికేషన్ పుట్టుకతో రాదు సాధనతో వస్తుంది. మాటలలో శక్తి ఉంది. మంచి కమ్యూనికేషన్ అవకాశాలను తెస్తుంది, సంబంధాలను బలపరుస్తుంది, నాయకత్వాన్ని పెంచుతుంది, విజయాన్ని దగ్గర చేస్తుంది.

మీరు ఎలా మాట్లాడతారో ప్రపంచం మిమ్మల్ని అలా గుర్తుంచుకుంటుంది. కాబట్టి మంచి మాటలు మాట్లాడండి, ధైర్యంగా మాట్లాడండి, గౌరవంగా మాట్లాడండి, స్పష్టంగా మాట్లాడండి. అప్పుడు విజయ ద్వారాలు స్వయంగా తెరుచుకుంటాయి.

మంచి కమ్యూనికేషన్ అనేది కేవలం మాట్లాడే కళ కాదు మనసులను గెలుచుకునే శక్తి.

మాటలు వ్యక్తపరచలేని భావాలను కళ అద్భుతంగా ఆవిష్కరిస్తుంది. కళ ద్వారా, నీవు ప్రపంచంతో హృదయాల భాషలో సంభా. కళ అనేది కేవలం సృజనాత్మకతకు ప్రతీక మాత్రమే కాదు, అది వ్యక్తిత్వ వికాసానికి కూడా సంభాషించవచ్చు. అదొక శక్తివంతమైన సాధనం. చిత్రాల లోని ఆత్మవిశ్వాసాన్ని, సున్నితమైన భావోద్వేగాలను, ప్రత్యేకమైన ఆలోచనా విధానాన్ని ప్రతిబింబిస్తాయి. నిరంతరం కళను అభ్యసించడం ద్వారా సహనం, ఏకాగ్రత, క్రమశిక్షణ వంటి విలువలు పెంపొందుతాయి, ఇవే విజయవంతమైన వ్యక్తిత్వానికి పునాదులు. అట్టి కళా ప్రస్థానం మరెందరికో స్ఫూర్తిగా నిలిచి, సమాజంలో సృజనాత్మకత, సానుకూలత మరియు మానవీయ విలువలు సమాజంలో విస్తరించును.

6. సమయపాలన మరియు క్రమశిక్షణ

ఒక యువ, శక్తివంతమైన, విప్లవాత్మక దృక్పథం, సమయం అందరికీ సమానమైన, ఎన్నటికీ తిరగని సంపద. మిత్రులారా, విద్యార్థులారా, యోధులారా, ఒక నిజాన్ని మనసులో బాగా నాటుకోండి. ఈ ప్రపంచంలో ఒకే ఒక సంపద ఉంది, అది ధనవంతుడికీ, నిరుపేదకూ సమానంగా లభిస్తుంది అదే సమయం.

బిల్ గేట్స్ రోజుకు 24 గంటలు. వారానికి 168 గంటలు. సంవత్సరానికి 8, 760 గంటలు. రిక్షా నడిపే అన్న రోజుకు 24 గంటలు, వారానికి 168 గంటలు, సంవత్సరానికి 8, 760 గంటలు. ప్రధానమంత్రి కు రోజుకు 24 గంటలు, వారానికి 168 గంటలు, సంవత్సరానికి 8, 760 గంటలు. మీకు రోజుకు 24 గంటలు, వారానికి 168 గంటలు, సంవత్సరానికి 8, 760 గంటలు. తేడా ఏమిటి? సమయం మొత్తం కాదు. సమయాన్ని ఎలా ఉపయోగించారు అనేది. ఒకరు సమయాన్ని బంగారంగా మార్చుకుంటారు. మరొకరు సమయాన్ని బూడిదగా వృథా చేస్తారు. మీరు ఏది ఎంచుకుంటారు?

సమయపాలన అంటే ఏమిటి?

సమయపాలన అంటే గడియారం వైపు చూడటం కాదు. సమయపాలన అంటే మీ జీవితంలోని ప్రతి క్షణాన్నీ లెక్కకట్టుకోవడం.

సమయపాలన యొక్క నిజమైన సూత్రం:

సమయపాలన = ప్రణాళిక + ప్రాధాన్యత + స్థిరత్వం

ప్రణాళిక, రేపు చేయవలసిన పనులు ఈ రోజే నిర్ణయించుకోవడం. ప్రాధాన్యత, ముఖ్యమైన పనికి ముందు స్థానం ఇవ్వడం, స్థిరత్వం, ప్రతిరోజూ ఒకే విధంగా పాటించడం. రేపు చూద్దాం అనే నాలుగు అక్షరాలు జీవితాన్ని అధోగతికి నడిపించే నాలుగు దారుణమైన బాణాలు.

క్రమశిక్షణ అంటే ఏమిటి?

క్రమశిక్షణ అంటే శత్రువు చేత కొట్టబడడం కాదు. క్రమశిక్షణ అంటే మీరు మీ మనసుకు యజమాని కావడం. క్రమశిక్షణ అనే ఐదు స్తంభాలు:

```
/\
/\
/ DISPLINE TOWER
/________\
/ 1 2 3 \
/ 4 5 \
/_R_U_L_E_S___\
```

1. త్వరగా నిద్ర లేవడం, ఉదయం 5:00 AM, ఫోన్ ఆలారమ్ మీద కాదు, మీ ఇచ్ఛపై.
2. పనిని సమయానికి పూర్తి చేయడం, టాస్క్ ఇచ్చిన డెడ్‌లైన్ కంటే ముందే పూర్తి.
3. ఆరోగ్యంపై శ్రద్ధ, ప్రతిరోజూ 30 నిమిషాలు వ్యాయామం, సరైన ఆహారం.
4. మాటను నిలబెట్టుకోవడం, ఇచ్చిన మాట ప్రాణం కంటే విలువైనదిగా.
5. ఇబ్బందికరమైన పనులను కూడా చేయడం, ఇష్టం లేని పనిని కూడా నిర్వహించగల స్థితి.

క్రమశిక్షణ ఉన్న వ్యక్తి తుఫాను మధ్యలోనూ ఓడను నడిపించగలడు. క్రమశిక్షణ లేని వ్యక్తి చిన్న అలకే బోల్తా కొడతాడు.

ఇద్దరు రైతులు సమయపాలన యొక్క శక్తి:

ఒక చిన్న గ్రామం. ఇద్దరు రైతులు.

రామయ్య, ప్రతి ఉదయం సూర్యోదయానికి పొలానికి వెళ్లేవాడు, విత్తనాలు సరైన సమయానికి వేసేవాడు, కలుపు తీసే సమయం తప్పేవాడు కాదు. సించనీకి సరైన గంటలు నిర్ణయించుకునేవాడు.

గోపయ్య, ఎప్పుడు లేవాలో అప్పుడు లేచేవాడు. విత్తనాలు 'రేపు చూద్దాం' అని ఆలస్యం చేసేవాడు. కలుపు మొక్కలు పెరిగాక తీసేవాడు , నీళ్ళు ఎప్పుడు పోస్తే అప్పుడు.

ఐదు సంవత్సరాల తర్వాత రామయ్య రెండు ఎకరాలు కొన్నాడు, రైస్ మిల్లు కట్టాడు, ఊరిలో గౌరవపాత్రుడు. గోపయ్య అప్పుల్లో కూరుకుపోయాడు, చివరికి తన భూమినే అమ్ముకోవాల్సి వచ్చింది. గోపయ్య ఏడుస్తూ అడిగాడు 'రామయ్యా, నీ అదృష్టం నాకెందుకు రాలేదు?'

రామయ్య నిశ్చలంగా చెప్పాడు 'నీకు తెలుసా, గోపయ్యా? కాలం మనకు ఇచ్చిన ఉచిత శక్తి. నేను ప్రతి విత్తనాన్ని సమయానికి నాటాను. నువ్వు విత్తనాలు చేతిలో పట్టుకుని గడిపావు. క్రమశిక్షణ ఫలించింది నాకు, సోమరితనం నిన్ను కూల్చేసింది.'

ఇదే అసలైన నిజం. కర్మ సిద్ధాంతం కాదు. క్రమశిక్షణ సిద్ధాంతం. ఆలస్యం విజయానికి నంబర్ ఒన్ శత్రువు.

నేడు యువతలో సాధారణ సమస్యలు:

సమయ వ్యర్థం:

సోషల్ మీడియా స్క్రోలింగ్, రీల్స్, షార్ట్స్ చూడటం, పని వాయిదా వేయడం, అనవసరమైన ఆలోచనలు, 2000 గంటలు అంటే 83 పూర్తి రోజులు , 250 పని దినాలు , ఒక సంవత్సరంలో దాదాపు ఆరు నెలలు అంటే మీ జీవితంలో సగం వృథా. ప్రతి గంటలో ఎంత దాగి ఉందో ఒక్కసారి ఆలోచించండి. మీరు టైం వృథా చేస్తే, మీరు లైఫ్ వృథా చేస్తున్నారు.

ప్రతికూల ఫలితాలు:

1. ఒత్తిడి – చివరి నిమిషంలో పని చేస్తే మెదడు ఆందోళనలతో కృశించి పోతుంది.
2. నిరాశ – పూర్తి చేయలేని టాస్కులు మిమ్మల్ని బరువుగా భావింపజేస్తాయి.
3. అపజయం – సమాజంలో విఫలులుగా గుర్తింపు వస్తుంది.
4. తప్పిన అవకాశాలు – మంచి ఉద్యోగాలు, ప్రమోషన్లు, సంబంధాలు చేజారిపోతాయి.

విద్యార్థుల్లో సమయపాలన – విజయానికి శాస్త్రీయ విధానం:

పరీక్షల విషయానికొస్తే, చివరి రాత్రి చదవడం కాదు. ఆ రోజుల్లో చదవడం విలువ తెలుసుకోలేక పోతున్నారు. ఒక గంట సోషల్ మీడియాను తగ్గించి, ఆ ఒక్క గంట స్థిరంగా చదివితే: ఒక సంవత్సరంలో 365 గంటలు = 45 పూర్తి రోజులు = 15 పుస్తకాలు అదనపు మూడు నైపుణ్యాలు, ఒక కొత్త భాష ప్రాథమిక స్థాయి, ఎక్కువ మార్కులు + ప్రతిభ + కాంఫిడెన్స్. ఇదీ సమయపాలన యొక్క శక్తి.

ఉద్యోగ జీవితంలో క్రమశిక్షణ – సీనియర్‌ల నుండి నేర్చుకోండి.

కార్పొరేట్ ప్రపంచంలో ఒక సత్యం:

డెడ్‌లైన్ మించిన వ్యక్తి, సంస్థకు భారం. సమయపాలన కలిగిన వ్యక్తి, సంస్థకు ఆస్తి. సమయానికి ఆఫీసు చేరడం, మేనేజర్ దృష్టిలో నమ్మకం, టాస్క్ ముందుగా పూర్తి చేయడం, ఇతరుల కంటే ముందుండడం, ప్రతి మీటింగ్‌కు ముందుగా రావడం, నాయకత్వ లక్షణం, ఇచ్చిన మాట ప్రకారం పూర్తి చేయడం, ప్రమోషన్ కు మార్గం.

ఫలితం: రెండు సంవత్సరాలలో సీనియర్ స్థాయి → టీమ్ లీడ్ అవకాశాలు → ఉద్యోగ భద్రత → సంస్థలో గౌరవం. మీరు సమయాన్ని గౌరవిస్తే, సంస్థ మిమ్మల్ని గౌరవిస్తుంది. ఆలస్యంగా వచ్చేవారు మొదటి వరుసలో తొలగించబడతారు.

సమయపాలన మరియు క్రమశిక్షణ పెంపొందించడానికి పది స్వర్ణ సూత్రాలు:

రోజువారీ ప్రణాళిక తయారు చేయండి. రాత్రి 10 గంటలకు రేపటి ప్రణాళిక రాయండి. 80% మంది విజేతలు ప్రణాళిక రాస్తారు.

పద్ధతి: 1–3–5 రూల్ , రోజుకు ఒక పెద్ద టాస్క్ (5 గంటలు), రోజుకు మూడు మీడియం టాస్కులు (2 గంటలు), రోజుకు 5 చిన్న టాస్కులు (30 ని॥)

ప్రాధాన్యత – ఐసెన్హోవర్ మ్యాట్రిక్స్:

మీరు ఏ పనులకు ఎంత సమయం ఇస్తున్నారో గుర్తించండి. మొబైల్ వినియోగ నియంత్రణ డిజిటల్ డిటాక్స్, ఫోన్ లో 'డౌన్ టైమ్' సెట్ చేయండి (9 PM – 8 AM) , సోషల్ మీడియా యాప్స్ నాశనం చేయండి (లేదా 1 గంట టైమర్ పెట్టండి), రోజూ మొదటి 2 గంటలు ఫోన్ చూడకండి , నిద్రపోయే 1 గంట ముందు ఫోన్ ఆఫ్, ఉదయం త్వరగా లేవండి – ది 5 AM క్లబ్.

సూర్యోదయానికి ముందే లేస్తే, మీరు ప్రపంచం నిద్రలో ఉన్నప్పుడే ముందడుగు వేస్తారు.

పద్ధతులు: రాత్రి 10 PM కల్లా నిద్రకు (7–8 గంటలు పూర్తి చేయండి) అలారాన్ని దూరంగా ఉంచండి (లేచేసేలా) ఫోన్ స్క్రీన్ నీలం కాంతిని రాత్రి 8 PM తర్వాత తగ్గించండి, పనిని వాయిదా వేయకండి – 2–నిమిషాల నియమం, 2 నిమిషాల కంటే తక్కువ సమయం పట్టే ఏ పనినైనా ఇప్పుడే చేయండి. ఉదా: చిన్న మెయిల్ రిప్లై, బిల్ చెల్లింపు, ఫోన్ కాల్, కిచెన్ క్లియర్ చేయడం.

చిన్న లక్ష్యాలతో ప్రారంభించండి – మైక్రో స్టెప్స్.

'నేను రోజూ 100 పుస్తక పేజీలు చదవాలి → వద్దు.

'నేను రోజూ 2 పేజీలు చదవాలి → చేయండి.

చిన్న చిన్న స్టెప్స్ నమ్మకాన్ని పెంచుతాయి. విజయం రాత్రికి రాత్రి జరగదు. ప్రతి చిన్న అడుగు మిమ్మల్ని పైకి తీసుకెళ్తుంది. ట్రాకింగ్ ఎక్కడ చూస్తారో అక్కడే మార్పు. ప్రతి రోజు ఒక టైమ్ లాగ్ రాయండి (ప్రతి పనికి ఎంత సమయం పెట్టారు) వారాంతంలో రివ్యూ చేయండి ఎక్కడ సమయం వృథా? డీప్ వర్క్ గంటలు లెక్కించండి (సంపూర్ణ ఏకాగ్రతతో చేసిన పని) నో చెప్పడం నేర్చుకోండి సమయాన్ని రక్షించుకోండి. అనవసరమైన కాల్స్, కబుర్లు, మీటింగ్లు, అతిథి సత్కారాలు వీటికి నో చెప్పడం నేర్చుకోండి. మీ సమయం మీ సంపద. ఇతరులు ఆ సంపద దొంగిలించకుండా చూసుకోండి. స్థిరమైన రొటీన్ ఉంచుకోండి సమాన సమయాల్లో సమాన పనులు. ప్రతిరోజూ ఒకే సమయానికి నిద్ర లేచేయండి (వారాంతం కూడా) . ప్రతిరోజూ ఒకే సమయంలో చదవడం, వ్యాయామం, భోజనం. మీ మెదడు ఆ స్థిరత్వానికి అలవాటు పడుతుంది, సామర్థ్యం పెరుగుతుంది

సమయానికి విశ్రాంతి – బర్న్ అవుట్ నివారించండి. క్రమశిక్షణ = పని + విశ్రాంతి. ప్రతి 90 నిమిషాల పనికి 10–15 నిమిషాల విరామం. వారానికి ఒక రోజు పూర్తి విశ్రాంతి (డిజిటల్ డిటాక్స్ తో) ప్రతి 3 నెలలకు 2–3 రోజులు పూర్తి డిస్కనెక్ట్. క్రమశిక్షణకు మరో పేరు విశ్రాంతి లేదు. విశ్రాంతి లేని క్రమశిక్షణ బావిలో నీరులేని బావిలాంటిది.

గడియారం మీకు గుర్తు చేస్తుంది పైథాగరస్ చెప్పాడు: కాలం ఎవరిని వేచి చూడదు. మహాభారతంలో కృష్ణుడు చెప్పాడు 'కాలం అనేది సర్వనాశకం. దాన్ని ఎదిరించలేము, కాని దానితో పాటు పయనించగలము ఒకవేళ క్రమశిక్షణతో. నేను ఈ నిమిషం ఉపయోగించకపోతే, ఆ నిమిషం నన్ను దాటి వెళ్ళిపోతుంది. తిరిగి రాదు. చనిపోయిన సమయాన్ని బతికించలేము.

మీరు నేటి నుండి చేయవలసిన 7 డైలీ టైమ్ మరియు డిసిప్లిన్ బూస్టర్లు

1 ఉదయం 5:00 AM – నిద్ర లేవండి (ఎలాగైనా, వారానికి కనీసం 6 రోజులు)

2. రాత్రి 10:00 PM – రేపటి ప్రణాళిక రాయండి (చేతితో నోట్‌బుక్ లో)

3. ప్రతి 2 గంటలకు – ఒకసారి లేచి నిలబడండి, ఒళ్ళు విరచండి (స్క్రీన్ బ్రేక్)

4. మధ్యాహ్నం 1:00 PM - 1:30 PM – 30 నిమిషాలు నిద్ర/విశ్రాంతి (పవర్ న్యాప్)

5. రోజుకు 1–2 గంటలు ఫోన్‌కు దూరంగా – డీప్ వర్క్ (స్టడీ, క్రియేటివిటీ)

6. ప్రతి రోజు చివర – నేను ఎక్కడ టైమ్ వృధా చేశాను? అనే సెల్ఫ్ రివ్యూ

7. ఆదివారం – మొత్తం వారం సమీక్ష, కొత్త లక్ష్యాలు నిర్ణయించండి

సమయాన్ని గౌరవించండి. సమయాన్ని గౌరవించినవారిని విజయం గౌరవిస్తుంది.గడియారం కేవలం సమయాన్ని చూపదు మన జీవితాన్ని గుర్తు చేస్తుంది.

గుర్తుంచుకోండి:

ప్రతి టిక్ టిక్ తో ఒక క్షణం చనిపోతుంది. ప్రతి టిక్ టిక్ తో ఒక కొత్త సాఫల్యం పుట్టుకొస్తుంది. ప్రతి టిక్ టిక్ మీరు నిర్ణయించు కుంటారు నేను ఈ నిమిషాన్ని విజయానికి ఉపయోగిస్తానా లేక వృధా చేస్తానా?

క్రమశిక్షణే విజయానికి మెట్లు, సమయం ఒక నది. నిలబడిన నీరు కుళ్ళిపోతుంది. ప్రవహించే నీరు సముద్రం వైపు వెళ్తుంది.

నియమం ఒక కట్ట. క్రమశిక్షణ ఒక వంతెన. క్రమశిక్షణతో సమయాన్ని ప్రవహింపజేస్తే, విజయ సముద్రం మీ సొంతం.

ప్రారంభించండి నేటి నుండి. ఈ నిమిషం నుండి. మీ మొదటి చిన్న ప్రణాళికతో. మీ మొదటి మంచి నిర్ణయంతో.

మీ ప్రతి క్షణం విలువైనది. దాన్ని సమర్థంగా ఉపయోగించండి. క్రమశిక్షణతో జీవించండి. విజయం సహజంగా వస్తుంది.

ప్రతి రోజును ఒక కొత్త అవకాశంగా భావించి, మీ లక్ష్యాల సాధనకు అంకితభావంతో కృషి చేయండి. చిన్న చిన్న సానుకూల అలవాట్లు కాలక్రమేణా గొప్ప విజయాలకు పునాది అవుతాయి. ఆత్మవిశ్వాసం, పట్టుదల, నిరంతర అభ్యాసం మీ జీవితాన్ని విజయ శిఖరాల వైపు నడిపిస్తాయి.

ఈ విశ్వంలో ప్రతి మనిషికి సమానంగా లభించిన సహజ వనరు సమయం. మనకు ఉన్న ధనం, స్థానం, శక్తి, విద్య ఇవన్నీ ఒకరికొకరు భిన్నంగా ఉండొచ్చు. కాని రోజుకు అందరికీ లభించేది మాత్రం ఒకే ఇరువది నాలుగు గంటలు. అదే ఇరువది నాలుగు గంటలను కొందరు చరిత్రగా మలుస్తారు మరికొందరు బాధగా మార్చుకుంటారు.

జీవితంలో ఓటమి అనేది చాలాసార్లు ప్రతిభలేమి వల్ల రాదు సమయాన్ని నిర్లక్ష్యం చేయడం వల్ల వస్తుంది. ఎందుకంటే కాలం చాలా నిశ్శబ్దంగా వెళ్లిపోతుంది కాని వెళ్లిపోయిన తర్వాత మన జీవితంలో ఎన్నో ఖాళీలను మిగులుస్తుంది.

అమెరికా మాజీ అధ్యక్షుడు అబ్రాహిం లింకన్ చిన్నప్పటి నుండి తీవ్రమైన పేదరికంలో జీవించాడు. రాత్రిళ్లు వీధి దీపం కింద చదువుకునేంత కష్ట పరిస్థితులు ఎదుర్కొన్నాడు. అయినా ప్రతి నిమిషాన్ని విలువైనదిగా భావించి చదువుకు, ఆత్మపరిశీలనకు సమయం కేటాయించాడు. ఆ సమయపాలనే అతడిని ప్రపంచ చరిత్రలో నిలిచిపోయే నాయకుడిగా మార్చింది.

ఆఫ్రికా ఖండానికి గర్వకారణమైన నెల్సన్ మండేలా ఇరువది ఏడు సంవత్సరాలు జైలులో గడిపినా తన సమయాన్ని ద్వేషంతో కాదు, ఆత్మవికాసంతో నింపుకున్నాడు. జైలులో ఉన్నప్పటికీ ప్రతిరోజూ పుస్తకాలు చదివాడు, తన మనసును క్రమశిక్షణతో తీర్చిదిద్దుకున్నాడు. అందుకే ఆయన కేవలం నాయకుడిగా కాదు మానవత్వానికి ప్రతీకగా నిలిచిపోయాడు.

గడియారం గోడపై వేలాడుతూ కేవలం సమయాన్ని చూపదు. నీ జీవితం తగ్గిపోతోంది మేల్కో అని మౌనంగా హెచ్చరిస్తుంది. ఈ రోజుల్లో చాలా మంది సమయం లేదు అంటారు. కాని నిజానికి సమయం లేక కాదు ప్రాధాన్యతలు లేక జీవితం గందరగోళంగా మారుతోంది. ఉదయం త్వరగా లేవడం, మాట ఇచ్చిన సమయానికి చేరుకోవడం, పనిని వాయిదా వేయకుండా పూర్తి చేయడం, ఆరోగ్యానికి కొంత సమయం కేటాయించడం ఇవన్నీ చిన్న అలవాట్లే. కాని ఈ చిన్న అలవాట్లే ఒక గొప్ప వ్యక్తిత్వానికి పునాది రాళ్లు.

ఒక రైతు సరైన కాలంలో విత్తనం వేయకపోతే పంట దక్కదు. అలాగే మన జీవితంలో సరైన సమయంలో సరైన నిర్ణయాలు తీసుకోకపోతే విజయ ఫలితాలు రావు. సమయం ముందు ఎవ్వరూ గొప్పవారు కాదు సమయాన్ని గౌరవించిన వారినే కాలం గొప్పవారిగా నిలబెడుతుంది.

డాక్టర్ ఏ. పి. జె. అబ్దుల్ కలాం చెప్పిన ఒక మాట మనకు మార్గదర్శకం 'స్వప్నం అనేది నిద్రలో చూసేది కాదు నిద్రపోనివ్వనిది. ఆ స్వప్నాన్ని నిజం చేసేది క్రమశిక్షణతో కూడిన సమయపాలనే.

సమయాన్ని ప్రేమించండి క్రమశిక్షణను జీవిత భాగస్వామిగా మార్చుకోండి అప్పుడు మీ జీవితమే ఇతరులకు ఒక ప్రేరణగా మారుతుంది. సమయపాలన మరియు క్రమశిక్షణ అనే అంశం కేవలం ఒక ఉపన్యాసం కాదు మన భవిష్యత్తును మలిచే జీవన సత్యం. సమయాన్ని గౌరవించే వారు జీవితాన్ని గెలుస్తారు

1. సమయం విలువ

   పోయిన ధనం సంపాదించవచ్చు పోయిన ఆరోగ్యం తిరిగి పొందవచ్చు కానీ పోయిన సమయం తిరిగి రాదు. అందుకే సమయాన్ని వృథా చేయడం అంటే జీవితాన్ని వృథా చేయడమే.

2. విజయవంతులందరిలో ఒకే లక్షణం

   ప్రపంచంలో గొప్ప విజయాలు సాధించినవారిలో కనిపించే ముఖ్యమైన గుణం సమయానికి విలువ ఇవ్వడం.

   జపాన్ దేశం సమయపాలనకు ప్రపంచ ఆదర్శం. జపాన్ ప్రపంచంలో క్రమశిక్షణ, సమయపాలనలో అగ్రస్థానంలో నిలిచిన దేశం. జపాన్ ప్రజల ప్రత్యేకత సమయానికి పనికి రావడం, పనిని పూర్తి చేయడం, శుభ్రత పాటించడం, బాధ్యతగా వ్యవహరించడం.

   జపాన్ బుల్లెట్ ట్రైన్స్ శింకాన్సెన్ ప్రపంచవ్యాప్తంగా సమయపాలనకు ప్రసిద్ధి. అవి కొన్ని సెకన్లు ఆలస్యమైనా క్షమాపణ చెబుతాయి. సంవత్సరానికి సగటు ఆలస్యం కొన్ని సెకన్లే ఉంటుంది. ఇది వారి క్రమశిక్షణకు గొప్ప ఉదాహరణ.

   శింకాన్సెన్ జపాన్ సాంకేతిక ప్రగతికి ప్రతీక అయితే, క్రమశిక్షణతో కూడిన వేగం విజయానికి ప్రతీక. మనం నేర్చుకోవాల్సింది సమయాన్ని గౌరవించడం అంటే ఇతరుల జీవితాన్ని కూడా గౌరవించడం.

3. సమయపాలన వల్ల కలిగే ప్రయోజనాలు:

   ఒత్తిడి తగ్గుతుంది, చివరి నిమిషంలో పరుగులు ఉండవు. నమ్మకం పెరుగుతుంది, సమయానికి వచ్చే వారిని అందరూ గౌరవిస్తారు. అవకాశాలు పెరుగుతాయి, పంక్చువల్ వ్యక్తులకు బాధ్యతలు అప్పగిస్తారు. ఆత్మవిశ్వాసం పెరుగుతుంది, విద్యార్థులకు సమయపాలన, చదువులో విజయం సాధించాలంటే టైమ్ టేబుల్, ప్రణాళిక, రెగ్యులర్ స్టడీ, చాలా ముఖ్యమైనవి.

పరీక్ష ముందు ఒకరోజు రాత్రంతా చదవడం కంటే, ప్రతిరోజూ ఒక గంట చదివే విద్యార్థి ఎక్కువ విజయవంతం అవుతాడు. ఆలస్యం, నిర్లక్ష్యం విజయానికి శత్రువులు.

1. ఆలస్యం అంటే ఏమిటి?

   చేయాల్సిన పనిని వాయిదా వేయడం. సాధారణ కారణాలు సోమరితనం, మొబైల్ వ్యసనం, భయం, నిర్లక్ష్యం, ప్లానింగ్ లేకపోవడం.

2. ఆలస్యం వల్ల కలిగే నష్టాలు:

   అవకాశాలు కోల్పోవడం, ఒత్తిడి పెరగడం, పనులు పేరుకుపోవడం, ఆత్మవిశ్వాసం తగ్గడం. జపాన్ విద్యార్థులు. పిల్లలకు చిన్నప్పటినుంచే సమయపాలన, క్రమశిక్షణ, బాధ్యత నేర్పిస్తారు. చాలా పాఠశాలల్లో విద్యార్థులే తమ క్లాస్ రూమ్ శుభ్రం చేస్తారు, సమయానికి పనులు పూర్తి చేస్తారు. ఇది వారిలో బాధ్యతను పెంచుతుంది.

3. నిర్లక్ష్యం ఎలా జీవితాన్ని దెబ్బతీస్తుంది?

   చిన్న చిన్న నిర్లక్ష్యాలు ఆరోగ్యాన్ని, సంబంధాలను, ఉద్యోగాన్ని, ఆర్థిక స్థితిని దెబ్బతీస్తాయి.

4. మొబైల్ మరియు సోషల్ మీడియా ప్రభావం:

   ఈ రోజుల్లో సమయాన్ని ఎక్కువగా వృథా చేస్తున్నది రీల్స్, నిరంతర వీక్షణ, ఆట బలహీనత . పరిష్కారం స్క్రీన్ టైమ్ పరిమితం, పనికి అవసరమైనప్పుడు మాత్రమే మొబైల్ వినియోగం, ఉదయం లేవగానే మొబైల్ చూడకపోవడం.

మొబైల్ వ్యసనం – మానవత్వాన్ని మింగేస్తున్న మౌన మహమ్మారి. కర్ణాటకలో జరిగిన ఒక విషాదకర సంఘటన నేటి సమాజానికి తీవ్రమైన హెచ్చరికగా నిలిచింది. తండ్రి తన కొడుకుకు 'ఎక్కువసేపు మొబైల్ ఫోన్ చూడొద్దు' అని చెప్పాడు. అక్క తన తమ్ముడికి 'గేమ్స్ మానేసి చదువుపై దృష్టి పెట్టు' అని సూచించింది. కాని ప్రేమతో, బాధ్యతతో చెప్పిన ఆ మాటలే చివరికి వారి ప్రాణాలను బలిగొన్నాయి.

ఈ దుర్ఘటన కేవలం ఒక కుటుంబ విషాదం మాత్రమే కాదు, వ్యక్తిత్వ వికాసం లోపించినప్పుడు, భావోద్వేగ నియంత్రణ కోల్పోయినప్పుడు, డిజిటల్ వ్యసనం ఎంత భయంకరమైన పరిణామాలకు దారితీస్తుందో తెలియజేసే సామాజిక హెచ్చరిక.

నేటి యువతలో చాలామంది మొబైల్ ఫోన్లు, ఆన్‌లైన్ గేమ్స్, సోషల్ మీడియా ప్రపంచంలో అంతగా మునిగిపోతున్నారు కాబట్టి వాస్తవ జీవిత సంబంధాల విలువను మరచిపోతున్నారు. చిన్న సూచనను కూడా విమర్శగా భావించడం, కోపాన్ని నియంత్రించుకోలేకపోవడం, తక్షణ ప్రతిస్పందనకు అలవాటు పడడం వంటి లక్షణాలు వ్యక్తిత్వ బలహీనతలకు సూచనలు.

వ్యక్తిత్వ వికాసం అంటే కేవలం మంచి ఉద్యోగం సంపాదించడం కాదు. మన భావోద్వేగాలను నియంత్రించుకోవడం, పెద్దల సూచనలను గౌరవించడం, కుటుంబ బంధాలను కాపాడుకోవడం, కోపాన్ని వివేకంతో జయించడం కూడా వ్యక్తిత్వ వికాసంలో ముఖ్యమైన అంశాలు.

ఒక మనిషి విద్యావంతుడు కావచ్చు. సాంకేతిక పరిజ్ఞానంలో నిపుణుడు కావచ్చు. కాని కోపాన్ని నియంత్రించలేకపోతే, కుటుంబ సభ్యుల ప్రేమను అర్థం చేసుకోలేకపోతే, అతని వ్యక్తిత్వ వికాసం అసంపూర్ణంగానే మిగిలిపోతుంది.

ఈ సంఘటన ప్రతి తల్లిదండ్రికి, ఉపాధ్యాయునికి, యువకుడికి ఒక సందేశాన్ని ఇస్తోంది. మొబైల్ ఫోన్ ఒక సాధనం మాత్రమే, అది మన జీవితాన్ని నియంత్రించే యజమానిగా మారకూడదు. సాంకేతికత మనిషి అభివృద్ధికి ఉపయోగపడాలి గానీ, మానవ సంబంధాలను నాశనం చేసే ఆయుధంగా మారకూడదు.

యువత గుర్తుంచుకోవలసిన విషయం ఏమిటంటే, ఒక క్షణం కోపం జీవితాంతం పశ్చాత్తాపాన్ని మిగులుస్తుంది. ఒక క్షణం సహనం జీవితాన్ని కాపాడుతుంది.

మొబైల్‌ను నియంత్రించు – మనస్సును వికసింపజేయు, కోపాన్ని జయించు – జీవితాన్ని గెలుచుకో.

5. ఆలస్యాన్ని జయించే ఐదు సూత్రాలు

1 చిన్న పనులతో ప్రారంభించండి

2 To-do list రాయండి

3 ముఖ్యమైన పనులను ముందుగా చేయండి

4 సమయానికి నిద్రపోవాలి

5 ఇప్పుడే ప్రారంభిస్తాను అనే అలవాటు పెంచుకోవాలి

ప్రతిరోజు అలవాట్లు భవిష్యత్తును ఎలా నిర్మిస్తాయి?

1. అలవాట్లు మన భవిష్యత్తును నిర్ణయిస్తాయి

మన జీవితాన్ని ఒకరోజు మార్చదు మన రోజువారీ అలవాట్లు మార్చుతాయి. మంచి అలవాట్లు ఉదయం త్వరగా లేవడం, వ్యాయామం, చదవడం, సమయపాలన, ప్లానింగ్.

2. జపాన్ ప్రజల జీవిత శైలి

జపాన్ ప్రజలు శుభ్రత, సమయపాలన, సమిష్టి బాధ్యత, క్రమశిక్షణ ను జీవన విధానంగా పాటిస్తారు. అందుకే చిన్న దేశం అయినా ప్రపంచ ఆర్థిక శక్తిగా ఎదిగింది.

3. కైజెన్ తత్వం – చిన్న చిన్న మెరుగుదలల ద్వారా గొప్ప విజయాల సాధన:

కైజెన్ తత్వం ప్రకారం జీవితంలో లేదా పనిలో ఒకేసారి పెద్ద మార్పులు చేయాల్సిన అవసరం లేదు. ప్రతిరోజూ చిన్న చిన్న మెరుగుదలలు చేసుకుంటూ ముందుకు సాగితే, కాలక్రమేణా అద్భుతమైన ఫలితాలు సాధించవచ్చు.

వ్యక్తిత్వ వికాస దృక్కోణంలో నిన్నటి కంటే ఈ రోజు కొంచెం మెరుగ్గా ఉండాలి. ఈ రోజు కంటే రేపు మరింత అభివృద్ధి చెందాలి. నిరంతర అభ్యాసం, స్వీయ సమీక్ష, స్వీయ మెరుగుదల విజయానికి పునాది.

రోజుకు ఒక చిన్న మెరుగుదల, జీవితానికి ఒక గొప్ప మార్పు. నిరంతర అభివృద్ధి అనేది ఒక్కసారిగా జరిగే అద్భుతం కాదు, ప్రతిరోజూ చేసే చిన్న ప్రయత్నాల సమాహారం. కైజెన్ అంటే పరిపూర్ణత కోసం కాదు, నిన్నటి కంటే ఈ రోజు మెరుగ్గా ఉండటానికి చేసే నిరంతర ప్రయత్నం.

కైజెన్ తత్వం అనే జపాన్ విధానం ప్రపంచవ్యాప్తంగా ప్రసిద్ధి. దాని అర్థం ప్రతిరోజూ చిన్న చిన్న మెరుగుదలలు చేయడం. రోజుకు 10 పేజీలు చదవడం, రోజుకు 15 నిమిషాలు వ్యాయామం, రోజుకు ఒక కొత్త విషయం నేర్చుకోవడం. కొన్ని సంవత్సరాల తర్వాత గొప్ప మార్పు కనిపిస్తుంది.

4. విజయవంతుల ప్రాతః కాల అలవాట్లు:

చాలా మంది విజయవంతులు ఉదయం త్వరగా లేస్తారు, రోజు ప్రణాళిక చేసుకుంటారు, వ్యాయామం చేస్తారు, చదువుతారు.

5. క్రమశిక్షణ అంటే స్వేచ్ఛ

చాలామంది క్రమశిక్షణను బంధనంగా భావిస్తారు. కాని నిజానికి క్రమశిక్షణ ఉన్నవారికే స్వేచ్ఛ ఎక్కువ. ఎందుకంటే వారి పనులు సమయానికి పూర్తవుతాయి, ఒత్తిడి తగ్గుతుంది, జీవితం సక్రమంగా ఉంటుంది.

జీవితాన్ని మార్చే 10 అలవాట్లు:

ఉదయం త్వరగా లేవడం

రోజు ప్లాన్ చేసుకోవడం

మొబైల్ వినియోగాన్ని తగ్గించడం

పుస్తకాలు చదవడం

ఆరోగ్యంపై శ్రద్ధ

సమయానికి నిద్ర

ఆలస్యం చేయకుండా పని పూర్తి చేయడం

పరిశుభ్రత పాటించడం

మాట ఇచ్చి నిలబెట్టుకోవడం

ప్రతిరోజూ స్వీయ పరిశీలన

ఒక జపాన్ రైల్వే ఉద్యోగి తన రైలు ఇరవై సెకన్లు ముందుగా బయలుదేరిందని ప్రయాణికులకు క్షమాపణ చెప్పాడు. ఎందుకు? ఎందుకంటే అక్కడ సమయం అంటే గౌరవం, బాధ్యత అంటే కర్తవ్యబోధ అని భావిస్తారు. విజయం ఒక్కరోజులో రాదు. క్రమశిక్షణ అనేది మనిషి జీవితాన్ని సాధారణ స్థాయి నుండి అసాధారణ స్థాయికి తీసుకెళ్లే మహాశక్తి.

ప్రతిభ ఉన్న ప్రతి వ్యక్తి విజయం సాధించకపోవచ్చు కాని క్రమశిక్షణ ఉన్న వ్యక్తి మాత్రం తప్పకుండా ఎదుగుతాడు. క్రమశిక్షణ అంటే కేవలం నియమాలు పాటించడం కాదు. సమయానికి లేవడం, మాట నిలబెట్టుకోవడం, బాధ్యతగా పని చేయడం, కోపాన్ని నియంత్రించడం, లక్ష్యంపై దృష్టి పెట్టడం ఇవన్నీ క్రమశిక్షణలో భాగాలు.

ఒక గ్రామీణ రైతు కుటుంబంలో పుట్టిన బాలుడు చదువుకోడానికి విద్యుత్ కూడా లేని పరిస్థితుల్లో వీధి దీపం కింద చదివి, తర్వాత దేశ అత్యున్నత పదవిని అలంకరించిన వ్యక్తి ఏ. పి. జే. అబ్దుల్ కలాం. అతని విజయానికి మూలం కేవలం తెలివి కాదు, అద్భుతమైన క్రమశిక్షణ. అలాగే టీ అమ్మే చిన్న బాలుడిగా జీవితం ప్రారంభించి, ఎన్నో కష్టాలను ఎదుర్కొని దేశ ప్రధానమంత్రిగా ఎదిగిన నరేంద్ర మోడి జీవితమూ క్రమశిక్షణకు గొప్ప ఉదాహరణ.

ప్రతి పనిని సమయానికి చేయడం, నిరంతర కృషి, లక్ష్యంపై అంకితభావం ఇవే అతన్ని ఉన్నత స్థాయికి తీసుకెళ్లాయి. పేదరికం విజయానికి అడ్డంకి కాదు. అలసత్వం, నిర్లక్ష్యం, క్రమశిక్షణ లేకపోవడమే నిజమైన అడ్డంకులు. ఒక చిన్న విత్తనం నేలలో క్రమంగా పెరిగి మహావృక్షంగా మారినట్లే మన జీవితమూ మంచి అలవాట్లు, క్రమశిక్షణ, కష్టపడి పనిచేయడం ద్వారా మహోన్నత స్థాయికి చేరుతుంది.

క్రమశిక్షణ ఉన్న చోటే గౌరవం ఉంటుంది గౌరవం ఉన్న చోటే విజయం ఉంటుంది. అది చిన్న చిన్న మంచి అలవాట్ల ఫలితం, సమయపాలన ఫలితం, క్రమశిక్షణ ఫలితం. గుర్తుంచుకోండి ఈ రోజు మీరు ఎలా గడుపుతున్నారో రేపటి మీ భవిష్యత్తు అలా తయారవుతుంది.

సమయాన్ని గౌరవించే వ్యక్తిని ప్రపంచం గౌరవిస్తుంది. క్రమశిక్షణతో జీవించే వ్యక్తికి విజయం తప్పదు.

7. ఒత్తిడి మరియు నిరాశను జయించే మార్గాలు

ఈరోజు మన సమాజంలో కనిపించని ఒక పెద్ద వ్యాధి ఉంది. అది శారీరక వ్యాధి కాదు, మానసిక ఒత్తిడి. మనిషి బయట నవ్వుతూ కనిపించినా, లోపల బాధతో కృంగిపోతున్నాడు. ముఖ్యంగా యువతలో ఒత్తిడి, నిరాశ, భయం, ఒంటరితనం రోజురోజుకూ పెరుగుతున్నాయి.

ఒత్తిడి ఎందుకు వస్తుంది?

మన జీవితంలో అధిక ఆశలు, అపజయ భయం, పోలికలు, ఆర్థిక సమస్యలు, కుటుంబ సమస్యలు, ఉద్యోగ ఒత్తిడి, సోషల్ మీడియా ప్రభావం. ఇవి ఒత్తిడికి ప్రధాన కారణాలు. ఈరోజు చాలామంది తమ జీవితాన్ని ఇతరులతో పోల్చుకుంటున్నారు. అతను అంత సంపాదిస్తున్నాడు, ఆమె అంత ముందుకెళ్లింది, నాకు ఎందుకు లేదు? ఇలాంటి ఆలోచనలు మనశ్శాంతిని దెబ్బతీస్తాయి.

సోషల్ మీడియా ఆనందమా? ఆందోళననా?

సోషల్ మీడియాలో అందరూ సంతోషంగా కనిపిస్తారు. కాని అది జీవితంలోని ఒక భాగం మాత్రమే.చాలామంది ఇతరుల విజయాలను చూసి నిరుత్సాహ పడుతున్నారు, తమ జీవితాన్ని తక్కువగా భావిస్తున్నారు, ఒంటరితనానికి గురవుతున్నారు. అందుకే నిజజీవితం మరియు సోషల్ మీడియా మధ్య తేడా తెలుసుకోవాలి.

అపజయం జీవితానికి ముగింపు కాదు. ఒక పరీక్షలో ఫెయిల్ అయితే జీవితం ఫెయిల్ అయినట్టుకాదు. ఒక ఉద్యోగం రాకపోతే అవకాశాలు ముగిసినట్టుకాదు. అపజయం అనేది ఒక పాఠం, ఒక అనుభవం, విజయానికి మార్గదర్శకం.

దక్షిణాఫ్రికాలో జాతి వివక్షకు వ్యతిరేకంగా పోరాడిన నెల్సన్ మండేలా జీవితంలో ఎన్నో కష్టాలు ఎదుర్కొన్నారు. ఆయన 27 సంవత్సరాలు జైలులో గడిపారు. ఆ కాలంలో ఒత్తిడి, నిరాశ, ఒంటరితనం ఆయనను చుట్టుముట్టాయి. కాని ఆయన తన మనసును ద్వేషంతో కాకుండా ఆశతో నింపుకున్నారు. ఆయన చెప్పిన ఒక గొప్ప సందేశం, కష్టాలు మనలను కూల్చివేయడానికి రావు, మనలోని శక్తిని వెలికి తీయడానికి వస్తాయి.

మన జీవితంలో కూడా సమస్యలు వచ్చినప్పుడు భయపడకుండా ధైర్యంగా ఎదుర్కొంటే మన ఆత్మవిశ్వాసం పెరుగుతుంది. ఒత్తిడిని జయించడానికి సహనం, క్షమ, ఆశావాదం ఎంతో అవసరం అని మండేలా జీవితం చెబుతుంది.

అబ్రహాం లింకన్ చిన్నప్పటి నుండి ఎన్నో వైఫల్యాలను ఎదుర్కొన్నారు. వ్యాపారంలో నష్టం, ఎన్నికల్లో పరాజయాలు, కుటుంబ సమస్యలు ఇవన్నీ ఆయనను తీవ్ర నిరాశలోకి నెట్టాయి. కాని ఆయన ఎప్పుడూ ప్రయత్నం ఆపలేదు. చివరకు అమెరికా అధ్యక్షుడిగా ఎదిగి ప్రపంచ చరిత్రలో చిరస్థాయిగా నిలిచారు. ఆయన జీవితం మనకు చెప్పే గొప్ప పాఠం ఓటమి అనేది అంతం కాదు, విజయానికి ముందు వచ్చే పరీక్ష మాత్రమే.

నిరాశ వచ్చినప్పుడు 'నేను చేయలేను' అని అనుకోవద్దు. ప్రతి వైఫల్యం మనల్ని మరింత బలంగా తయారుచేస్తుంది. ఆత్మవిశ్వాసం ఉన్నవారు ఎప్పటికీ ఓడిపోరు.

'మనసు ఓడిపోతేనే మనిషి ఓడిపోతాడు, మనసు నిలబడితే ప్రపంచం కూడా అతన్ని గెలవలేను. గెలిచినవాడు ఎప్పుడూ ఓడిపోనివాడు కాదు, ఓడిపోయినా మళ్లీ లేచినవాడు.

జీవితంలో తీవ్రమైన నిరాశలో ఆత్మహత్యాయత్నం చేసినా, ఆ క్షణంలో గ్రహించి, మళ్లీ లేచి నిలబడి అసాధారణ విజయం సాధించిన ఇద్దరు.

1. జేకే రౌలింగ్ – హ్యారీ పాటర్ సృష్టికర్త:

   విడాకులు, నిరుద్యోగం, పేదరికం ఒకేసారి అన్ని కష్టాలు మూటగట్టుకున్నాయి. తన కూతురుతో నివసించే చిన్న గదిలో నిరాశకు గురై, డిప్రెషన్ వల్ల చాలా దిగజారిపోయింది. ఒక దశలో ఆత్మహత్య గురించి తీవ్రంగా ఆలోచించింది, కాని తన బిడ్డ కోసం ఆ ఆలోచనను తిరస్కరించింది.

   'నేను పూర్తిగా విఫలమయ్యాను, ఆ విఫలత్వమే నాకు అవసరమైన స్వేచ్ఛను ఇచ్చింది' అని రౌలింగ్ చెప్పింది. చావుకంటే జీవించడం కష్టమే కాని చిన్న కోరిక కూడా మనిషిని ఎత్తుకువస్తుందని గ్రహించింది.

   రోజుకు ఒక్కసారి తిని, 3 సంవత్సరాలు కష్టపడి 'హ్యారీ పాటర్' రాసింది. ఇప్పుడు ఆమె బిలియనీర్ రచయిత, ప్రపంచంలోనే అత్యంత ప్రేరణాదాయక మహిళల్లో ఒకరు. తన విజయంతో 'లేచి నిలబడాలంటే తుది శ్వాస దాకా పోరాడాలి' అని నిరూపించింది.

2. లియోనెల్ మెస్సీ – ఫుట్బాల్ మాంత్రికుడు:

   కేవలం 11 ఏళ్ల బాలుడిగా ఉన్నప్పుడు, ఎదుగుదల హార్మోన్ లోపం వలన ఎప్పుడూ బలహీనంగా, చిన్నగా ఉండిపోతానే తీవ్ర మనోవేదనకు గురయ్యాడు. తను ఎప్పటికీ ఫుట్బాల్ ఆడలేనని భావించి, ఒక సాయంత్రం తన గదిలో తాడుకు ఉరేసుకోబోయాడు, కాని చివరి నిమిషంలో గ్రహించి వెనక్కి తగ్గాడు.

   'నిజమైన బలం శరీరంలో కాదు, మనసులో ఉంటుంది. నేను ఏమీ కోల్పోనట్లే, ప్రతిరోజూ మెరుగుపడతాను' అని ఆత్మవిశ్వాసంతో ముందుకు సాగాడు. తాను సర్దుకుపోవడం కాదు, పరిస్థితుల్ని సవాల్ చేయడం నేర్చుకున్నాడు.

బార్సిలోనా క్లబ్ అతనికి చికిత్స ఖర్చులు భరించింది. ఎనిమిది బాలన్ డి'ఓర్ అవార్డులు, వరల్డ్ కప్ విజేత, అన్ని సమయాల్లో గొప్ప ఫుట్బాల్ దిగ్గజాల్లో ఒకడు. ప్రతి గోల్ తర్వాత స్వర్గం వైపు చూపిస్తూ 'చావును తలపించుకున్న రోజు, నేను చావటానికి బదులు జీవించాలని నిర్ణయించుకున్నాను' అనే సందేశం ఇస్తాడు.

చీకటి గంటలే నీలోని నిజమైన వెలుగును చూపిస్తాయి. ఒక్కోసారి వెనక్కి తీసుకున్న అడుగు, ఎత్తు కొండను అధిరోహించడానికే. నీ చివరి శ్వాస దాకా లేచి నిలబడు, విజయం నీ వెంటే వస్తుంది!'

చిన్న చిన్న కారణాలకు కూడా కొందరు ప్రాణాలు తీసుకుంటున్నారు. ప్రేమ విఫలం, పరీక్ష ఫలితాలు, కుటుంబ ఒత్తిడి, ఉద్యోగ సమస్యలు. కాని గుర్తుంచుకోండి, ఆత్మహత్య సమస్యకు పరిష్కారం కాదు. అది తాత్కాలిక సమస్యకు శాశ్వత ముగింపు. ఒక వ్యక్తి చనిపోతే తల్లిదండ్రులు జీవితాంతం బాధపడతారు, కుటుంబం కృంగిపోతుంది, సమాజం ఒక మంచి మనిషిని కోల్పోతుంది.

ఒత్తిడిని ఎలా తగ్గించుకోవాలి?

మనసులోని బాధను పంచుకోవాలి, మంచి స్నేహితుడు, తల్లిదండ్రులు లేదా గురువుతో మాట్లాడాలి. శారీరక వ్యాయామం చేయాలి

నడక, లోతైన శ్వాసాభ్యాసం మనసుకు ప్రశాంతత ఇస్తాయి.

ప్రతిరోజూ కొంతసేపు నడక చేయడం శరీరానికే కాదు మనసుకూ గొప్ప ఔషధం. మనం నడిచేటప్పుడు మన మెదడు ప్రశాంతంగా మారుతుంది. ఒత్తిడి, ఆందోళన, నిరాశ క్రమంగా తగ్గుతాయి. ఉదయాన్నే స్వచ్ఛమైన గాలిలో నడిస్తే మనలో కొత్త ఉత్సాహం కలుగుతుంది.

నడక మనకు చెబుతున్న గొప్ప సందేశం ఏమిటంటే, ఒక్కో అడుగు ముందుకు వేస్తేనే గమ్యం చేరగలం. జీవితంలో సమస్యలు వచ్చినప్పుడు ఆగిపోవద్దు. నడకలా నెమ్మదిగా అయినా ముందుకు సాగాలి. ప్రతి అడుగు విజయానికి దగ్గర చేస్తుంది.

లోతుగా శ్వాస తీసుకోవడం మన మనసును ప్రశాంతపరచే అద్భుతమైన సాధనం. కోపం, టెన్షన్, భయం వచ్చినప్పుడు కాసేపు కళ్లుమూసుకొని లోతుగా శ్వాస తీసుకుంటే మన ఆలోచనలు స్థిరపడతాయి. లోతైన శ్వాస మనకు నేర్పేది, శ్వాసను నియంత్రించగలిగినవాడు, తన మనసును కూడా నియంత్రించగలడు. జీవితంలో ఒత్తిడి వచ్చినప్పుడు భయపడకుండా కాసేపు ప్రశాంతంగా శ్వాస తీసుకోండి. మనసు నిశ్చలమైతే సమస్యలకు పరిష్కారాలు స్పష్టంగా కనిపిస్తాయి.

బుద్ధుడు ప్రపంచానికి ఇచ్చిన అత్యంత గొప్ప బహుమతుల్లో 'విపశ్యన ధ్యానం' ఒకటి. విపశ్యన అంటే విషయాలను యథార్థంగా చూడడం, మన మనసును లోతుగా పరిశీలించడం. మన జీవితంలో కోపం, భయం, ఒత్తిడి, నిరాశ ఇవన్నీ మన ఆలోచనల నుంచే పుడతాయి. బుద్ధుడు చెప్పింది ఏమిటంటే,

మనసే మన జీవితానికి మూలం. మన ఆలోచనలు మారితే జీవితం మారుతుంది. విపశ్యన ధ్యానంలో మనం ప్రశాంతంగా కూర్చొని శ్వాసపై దృష్టి పెడతాం. అలా చేయడం వల్ల మన మనసు నెమ్మదిగా ప్రశాంతమవుతుంది. కోపం తగ్గుతుంది. ఆందోళన తగ్గుతుంది. ఆత్మవిశ్వాసం పెరుగుతుంది.

బుద్ధుని జీవితం మనకు నేర్పిన గొప్ప సత్యం సమస్యల నుంచి పారిపోవద్దు, మనసును అర్థం చేసుకోవాలి, ప్రశాంతతలోనే నిజమైన శక్తి ఉంటుంది. బయటి ప్రపంచాన్ని గెలవడం కన్నా మన మనసును గెలవడం గొప్ప విజయం. విపశ్యన మనకు సహనం, ప్రశాంతత, స్పష్టమైన ఆలోచనలను ఇస్తుంది. ప్రశాంతమైన మనసు ఉన్నవాడు ఎంతటి తుఫాన్నైనా ధైర్యంగా ఎదుర్కోగలడు.

రోజుకు కొద్ది నిమిషాలైనా ధ్యానం చేయండి. మీ మనసు ప్రశాంతమైతే, మీ జీవితం వెలుగుతో నిండిపోతుంది. నడక శరీరానికి శక్తినిస్తే, లోతైన శ్వాస మనసుకు శాంతినిస్తుంది. ఈ రెండు అలవాట్లు మన జీవితాన్ని ఆరోగ్యంగా, ఆనందంగా, ఆత్మవిశ్వాసంతో ముందుకు నడిపిస్తాయి. ఆరోగ్యమైన శరీరం – ప్రశాంతమైన మనసు – విజయవంతమైన జీవితం.

మొబైల్ వినియోగాన్ని తగ్గించాలి, సోషల్ మీడియాకు పరిమితి అవసరం. మంచి పుస్తకాలు చదవాలి.

ఒత్తిడి నియంత్రణ మరియు వ్యక్తిత్వ వికాసంపై ప్రపంచ ప్రసిద్ధ పుస్తకాలు:

1. The Power of Positive Thinking – రచయిత: Norman Vincent Peale

   ఈ పుస్తకం ప్రపంచవ్యాప్తంగా కోట్లాది మందికి ఆత్మవిశ్వాసాన్ని పెంచిన గొప్ప గ్రంథంగా గుర్తింపు పొందింది. మన ఆలోచనలు సానుకూలంగా ఉంటే ఒత్తిడి, భయం, నిరాశలను జయించవచ్చని రచయిత వివరిస్తారు. మన ఆలోచనలు మారితే మన జీవితం మారుతుంది.

   ఈ పుస్తకం మనసులో ధైర్యం, ఆశావాదం, విశ్వాసం పెంచి వ్యక్తిత్వ వికాసానికి దోహదపడుతుంది.

2. How to Stop Worrying and Start Living – రచయిత: Dale Carnegie

   ఒత్తిడి మరియు ఆందోళనను ఎలా తగ్గించుకోవాలో అత్యంత సరళంగా చెప్పిన ప్రసిద్ధ పుస్తకం ఇది. జీవితంలో సమస్యలు వచ్చినప్పుడు భయపడకుండా వాటిని ధైర్యంగా ఎదుర్కోవాలని డేల్ కార్నెగీ చెబుతారు. గతాన్ని బాధపడవద్దు, భవిష్యత్తును భయపడవద్దు, ఈరోజును ధైర్యంగా జీవించండి. ఈ పుస్తకం మనసుకు ప్రశాంతతను ఇచ్చి సానుకూల జీవనశైలిని అలవాటు చేస్తుంది.

3. The Monk Who Sold His Ferrari – రచయిత: Robin Sharma

   ఆధునిక జీవితంలో ఒత్తిడి మధ్య ప్రశాంతతను ఎలా పొందాలో ఈ పుస్తకం గొప్పగా వివరిస్తుంది. సంపద మాత్రమే కాదు, మనశ్శాంతి కూడా ముఖ్యమని ఈ గ్రంథం చెబుతుంది. బయటి విజయానికి ముందు మనసులో విజయం సాధించాలి. ఈ పుస్తకం క్రమశిక్షణ, సానుకూల ఆలోచనలు,

సమయపాలన వంటి అంశాల ద్వారా వ్యక్తిత్వ వికాసానికి మార్గదర్శిగా నిలుస్తుంది. ఒత్తిడి మన జీవితంలో భాగమే. కాని గొప్ప పుస్తకాలు మనకు దారిచూపే గురువుల్లాంటివి.

సానుకూల ఆలోచనలు మనసుకు శక్తినిస్తాయి. ఆందోళనను నియంత్రించడం జీవితం అందంగా మారుస్తుంది. ప్రశాంతమైన మనసే నిజమైన విజయానికి మూలం. పుస్తకాలు చదివే మనిషి ఒంటరిగా ఉండడు, అతని వెంట ప్రపంచ మహానుభావుల జ్ఞానం ఉంటుంది.

ప్రేరణాత్మక జీవిత చరిత్రలు ధైర్యాన్ని పెంచుతాయి.

4. Touching the Zenith – రచయిత: N. Nageswara Rao

కేవలం ఒక పుస్తకం మాత్రమే కాదు, సాధారణ వ్యక్తిని అసాధారణ విజయాల వైపు నడిపించే వ్యక్తిత్వ వికాస మార్గదర్శి. ఈ గ్రంథం పాఠకుల్లో ఆత్మవిశ్వాసాన్ని పెంపొందించి, సానుకూల ఆలోచనలను అలవర్చుకొని, జీవిత లక్ష్యాలను స్పష్టంగా నిర్దేశించుకునేలా ప్రేరేపిస్తుంది.

ఈ పుస్తకంలో విజయానికి అవసరమైన క్రమశిక్షణ, సమయపాలన, స్వీయ అవగాహన, నాయకత్వ లక్షణాలు, మానవీయ విలువలు మరియు నిరంతర అభ్యాసం వంటి అంశాలను సరళమైన భాషలో వివరించారు. రచయిత తన అనుభవాలు, జీవిత పాఠాలు మరియు ప్రేరణాత్మక ఉదాహరణల ద్వారా పాఠకుడిలో నూతన ఉత్సాహాన్ని నింపుతారు.

ఈ గ్రంథం యువతకు, ఉద్యోగార్థులకు, ఉపాధ్యాయులకు, నాయకత్వ లక్షణాలు పెంపొందించుకోవాలనుకునే వారికి, అలాగే జీవితంలో మరింత ఉన్నత శిఖరాలను అధిరోహించాలనుకునే ప్రతి ఒక్కరికీ ఉపయోగకరమైన మార్గదర్శకంగా నిలుస్తుంది.

సంక్షిప్తంగా:

Touching the Zenith పాఠకుడిలో దాగి ఉన్న సామర్థ్యాన్ని మేల్కొలిపి, విజయ శిఖరాలను చేరుకోవడానికి అవసరమైన ఆలోచనా శక్తి, ఆత్మవిశ్వాసం మరియు కార్యదీక్షను పెంపొందించే ప్రేరణాత్మక గ్రంథం. ఇది చదివిన తర్వాత 'నేను కూడా సాధించగలను' అనే విశ్వాసం ప్రతి పాఠకుడిలో కలుగుతుంది.

'శిఖరాలను తాకాలంటే ముందుగా మన ఆలోచనలు శిఖరాలను చేరాలి, ఆ ప్రయాణానికి మార్గదర్శి Touching the Zenith.'

5. ప్రకృతికి దగ్గరగా ఉండాలి:

'Let Nature be your teacher' అనే భావాన్ని ప్రపంచ ప్రసిద్ధ కవి William Wordsworth తన రచనల ద్వారా ప్రపంచానికి పరిచయం చేశారు. ఆయన ప్రకృతిని గొప్ప గురువుగా భావించారు.

విలియం వర్డ్స్‌వర్త్ ప్రకృతి మధ్య జీవిస్తూ, ప్రకృతి మనిషికి ప్రశాంతత, మంచి ఆలోచనలు, ఆత్మపరిశీలన నేర్పుతుందని చెప్పారు. ఆయన కవిత్వంలో చెట్లు, పర్వతాలు, నదులు, పక్షులు అన్నీ జీవితం గురించి గొప్ప పాఠాలు చెబుతాయి.

ఆయన భావం ఏమిటంటే, ప్రకృతి మనసుకు శాంతినిస్తుంది, ఒత్తిడిని తగ్గిస్తుంది, మన ఆలోచనలను పవిత్రం చేస్తుంది, వినయం, సహనం, క్రమశిక్షణ నేర్పుతుంది. పుస్తకాలు జ్ఞానం ఇస్తాయి, కాని ప్రకృతి జీవితం ఎలా జీవించాలో నేర్పుతుంది. చెట్టు లాగా సహనంగా ఉండాలి, నది లాగా ముందుకు సాగాలి, సూర్యుడు లాగా ప్రతి రోజు కొత్త ఆశతో ప్రారంభించాలి. ప్రకృతిని గురువుగా స్వీకరించినవాడు జీవితాన్ని ప్రశాంతంగా, ఆనందంగా గడపగలడు. ప్రకృతి మనిషికి అత్యుత్తమ గురువు. చెట్లు, పక్షులు, నదులు, పర్వతాలు ఇవన్నీ మనసుకు ప్రశాంతతను ఇస్తాయి. ఆధునిక జీవితంలో పెరుగుతున్న ఒత్తిడి, ఆందోళన, నిరాశలకు ప్రకృతి ఒక సహజ ఔషధంగా ప్రపంచవ్యాప్తంగా గుర్తింపు పొందింది.

మనసు అలసిపోయినప్పుడు ప్రకృతిలో కొంతసేపు గడిపితే ఆలోచనలు ప్రశాంతమవుతాయి. పచ్చని చెట్లు, ఉదయపు సూర్యకాంతి, స్వచ్ఛమైన గాలి మన మెదడులో సానుకూల భావాలను పెంచుతాయి. అందుకే వైద్యులు, మానసిక నిపుణులు ప్రకృతి చికిత్స లేదా పర్యావరణ చికిత్స ను ఒత్తిడి నియంత్రణలో ఉపయోగిస్తున్నారు.

ప్రకృతి మనకు నేర్పే వ్యక్తిత్వ వికాస పాఠాలు, చెట్టు మనకు సహనాన్ని నేర్పుతుంది.నది ఎన్ని అడ్డంకులు వచ్చినా ముందుకు సాగాలని చెబుతుంది. సూర్యుడు ప్రతిరోజూ కొత్త ఆశతో ఉదయించాలని గుర్తు చేస్తాడు.పక్షులు స్వేచ్ఛగా జీవించడం నేర్పిస్తాయి.

ఒత్తిడి నియంత్రణలో ప్రకృతి పాత్ర, ఉదయం పార్కులో నడక చేయడం మనసుకు శాంతినిస్తుంది. పచ్చని వాతావరణంలో గడపడం రక్తపోటును తగ్గిస్తుంది. మొక్కలు పెంచడం మనలో బాధ్యతా భావాన్ని పెంచుతుంది. మనిషి ప్రకృతికి దగ్గరగా ఉంటే మనసు ప్రశాంతంగా ఉంటుంది. ప్రకృతి మనలోని కోపం, ఒత్తిడి, నిరాశలను నెమ్మదిగా తొలగిస్తుంది. ప్రకృతిని ప్రేమించే మనసు ఎప్పుడూ ప్రశాంతంగా ఉంటుంది. జీవితంలో ఎంత బిజీగా ఉన్నా రోజుకు కొంతసేపైనా ప్రకృతితో గడపండి. అప్పుడు మనసు నిశ్చలమై, వ్యక్తిత్వం వికసించి, జీవితం ఆనందంగా మారుతుంది. ప్రకృతి మనసుకు శాంతిని ఇస్తుంది.

6. కుటుంబం పాత్ర:

తల్లిదండ్రులు పిల్లలపై అధిక ఒత్తిడి పెట్టకూడదు, పోలికలు చేయకూడదు, ప్రేమతో ప్రోత్సహించాలి. వ్యక్తిత్వ వికాసానికి మానవత్వమే పునాది. నేటి సమాజంలో మనిషి విలువను అతని సంపద, హోదా,

ఆస్తుల ఆధారంగా కొలిచే పరిస్థితి ఏర్పడింది. కాని నిజమైన వ్యక్తిత్వం డబ్బులో కాదు, మన హృదయంలోని ప్రేమ, కృతజ్ఞత, మానవత్వంలో ఉంటుంది.

అస్సాంలో జరిగిన ఒక చిన్న సంఘటన దీనికి అద్భుతమైన ఉదాహరణ. మానసిక అనారోగ్యంతో బాధపడుతున్న బాబుల్ దాస్ అనే వ్యక్తి ఒక పెళ్లికి ఆహ్వానం లేకుండానే వెళ్లాడు. అక్కడ ఉన్నవారు అతనిని నిర్లక్ష్యం చేయకుండా, ఇతర అతిథులతో సమానంగా గౌరవించి భోజనం పెట్టారు.

భోజనం చేసిన తర్వాత బాబుల్ దాస్ నిశ్శబ్దంగా వెళ్లిపోలేదు. తన చిరిగిన జేబులో ఉన్న పది రూపాయల నోటును తీసి నూతన వధూవరులకు ఆశీర్వాదంగా అందించాడు. అది కేవలం పది రూపాయలు కాదు; కృతజ్ఞత, ప్రేమ, స్వచ్ఛమైన హృదయానికి ప్రతీక.

ఈ సంఘటన మనకు ఒక గొప్ప జీవిత పాఠాన్ని నేర్పుతుంది. నిజమైన సంపద బ్యాంకు ఖాతాలో ఉండదు, అది మన హృదయంలో ఉంటుంది. మనకు చేసిన చిన్న సహాయాన్ని గుర్తుంచుకుని కృతజ్ఞత చూపగలగడం గొప్ప వ్యక్తిత్వ లక్షణం. ప్రేమతో ఇచ్చిన చిన్న కానుక కూడా కోట్ల రూపాయల బహుమతుల కంటే విలువైనదిగా మారుతుంది.

వ్యక్తిత్వ వికాసం అంటే కేవలం మాట్లాడే నైపుణ్యం, విద్య, ఉద్యోగ విజయం మాత్రమే కాదు. ఇతరుల పట్ల గౌరవం, కరుణ, కృతజ్ఞత, మానవత్వం కలిగి ఉండటం కూడా అంతే ముఖ్యమైనది. బాబుల్ దాస్ కథ మనకు గుర్తుచేసేది ఒక్కటే. మనిషి గొప్పతనం అతని దగ్గర ఎంత ఉందో దానిలో కాదు, అతను ఎంత ప్రేమను పంచగలడో దానిలో ఉంది.ఈ చిన్న సంఘటన వ్యక్తిత్వ వికాసంలో మానవత్వం, కృతజ్ఞత, వినయం, ప్రేమ ఎంత ముఖ్యమో తెలియజేసే అద్భుతమైన ఉదాహరణ.

వ్యక్తిత్వ వికాసం, కుటుంబ విలువలు, మానవత్వం అనే కోణంలో మన కళ్ల ఎదుట జరిగిన వాస్తవ సంఘటన. తల్లి ప్రేమకు ధర లేదు, మానవత్వానికి ప్రత్యామ్నాయం లేదు. ఈ ప్రపంచంలో మనం మొదటిసారి పలికే పదం అమ్మ. మన కన్నీటిని చూసి కరిగిపోయే హృదయం ఆమెది. మన నవ్వులో తన ఆనందాన్ని వెతికే ఆత్మ ఆమెది. మన భవిష్యత్తు కోసం తన వర్తమానాన్ని త్యాగం చేసే మహోన్నత వ్యక్తిత్వం ఆమెది. తల్లి ప్రేమ అనేది ప్రకృతి ప్రసాదించిన అత్యంత పవిత్రమైన వరం.

అయితే నేడు మన సమాజంలో చోటు చేసుకుంటున్న కొన్ని సంఘటనలు మనసును కలచివేస్తున్నాయి. డబ్బు, ఆస్తి, స్వార్థం అనే మాయాజాలంలో పడిపోయిన మనిషి, తనను మనిషిగా నిలబెట్టిన విలువలను మరచిపోతున్నాడు.

ఒక విషాదకర సంఘటన మన ముందుకు ఒక గంభీరమైన ప్రశ్నను తీసుకొచ్చింది. ఒక తల్లి తన ఇద్దరు కొడుకులను సమానంగా ప్రేమించింది. వారిద్దరికీ ఒకే కడుపున జన్మనిచ్చింది. వారి ఆనందం కోసం తన ఆనందాలను త్యాగం చేసింది. వారి భవిష్యత్తు కోసం ఎన్నో కష్టాలను భరించింది. కాని ఆమె కన్నుమూసిన తర్వాత ఆమె మృతదేహం ముందే ఆస్తి తగాదాలు ప్రారంభమయ్యాయి. అక్కడ తల్లి

జ్ఞాపకాలు కనిపించలేదు. అక్కడ ప్రేమ కనిపించలేదు. అక్కడ కృతజ్ఞత కనిపించలేదు. కనిపించింది ఒక్కటే స్వార్థం.

వ్యక్తిత్వ వికాసం మనకు నేర్పే మొదటి పాఠం ఏమిటంటే, మనిషి విలువ అతని సంపదలో కాదు, అతని సంస్కారంలో ఉంటుంది. ఎంత పెద్ద ఆస్తులు సంపాదించినా, తల్లిదండ్రులను గౌరవించలేకపోతే అది విజయం కాదు. ఎంత ఉన్నత స్థాయికి ఎదిగినా, మనుషులను ప్రేమించలేకపోతే అది అభివృద్ధి కాదు.

ఎంత ధనవంతుడైనా, కృతజ్ఞత లేని వ్యక్తి నిజానికి పేదవాడే. నేటి యువత గుర్తుంచుకోవలసిన ఒక గొప్ప సత్యం ఉంది. తల్లి ఇచ్చిన ప్రేమకు ధర లేదు. తండ్రి చేసిన త్యాగాలకు కొలత లేదు. వారి ఆశీర్వాదాలకు ప్రత్యామ్నాయం లేదు. ఆస్తులు మనకు సౌకర్యాలను ఇవ్వగలవు. కాని మనశ్శాంతిని ఇవ్వలేవు. డబ్బు ఇల్లు కట్టగలదు. కాని కుటుంబాన్ని నిర్మించలేదు. ఆస్తి వారసత్వంగా రావచ్చు. మంచి వ్యక్తిత్వం మాత్రం సంస్కారాల ద్వారానే వస్తుంది.

ఈ సంఘటన మనందరికీ ఒక హెచ్చరిక. మన పిల్లలకు ఆస్తులు ఇవ్వడం కంటే ముందు విలువలను నేర్పాలి. విజయం సాధించడం కంటే ముందు మానవత్వాన్ని నేర్పాలి. పోటీ పడటం కంటే ముందు ప్రేమించడం నేర్పాలి. ఎందుకంటే చివరికి మనతో వచ్చేది బ్యాంకు ఖాతాలు కావు, మనం చేసిన మంచి పనుల జ్ఞాపకాలే. మనం తీసుకెళ్లేది భూములు కాదు, మన మానవత్వమే.

అందుకే తల్లిదండ్రులు బ్రతికున్నప్పుడే వారిని గౌరవిద్దాం. వారి ప్రేమకు కృతజ్ఞత చూపుదాం. వారి ఆశీస్సులను సంపదగా భావిద్దాం. జీవితంలో గొప్ప విజయాలు సాధించడం కన్నా, మనలను పెంచిన వారిని గౌరవించడం గొప్ప వ్యక్తిత్వానికి గుర్తు. అమ్మను పూజించే ఇల్లు ఆలయమవుతుంది, తల్లిదండ్రులను గౌరవించే కుటుంబం ఆదర్శమవుతుంది, ప్రేమను కాపాడుకునే మనిషి నిజమైన విజేత అవుతాడు.

ఇదే వ్యక్తిత్వ వికాసం యొక్క అసలు సారం. ఇదే మానవత్వం యొక్క నిజమైన అర్థం. మార్కులు జీవితాన్ని నిర్ణయించవు, మనోబలం నిర్ణయిస్తుంది. చీకటి ఎంత గాఢమైనా ఉదయం తప్పకుండా వస్తుంది. ప్రతి సమస్యకు పరిష్కారం ఉంది.

జీవితం అమూల్యమైనది.ధైర్యంగా నిలబడండి, విజయమే మీ ముందుంటుంది.

ఈరోజు ప్రపంచంలో అత్యంత ప్రమాదకరమైన సమస్యల్లో ఒకటి మానసిక ఒత్తిడి. మనిషి బయట నవ్వుతూ కనిపించినా లోపల మాత్రం బాధ, భయం, నిరాశ, ఒంటరితనం తో జీవిస్తున్నాడు. ప్రత్యేకంగా యువతలో పరీక్షల ఒత్తిడి, ఉద్యోగ భయం, ప్రేమ విఫలం, ఆర్థిక సమస్యలు, సోషల్ మీడియా ప్రభావం వల్ల మానసిక ఆందోళనలు పెరుగుతున్నాయి.

గుర్తుంచుకోవాల్సినది ఒత్తిడి సమస్య కాదు దాన్ని ఎలా ఎదుర్కొంటామనేదే అసలు విషయం.

ఒత్తిడి ఎందుకు వస్తుంది?

1. అధిక ఆశలు

మనకు అవసరమైన దానికంటే ఎక్కువ ఆశించడం, వల్ల నిరాశ పెరుగుతుంది. ఉదాహరణ వెంటనే ఉద్యోగం రావాలి, వెంటనే ధనవంతుడు కావాలి, అందరూ నన్ను మెచ్చుకోవాలని ఆశించడం ఒత్తిడికి కారణం.

2. పోలికలు

ఈ రోజుల్లో చాలామంది తమ జీవితాన్ని, తమ జీతాన్ని, తమ అందాన్ని, తమ విజయాన్ని ఇతరులతో పోల్చుకుంటున్నారు. ఫలితం అసంతృప్తి, నిస్పృహ, తక్కువ భావన.

3. సోషల్ మీడియా ప్రభావం

ఇంస్టా గ్రామ్, ఫేస్ బుక్, యు ట్యూబు లో అందరూ ఆనందంగా కనిపిస్తారు. కాని అది జీవితంలోని ఒక భాగం మాత్రమే. చాలామంది ఇతరుల విజయాలు చూసి బాధపడుతున్నారు, తమ జీవితాన్ని తక్కువగా భావిస్తున్నారు, ఒంటరితనానికి గురవుతున్నారు

దక్షిణ కొరియా యువత ఒత్తిడి మధ్య విజయ పోరాటం

ప్రపంచంలో అత్యంత వేగంగా అభివృద్ధి చెందిన దేశాల్లో దక్షిణ కొరియా ఒకటి. సాంకేతికత, విద్య, పరిశ్రమలు, క్రమశిక్షణలో ఈ దేశం ప్రపంచానికి ఆదర్శంగా నిలిచింది. కాని ఈ అభివృద్ధి వెనుక యువత ఎదుర్కొంటున్న తీవ్రమైన మానసిక ఒత్తిడి కూడా ఒక పెద్ద సమస్యగా మారింది.

యువతలో ఒత్తిడి పెరగడానికి ప్రధాన కారణాలు

1. తీవ్రమైన విద్యా పోటీ

   దక్షిణ కొరియాలో విద్యకు అత్యంత ప్రాధాన్యం ఉంటుంది. చిన్నప్పటి నుంచే విద్యార్థులు గంటల తరబడి చదువుకోవాలి. మంచి మార్కులు, మంచి యూనివర్సిటీ, మంచి ఉద్యోగం కోసం నిరంతర పోటీ ఉంటుంది. ఈ ఒత్తిడి వల్ల చాలామంది యువత ఆందోళన, భయం, నిరాశకు గురవుతున్నారు.

2. ఉద్యోగ ఒత్తిడి

   పెద్ద కంపెనీల్లో ఉద్యోగం పొందడం అక్కడ యువతకు ఒక పెద్ద లక్ష్యం. కాని ఉద్యోగాల కోసం తీవ్రమైన పోటీ ఉండటం వల్ల యువతలో అస్థిరత పెరుగుతోంది. నేను వెనుకబడిపోతానా? అనే భయం వారిని మానసికంగా అలసటకు గురిచేస్తోంది.

3. సోషల్ మీడియా మరియు అందంపై ప్రభావం

సోషల్ మీడియా ద్వారా పర్ఫెక్ట్ లైఫ్, పర్ఫెక్ట్ బ్యూటీ, అనే భావనలు యువతపై తీవ్రమైన ప్రభావం చూపుతున్నాయి.

ఇతరులతో తమను పోల్చుకోవడం వల్ల చాలామంది తక్కువతన భావనకు గురవుతున్నారు. దీంతో ఒత్తిడి, ఒంటరితనం, డిప్రెషన్ వంటి సమస్యలు పెరుగుతున్నాయని అనేక మానసిక అధ్యయనాలు తెలియజేస్తున్నాయి.

పరిష్కార మార్గాల వైపు దక్షిణ కొరియా

ఈ సమస్యలను గుర్తించిన తర్వాత అక్కడి ప్రభుత్వం, విద్యాసంస్థలు, సమాజం కలిసి యువత మానసిక ఆరోగ్యంపై ప్రత్యేక దృష్టి పెట్టడం ప్రారంభించాయి. ధ్యానం ద్వారా మనసుకు ప్రశాంతత కలిగించేందుకు అనేక మెడిటేషన్ కేంద్రాలు ఏర్పడుతున్నాయి. యువత రోజుకు కొంతసేపు ధ్యానం చేయడం ద్వారా ఒత్తిడిని తగ్గించుకుంటున్నారు. మానసిక ఆరోగ్య వికాస కార్యక్రమాలు పాఠశాలలు, కళాశాలలు, కార్యాలయాల్లో మానసిక ఆరోగ్య కార్యక్రమాలు నిర్వహిస్తున్నారు.

ఒత్తిడి నిర్వహణ:

జీవితంలో ఎదురయ్యే ఒత్తిళ్లు, సవాళ్లను ప్రశాంతంగా, సమర్థవంతంగా ఎదుర్కొనే సామర్థ్యం. ఇది మానసిక ఆరోగ్యాన్ని, పనితీరును మెరుగుపరుస్తుంది.

సానుకూల ఆలోచన:

ప్రతి పరిస్థితిలో మంచి కోణాన్ని గుర్తించి, ఆశావాదంతో ముందుకు సాగే మనస్తత్వం. ఇది ఆత్మవిశ్వాసాన్ని పెంచి విజయానికి మార్గం చూపుతుంది.

భావోద్వేగ సమతుల్యత:

సంతోషం, కోపం, బాధ, నిరాశ వంటి భావోద్వేగాలను సమతుల్యంగా నియంత్రించుకొని సరైన నిర్ణయాలు తీసుకునే సామర్థ్యం.

ఒత్తిడిని నియంత్రించగలిగినవాడు ప్రశాంతతను పొందుతాడు; సానుకూలంగా ఆలోచించగలిగినవాడు అవకాశాలను సృష్టిస్తాడు, భావోద్వేగాలను సమతుల్యం చేసుకోగలిగినవాడు జీవితాన్ని విజయవంతంగా నడిపిస్తాడు. ఒత్తిడి నిర్వహణ మనసుకు బలం, సానుకూల ఆలోచన ఆశకు వెలుగు, భావోద్వేగ సమతుల్యత వ్యక్తిత్వానికి అందం.

యువత తమ సమస్యలను భయపడకుండా చెప్పుకునేందుకు కౌన్సిలింగ్ కేంద్రాలను ఏర్పాటు చేస్తున్నారు. మనసులోని బాధను పంచుకుంటే సమస్యకు పరిష్కారం సులభమవుతుందని

అక్కడి సమాజం అర్థం చేసుకుంటోంది. విజయం కోసం కష్టపడటం అవసరం. కాని మనశ్శాంతిని కోల్పోయే విజయం నిజమైన విజయం కాదు.

దక్షిణ కొరియా యువత మనకు ఒక గొప్ప సందేశం ఇస్తోంది:

ఒత్తిడి వచ్చినప్పుడు సహాయం కోరాలి, ప్రకృతి, వ్యాయామం అలవాటు చేసుకోవాలి, సోషల్ మీడియాలో కనిపించేది మొత్తం నిజం కాదని గుర్తుంచుకోవాలి, మన జీవితాన్ని ఇతరులతో పోల్చుకోవద్దు. మనసు ప్రశాంతంగా ఉంటేనే నిజమైన విజయం మన సొంతమవుతుంది."

మనం నేర్చుకోవాల్సింది పోటీ అవసరం కాని మనశ్శాంతి కోల్పోయేంత కాదు.

4. అపజయ భయం

నేను ఫెయిల్ అయితే? అనే భయం చాలా మందిని కృంగదీస్తుంది. కాని ఒక పరీక్షలో ఫెయిల్ అయితే జీవితం ఫెయిల్ కాలేదు. ఒక ఉద్యోగం రాకపోతే అవకాశాలు ముగియలేదు. అపజయం జీవితానికి ముగింపు కాదు.

సోషల్ మీడియా మోజు – ప్రదర్శన వెనుక దాగిన ప్రమాదం:

నేటి డిజిటల్ యుగంలో సోషల్ మీడియా మన జీవితంలో ఒక భాగంగా మారింది. అయితే గుర్తింపు, లైక్స్, వ్యూస్, ఫాలోవర్స్ కోసం చేసే కొన్ని చర్యలు మన జీవితాన్నే ప్రమాదంలోకి నెట్టవచ్చని ఇటీవల జరిగిన ఒక సంఘటన స్పష్టంగా తెలియజేస్తోంది.

మధ్యప్రదేశ్‌కు చెందిన ఒక ప్రముఖ సోషల్ మీడియా ఇన్‌ఫ్లుయెన్సర్ తన వద్ద ఉన్న ఖరీదైన బంగారు ఆభరణాలను రీల్స్ ద్వారా ప్రపంచానికి ప్రదర్శించింది. ఆమె ఉద్దేశ్యం అభిమానులను ఆకట్టుకోవడమే కావచ్చు. కానీ ఆ వీడియోలను చూసిన కొందరు దుర్మార్గులు ఆమె సంపద గురించి పూర్తి అవగాహన పొందారు. సరైన సమయం కోసం వేచి చూసి, ఇంట్లో ఎవరూ లేని సమయంలో చోరీకి పాల్పడి లక్షల రూపాయల విలువైన ఆభరణాలను దోచుకెళ్లారు.

ఈ సంఘటన మనందరికీ ఒక ముఖ్యమైన జీవిత పాఠాన్ని నేర్పుతోంది. వ్యక్తిత్వ వికాసం అంటే మన విజయాలను ప్రదర్శించడం కాదు; వాటిని సంరక్షించుకోవడం. నిజమైన తెలివితేటలు మన దగ్గర ఏమి ఉందో ప్రపంచానికి చూపించడంలో లేవు. మన భద్రత, కుటుంబ రక్షణ, వ్యక్తిగత గోప్యతను కాపాడుకోవడంలో ఉన్నాయి. సోషల్ మీడియాలో ప్రతి విషయం పంచుకోవడం ఆధునికత కాదు. ఏది పంచుకోవాలి? ఏది పంచుకోకూడదు? అనే వివేచన కలిగి ఉండటమే పరిపక్వత.

నేడు చాలామంది తమ సంపద, విలాసవంతమైన జీవితం, ఖరీదైన వస్తువులు, ప్రయాణాలు, నగలు, వ్యక్తిగత వివరాలను సోషల్ మీడియాలో ప్రదర్శిస్తున్నారు. ఇది కొంతమందిలో అసూయను,

మరికొందరిలో నేరప్రవృత్తిని ప్రేరేపించే అవకాశం ఉంది. మన ఆనందాన్ని పంచుకోవాలనే ఉద్దేశ్యం, తెలియకుండానే మన భద్రతకు ముప్పుగా మారవచ్చు.

గుర్తుంచుకోవాల్సిన సూత్రాలు:

సోషల్ మీడియాలో గుర్తింపు కంటే వ్యక్తిగత భద్రత ముఖ్యమైనది. లైక్స్ కంటే జీవిత విలువ గొప్పది. ప్రదర్శన కంటే వివేకం శ్రేష్ఠమైనది. గోప్యతను కాపాడుకోవడం కూడా ఒక వ్యక్తిత్వ లక్షణమే. డిజిటల్ ప్రపంచంలో బాధ్యతాయుత ప్రవర్తనే నిజమైన వ్యక్తిత్వ వికాసానికి నిదర్శనం.

'ప్రపంచానికి మన సంపదను చూపించడం గొప్పతనం కాదు; మన విలువలను, వివేకాన్ని చూపించడం గొప్పతనం.' సోషల్ మీడియాను అవకాశాల వేదికగా ఉపయోగించాలి కాని ప్రదర్శన వేదికగా మార్చకూడదు. లేనిపక్షంలో క్షణికమైన ప్రచారం కోసం చేసిన పని, జీవితకాల పశ్చాత్తాపానికి కారణం కావచ్చు. ఇదే ఈ సంఘటన మనకు అందిస్తున్న గొప్ప సందేశం.

1. అపజయం అంటే ఏమిటి?

   అపజయం ఒక పాఠం, ఒక అనుభవం, విజయానికి మార్గదర్శకం.

   అబ్రహం లింకన్

   ఆయన ఎన్నో ఎన్నికల్లో ఓడిపోయారు, వ్యాపారంలో నష్టపోయారు, కుటుంబ బాధలు ఎదుర్కొన్నారు కాని నిరాశపడలేదు.చివరకు అమెరికా అధ్యక్షుడయ్యారు. గెలిచినవాడు ఎప్పుడూ ఓడిపోనివాడు కాదు ఓడిపోయినా మళ్లీ లేచినవాడు.

   అందమైన పూలు తోటలోనే పూస్తాయా?

   చాలా జాగ్రత్తగా పెంచిన తోటల్లో మాత్రమే అత్యంత అందమైన పుష్పాలు పూస్తాయనుకోవద్దు. కాంక్రీట్ నగరాల్లో, మురికిగా కనిపించే మూలల్లో కూడా పూలు పూయొచ్చు. అలాగే, కరువులు, తీవ్రమైన వేదనలు, తుఫానుల వంటి కఠిన పరిస్థితులను తట్టుకొని కూడా అద్భుతంగా ఎదిగినవారున్నారు.

   మనుషులు ఇంతే. కష్టాలు ఎదురవుతున్నప్పుడు మాత్రమే మానవత్వం కుంగిపోదు. మీ సామర్థ్యాలను, వ్యక్తిత్వాన్ని వికసింపజేయడానికి సవాళ్లను అవకాశాలుగా మార్చుకోవాలి. అవి మీ కలలను సాకారం చేసే బాటవుతాయి.

   అసాధారణ కష్టాలు ఎదురైనప్పుడే అసాధారణ విజయాలు సాధించగలుగుతారు!

2. జపాన్ ప్రజల నుండి నేర్చుకోవాల్సిన పాఠం

   జపాన్ రెండో ప్రపంచ యుద్ధం తర్వాత తీవ్ర విధ్వంసాన్ని ఎదుర్కొంది. హిరోషిమా, నాగసాకి నగరాలు నాశనం అయ్యాయి. కాని వారు నిరాశపడలేదు, క్రమశిక్షణతో పనిచేశారు, మళ్లీ

దేశాన్ని నిర్మించారు. ఈరోజు జపాన్ ప్రపంచ అగ్రదేశాలలో ఒకటి. పరిస్థితులు కాదు మన ధైర్యమే మన భవిష్యత్తును నిర్ణయిస్తుంది.

3. నిరాశలో తీసుకునే తప్పు నిర్ణయాలు

ఈరోజు యువతలో ప్రేమ విఫలం, పరీక్ష ఫలితాలు, ఉద్యోగ సమస్యల వల్ల ఆత్మహత్యల సంఖ్య పెరుగుతోంది. కాని గుర్తుంచుకోండి ఆత్మహత్య సమస్యకు పరిష్కారం కాదు. అది తాత్కాలిక సమస్యకు శాశ్వత ముగింపు. కుటుంబంపై ప్రభావం, ఒక వ్యక్తి ప్రాణాలు తీసుకుంటే తల్లిదండ్రులు జీవితాంతం బాధపడతారు, కుటుంబం కృంగిపోతుంది, సమాజం ఒక మంచి వ్యక్తిని కోల్పోతుంది.

కింట్సుగి అనేది జపాన్‌కు చెందిన ఒక అద్భుతమైన కళాత్మక మరియు తాత్విక భావన. కిన్ అంటే బంగారం, త్సుగి అంటే జతచేయడం లేదా మరమ్మతు చేయడం. అంటే బంగారంతో విరిగిన వస్తువులను మరమ్మతు చేసే కళ అని అర్థం. కింట్సుగి, గాయాలను బలాలుగా మలిచే కళ, కింట్సుగి, విరిగిన జీవితానికి బంగారు మరమ్మత్తు, కింట్సుగి, లోపాలను అందాలుగా మార్చే తత్వం.

జపాన్‌లో విరిగిన మట్టి పాత్రలను పారేయకుండా, వాటి పగుళ్లను బంగారు పూతతో జతచేసి మరింత అందంగా తయారు చేస్తారు. కింట్సుగి తత్వం ప్రకారం జీవితంలో ఎదురయ్యే గాయాలు, వైఫల్యాలు, కష్టాలు మన బలహీనతలు కావు, అవే మన వ్యక్తిత్వాన్ని మరింత గొప్పగా తీర్చిదిద్దే అనుభవాలు.

జీవితంలో పగిలిన చోటే మన బలం దాగి ఉంటుంది. గాయాలను దాచడం కాదు, వాటి నుంచి నేర్చుకొని ఎదగడమే నిజమైన విజయం. పగుళ్లు జీవితానికి ముగింపు కాదు, అవి కొత్త అందానికి ఆరంభం. కింట్సుగి మనకు నేర్పే గొప్ప పాఠం వైఫల్యాలను సిగ్గుగా కాక, విజయానికి బంగారు మెట్లుగా చూడాలి. కింట్సుగి అంటే విరిగిన హృదయాలను, వైఫల్యాలను, జీవిత గాయాలను జ్ఞానం మరియు అనుభవంతో బంగారంలా మెరిపించే జీవన తత్వం.

ఒత్తిడిని ఎలా తగ్గించుకోవాలి?

1. మనసులోని బాధను పంచుకోవాలి

బాధను ఒంటరిగా మోస్తే ఒత్తిడి పెరుగుతుంది. మాట్లాడవలసిన వారు తల్లిదండ్రులు, మంచి స్నేహితులు, గురువులు, కౌన్సిలర్లు.

2. వ్యాయామం

శారీరక వ్యాయామం మెదడులో సానుకూల రసాయనాలను పెంచుతుంది, ఒత్తిడిని తగ్గిస్తుంది. చేయాల్సినవి నడక, ప్రతిరోజూ కొంతసేపు నడక చేయడం శరీరానికే కాదు మనసుకూ గొప్ప

ఔషధం. మనం నడిచేటప్పుడు మన మెదడు ప్రశాంతంగా మారుతుంది. ఒత్తిడి, ఆందోళన, నిరాశ క్రమంగా తగ్గుతాయి. ఉదయాన్నే స్వచ్ఛమైన గాలిలో నడిస్తే మనలో కొత్త ఉత్సాహం కలుగుతుంది.

నడక మనకు చెబుతున్న గొప్ప సందేశం ఏమిటంటే ఒక్కో అడుగు ముందుకు వేస్తేనే గమ్యం చేరగలం. జీవితంలో సమస్యలు వచ్చినప్పుడు ఆగిపోవద్దు. నడకలా నెమ్మదిగా అయినా ముందుకు సాగాలి. ప్రతి అడుగు విజయానికి దగ్గర చేస్తుంది.

లోతైన శ్వాసాభ్యాసం లోతుగా శ్వాస తీసుకోవడం మన మనసును ప్రశాంతపరచే అద్భుతమైన సాధనం. కోపం, టెన్షన్, భయం వచ్చినప్పుడు కాసేపు కళ్లుమూసుకొని లోతుగా శ్వాస తీసుకుంటే మన ఆలోచనలు స్థిరపడతాయి.

లోతైన శ్వాస మనకు నేర్పేది శ్వాసను నియంత్రించగలిగినవాడు తన మనసును కూడా నియంత్రించగలడు. జీవితంలో ఒత్తిడి వచ్చినప్పుడు భయపడకుండా కాసేపు ప్రశాంతంగా శ్వాస తీసుకోండి. మనసు నిశ్చలమైతే సమస్యలకు పరిష్కారాలు స్పష్టంగా కనిపిస్తాయి. నడక శరీరానికి శక్తినిస్తే, లోతైన శ్వాస మనసుకు శాంతినిస్తుంది. ఈ రెండు అలవాట్లు మన జీవితాన్ని ఆరోగ్యంగా, ఆనందంగా, ఆత్మవిశ్వాసంతో ముందుకు నడిపిస్తాయి.

ఆరోగ్యమైన శరీరం – ప్రశాంతమైన మనసు – విజయవంతమైన జీవితం.

విపశ్యన ధ్యానం

బుద్ధుడు ప్రపంచానికి ఇచ్చిన అత్యంత గొప్ప బహుమతుల్లో విపశ్యన ధ్యానం ఒకటి. విపశ్యన అంటే విషయాలను యథార్థంగా చూడడం, మన మనసును లోతుగా పరిశీలించడం. మన జీవితంలో కోపం, భయం, ఒత్తిడి, నిరాశ ఇవన్నీ మన ఆలోచనల నుంచే పుడతాయి. బుద్ధుడు చెప్పింది ఏమిటంటే మనసే మన జీవితానికి మూలం. మన ఆలోచనలు మారితే జీవితం మారుతుంది.

విపశ్యన ధ్యానంలో మనం ప్రశాంతంగా కూర్చొని శ్వాసపై దృష్టి పెడతాం. అలా చేయడం వల్ల మన మనసు నెమ్మదిగా ప్రశాంతమవుతుంది. కోపం తగ్గుతుంది. ఆందోళన తగ్గుతుంది. ఆత్మవిశ్వాసం పెరుగుతుంది.

బుద్ధుని జీవితం మనకు నేర్పిన గొప్ప సత్యం సమస్యల నుంచి పారిపోవద్దు, మనసును అర్థం చేసుకోవాలి, ప్రశాంతతలోనే నిజమైన శక్తి ఉంటుంది. బయటి ప్రపంచాన్ని గెలవడం కన్నా మన మనసును గెలవడం గొప్ప విజయం. విపశ్యన మనకు సహనం, ప్రశాంతత, స్పష్టమైన

ఆలోచనలను ఇస్తుంది. ప్రశాంతమైన మనసు ఉన్నవాడు ఎంతటి తుఫాన్నైనా ధైర్యంగా ఎదుర్కోగలడు. రోజుకు కొద్ది నిమిషాలైనా ధ్యానం చేయండి. మీ మనసు ప్రశాంతమైతే మీ జీవితం వెలుగుతో నిండిపోతుంది.

3. మొబైల్ వినియోగాన్ని తగ్గించాలి

రోజంతా సోషల్ మీడియాలో గడిపితే పోలికలు పెరుగుతాయి, నిద్ర తగ్గుతుంది, ఒత్తిడి పెరుగుతుంది. నియమాలు నిద్రకు ముందు మొబైల్ తగ్గించండి, ఉదయం లేవగానే ఫోన్ చూడకండి, స్క్రీన్ టైమ్ లిమిట్ పెట్టండి.

4. మంచి పుస్తకాలు చదవాలి

ప్రేరణాత్మక జీవిత చరిత్రలు మనకు ధైర్యాన్ని ఇస్తాయి. ఓటమి అనేది అంతం కాదు విజయానికి ముందు వచ్చే పరీక్ష మాత్రమే. మనకు నిరాశ వచ్చినప్పుడు నేను చేయలేను అని అనుకోవద్దు. ప్రతి వైఫల్యం మనల్ని మరింత బలంగా తయారుచేస్తుంది. ఆత్మవిశ్వాసం ఉన్నవారు ఎప్పటికీ ఓడిపోరు. పిల్లలకు నిజమైన బలం కుటుంబం నుంచే రావాలి. తల్లిదండ్రుల ప్రేమ, ప్రోత్సాహం, అర్థం చేసుకునే స్వభావం పిల్లల జీవితాన్ని మార్చగలదు.

1. పిల్లలను ఇతరులతో పోల్చకూడదు

   చూడూ నీ స్నేహితుడు ఎంత బాగా చదువుతున్నాడు! పక్కింటి పిల్లవాడు ఫస్ట్ వచ్చాడు! ఇలాంటి మాటలు పిల్లల మనసును తీవ్రంగా గాయపరుస్తాయి. ప్రతి పిల్లవాడికి ప్రత్యేకమైన ప్రతిభ ఉంటుంది.

   చేపను చెట్టెక్కమంటే అది ఎప్పటికీ చేయలేదు. అలాగే ప్రతి ఒక్కరి సామర్థ్యం వేరు. పోలిక వల్ల ఆత్మవిశ్వాసం తగ్గుతుంది, తక్కువతన భావం పెరుగుతుంది, ఒత్తిడి, భయం పెరుగుతాయి. పిల్లలను ఇతరులతో పోల్చవద్దు నిన్నటి వారితో ఈరోజు వారు ఎంత ఎదిగారో చూడండి.

2. ప్రేమతో ప్రోత్సహించాలి

   పిల్లలు తప్పులు చేస్తారు. అది సహజం. తప్పు చేసినప్పుడు కోపపడటం కంటే ప్రేమతో చెప్పిన మాట వారి జీవితాన్ని మార్చగలదు. ఒక ప్రోత్సాహకరమైన మాట పిల్లల్లో ధైర్యాన్ని పెంచుతుంది, ఒత్తిడిని తగ్గిస్తుంది, మళ్లీ ప్రయత్నించే శక్తినిస్తుంది. తల్లిదండ్రులు పిల్లలకు చెప్పాల్సిన గొప్ప మాట నీ మీద మాకు నమ్మకం ఉంది. ఈ ఒక్క మాట పిల్లల జీవితంలో అద్భుతమైన మార్పు తీసుకురాగలదు.

3. మార్కుల కోసం అధిక ఒత్తిడి పెట్టకూడదు

   మార్కులు జీవితంలో ఒక భాగం మాత్రమే జీవితం మొత్తం కాదు. కొంతమంది పిల్లలు మార్కులు తక్కువ వచ్చాయని భయంతో తీవ్ర నిరాశకు గురవుతున్నారు. విద్య అంటే మంచి మనిషిగా ఎదగడం, విలువలు నేర్చుకోవడం, జీవితాన్ని అర్థం చేసుకోవడం. మార్కుల కోసం

పిల్లలపై అధిక ఒత్తిడి పెడితే భయం పెరుగుతుంది, మానసిక ఆరోగ్యం దెబ్బతింటుంది, సృజనాత్మకత తగ్గిపోతుంది.

పిల్లలకు మార్కుల కన్నా మనోబలం ఎక్కువ అవసరం. కుటుంబం ఇచ్చే నిజమైన బహుమతి. పిల్లలకు ఖరీదైన వస్తువులు ఇవ్వడం కంటే ప్రేమ ఇవ్వండి, సమయం ఇవ్వండి, వినే మనసు ఇవ్వండి, ప్రోత్సాహం ఇవ్వండి. అప్పుడు వారు ఒత్తిడిని జయించి ఆత్మవిశ్వాసంతో ఎదుగుతారు. ప్రేమతో పెరిగిన పిల్లలు భయంతో కాదు ధైర్యంతో ప్రపంచాన్ని ఎదుర్కొంటారు.

గుర్తుంచుకోండి మార్కులు జీవితాన్ని నిర్ణయించవు మనోబలం నిర్ణయిస్తుంది.

జీవితాన్ని మార్చే ఐదు మానసిక సూత్రాలు:

ప్రతి సమస్య తాత్కాలికమే

అపజయం శాశ్వతం కాదు

మన విలువ మార్కులతో నిర్ణయించబడదు

సహాయం కోరడం బలహీనత కాదు

జీవితం అమూల్యమైనది

జీవితంలో తీవ్రమైన నిరాశలో ఆత్మహత్యాయత్నం చేసినా, ఆ క్షణంలో గ్రహించి, మళ్లీ లేచి నిలబడి అసాధారణ విజయం సాధించిన ఇద్దరి గురించి ప్రేరణాత్మక సమాచారం:

1. జేకే రౌలింగ్

   విడాకులు, నిరుద్యోగం, పేదరికం ఒకేసారి అన్ని కష్టాలు మూటగట్టుకున్నాయి. తన కూతురుతో నివసించే చిన్న గదిలో నిరాశకు గురై, డిప్రెషన్ వల్ల చాలా దిగజారిపోయింది. ఒక దశలో ఆత్మహత్య గురించి తీవ్రంగా ఆలోచించింది, కాని తన బిడ్డ కోసం ఆ ఆలోచనను తిరస్కరించింది.

   నేను పూర్తిగా విఫలమయ్యాను, ఆ విఫలత్వమే నాకు అవసరమైన స్వేచ్ఛను ఇచ్చిందని రౌలింగ్ చెప్పింది. చావుకంటే జీవించడం కష్టమే, కాని చిన్న కోరిక కూడా మనిషిని ఎత్తుకు వస్తుందని గ్రహించింది.

   రోజుకు ఒక్కసారి తిని, 3 సంవత్సరాలు కష్టపడి 'హ్యారీ పాటర్' రాసింది. ఇప్పుడు ఆమె బిలియనీర్ రచయిత, ప్రపంచంలోనే అత్యంత ప్రేరణాదాయక మహిళల్లో ఒకరు. తన విజయంతో 'లేచి నిలబడాలంటే తుది శ్వాస దాకా పోరాడాలి' అని నిరూపించింది.

2 లియోనెల్ మెస్సీ

కేవలం 11 ఏళ్ల బాలుడిగా ఉన్నప్పుడు, ఎదుగుదల హార్మోన్ లోపం వలన ఎప్పుడూ బలహీనంగా, చిన్నగా ఉండిపోతానే తీవ్ర మనోవేదనకు గురయ్యాడు. తను ఎప్పటికీ ఫుట్బాల్ ఆడలేనని భావించి, ఒక సాయంత్రం తన గదిలో తాడుకు ఉరేసుకోబోయాడు కాని చివరి నిమిషంలో గ్రహించి వెనక్కి తగ్గాడు.

నిజమైన బలం శరీరంలో కాదు, మనసులో ఉంటుంది. నేను ఏమీ కోల్పోనట్లే, ప్రతిరోజూ మెరుగుపడతాను అని ఆత్మవిశ్వాసంతో ముందుకు సాగాడు. తాను సర్దుకుపోవడం కాదు, పరిస్థితుల్ని సవాల్ చేయడం నేర్చుకున్నాడు. బార్సిలోనా క్లబ్ అతనికి చికిత్స ఖర్చులు భరించింది. 8 బాలన్ డి'ఓర్ అవార్డులు, వరల్డ్ కప్ విజేత, అన్నిటైమ్ల గొప్ప ఫుట్బాల్ దిగ్గజాల్లో ఒకడు.

ప్రతి గోల్ తర్వాత స్వర్గం వైపు చూపిస్తూ చావును తలపించుకున్న రోజు, నేను చావటానికి బదులు జీవించాలని నిర్ణయించు కున్నాను అనే సందేశం ఇస్తాడు. చీకటి గంటలే నీలోని నిజమైన వెలుగును చూపిస్తాయి. ఒక్కోసారి వెనక్కి తీసుకున్న అడుగు, ఎత్తైన కొండను అధిరోహించడానికే. నీ చివరి శ్వాస దాకా లేచి నిలబడు విజయం నీ వెంటే వస్తుంది!

జీవితంలో చీకట్లు వస్తాయి, కష్టాలు వస్తాయి, నిరాశలు వస్తాయి కాని గుర్తుంచుకోండి చీకటి ఎంత గాఢమైనా ఉదయం తప్పకుండా వస్తుంది. మీ జీవితం ఎంతో విలువైనది. ఒక్క అపజయం కోసం ఒక్క విమర్శ కోసం ఒక్క సమస్య కోసం జీవితాన్ని వదులుకోవద్దు.

ధైర్యంగా నిలబడండి మాట్లాడండి సహాయం కోరండి మళ్లీ ప్రారంభించండి విజయం మీ ముందుంటుంది. పగిలిన గాజు మళ్లీ అతకకపోవచ్చు కాని పగిలిన మనసు మళ్లీ ధైర్యంతో నిలబడగలదు.

జీవితం ఓటములతో ముగియదు ఆశ కోల్పోయినప్పుడు మాత్రమే ముగుస్తుంది.

8. నాయకత్వ లక్షణాలు మరియు నిర్ణయ సామర్థ్యం

ఈ ప్రపంచాన్ని మార్చింది కొద్ది మంది నాయకులు. ఒక మంచి నాయకుడు కుటుంబాన్ని మార్చగలడు, సమాజాన్ని మార్చగలడు, దేశాన్నే మార్చగలడు.కాని నాయకుడు అంటే కేవలం రాజకీయ నాయకుడు కాదు. ఒక తండ్రి కుటుంబానికి నాయకుడు. ఒక ఉపాధ్యాయుడు విద్యార్థులకు నాయకుడు. ఒక మేనేజర్ ఉద్యోగులకు నాయకుడు. ఒక విద్యార్థి కూడా తన ప్రవర్తనతో నాయకుడవచ్చు. నాయకుడు జన్మతః పుడతాడా? లేదు. నాయకత్వం అనేది సాధనతో అభివృద్ధి చెందే గుణం.

మంచి నాయకుడు బాధ్యత తీసుకుంటాడు, ఇతరులను ప్రోత్సహిస్తాడు, సమస్యలను పరిష్కరిస్తాడు, సరైన నిర్ణయాలు తీసుకుంటాడు. నాయకత్వం అంటే అధికారమా? చాలామంది నాయకత్వాన్ని అధికారంగా భావిస్తారు. కాని నిజమైన నాయకత్వం, సేవ, బాధ్యత, త్యాగం, నమ్మకం.

మంచి నాయకుడి లక్షణాలు, వినే గుణం, ఇతరుల అభిప్రాయాలను గౌరవించాలి. నిర్ణయ సామర్థ్యం, సమయంలో సరైన నిర్ణయం తీసుకోవాలి. ధైర్యం, సంక్షోభ సమయంలో ప్రశాంతంగా ఉండాలి. నిజాయితీ, నమ్మకాన్ని కోల్పోతే నాయకత్వం కోల్పోతారు. సేవాభావం, నేను అనే భావన తగ్గి మనము అనే భావన పెరగాలి.

నిర్ణయ సామర్థ్యం ఎందుకు ముఖ్యం? జీవితంలో ప్రతి రోజు మనం నిర్ణయాలు తీసుకుంటున్నాం, చదువు, ఉద్యోగం, స్నేహాలు, వ్యాపారం, కుటుంబం. ఒక సరైన నిర్ణయం జీవితాన్ని మార్చేస్తుంది. ఒక తప్పు నిర్ణయం సమస్యలను తెస్తుంది.

యువతలో నిర్ణయ లోపం, ఈరోజు చాలామంది ఇతరులను అనుకరిస్తున్నారు, భావోద్వేగాలతో నిర్ణయాలు తీసుకుంటున్నారు, ఆలోచించకుండా చర్యలు చేస్తున్నారు.

ఫలితం నిరాశ, ఆర్థిక నష్టం, కుటుంబ సమస్యలు. సరైన నిర్ణయం ఎలా తీసుకోవాలి? తొందరపడకూడదు, అన్ని కోణాల్లో ఆలోచించాలి, అనుభవజ్ఞుల సలహా తీసుకోవాలి, భావోద్వేగాలకు లోనుకాకూడదు, భవిష్యత్తు ప్రభావాన్ని ఆలోచించాలి.

కుటుంబంలో నాయకత్వం, ఒక కుటుంబ పెద్ద కోపంతో కాక ప్రేమతో నడిపించాలి, పిల్లలకు ఆదర్శంగా ఉండాలి, మాటలతో కాక ప్రవర్తనతో నేర్పాలి.

ఉద్యోగ జీవితంలో నాయకత్వం, సంస్థలు కేవలం పనిచేసేవారిని కాదు, బాధ్యత తీసుకునేవారిని నాయకులుగా తయారు చేస్తాయి.

నాయకుడు ముందుకు నడిచేవాడు కాదు, ఇతరులను ముందుకు నడిపించేవాడు. నాయకత్వం అనేది పదవి కాదు ప్రభావం. మన మాటలు, మన నిర్ణయాలు, మన ప్రవర్తన ఇతరులకు మార్గదర్శకంగా మారితే మనమూ నాయకులమే.

నాయకత్వం మరియు ఆత్మవిశ్వాసం విజయాన్ని నిర్మిస్తాయి. భారతదేశంలో నాయకత్వం, ఆత్మవిశ్వాసం, పట్టుదల కలిసి విజయాన్ని ఎలా సృష్టిస్తాయో చెప్పే గొప్ప ఉదాహరణ ఇస్రో (ISRO). చంద్రయాన్-2 ప్రయోగం పూర్తి విజయాన్ని సాధించకపోయినప్పుడు ప్రపంచం అనుమానంతో చూసింది. కాని ఇస్రో శాస్త్రవేత్తలు ఓటమిని అంతిమంగా భావించలేదు. 'మేము మళ్లీ సాధిస్తాం' అనే ధృవీకరణ దృక్పథంతో మరింత కష్టపడి పనిచేశారు. ఆ ఆత్మవిశ్వాసం, సమిష్టి నాయకత్వం, క్రమశిక్షణ ఫలితంగా చంద్రయాన్-3 ప్రపంచ చరిత్రలో భారతదేశానికి అపూర్వ గౌరవాన్ని తీసుకువచ్చింది.

నాయకుడు అంటే ముందుండి నడిపించేవాడు మాత్రమే కాదు, కష్టకాలంలో ఆశను నిలబెట్టేవాడు. ఆత్మవిశ్వాసం అంటే పరిస్థితులు అనుకూలంగా ఉన్నప్పుడు ధైర్యంగా ఉండటం కాదు, పరిస్థితులు ప్రతికూలంగా ఉన్నప్పటికీ లక్ష్యాన్ని విడిచిపెట్టకపోవడం. గుర్తుంచుకోండి, ఓటమి ఒక సంఘటన మాత్రమే, వ్యక్తి కాదు. మీ నిర్ణయం మీ భవిష్యత్తును నిర్ణయిస్తుంది. మీలోని నాయకుడిని మేల్కొలపండి. మీపై మీరు నమ్మకం ఉంచండి. ప్రపంచం మీ విజయాన్ని చూసే రోజు తప్పకుండా వస్తుంది. ఈ రోజు ప్రారంభించండి, నిరంతరం ముందుకు సాగండి, శిఖరాన్ని అధిరోహించండి.

ఈ ప్రపంచ చరిత్రను మార్చింది కొద్ది మంది గొప్ప నాయకులు. ఒక మంచి నాయకుడు కుటుంబాన్ని మార్చగలడు, సంస్థను అభివృద్ధి చేయగలడు, సమాజాన్ని చైతన్యపరచగలడు, దేశాన్నే మార్గనిర్దేశం చేయగలడు. కాని నాయకుడు అంటే కేవలం రాజకీయ నాయకుడు కాదు.

ఒక తండ్రి కుటుంబానికి నాయకుడు, తండ్రి కుటుంబానికి కేవలం ఆదాయ వనరు మాత్రమే కాదు, ఒక మార్గదర్శకుడు కూడా. ఆయన కష్టపడి పనిచేసి కుటుంబాన్ని రక్షిస్తూ, పిల్లలకు బాధ్యత, క్రమశిక్షణ, విలువలు నేర్పిస్తాడు. మంచి తండ్రి తన మాటలతోనే కాదు, తన ప్రవర్తనతో కూడా కుటుంబ సభ్యులకు ఆదర్శంగా నిలుస్తాడు. కుటుంబం సంతోషంగా ఉండేందుకు త్యాగం చేసే తండ్రి నిజమైన నాయకుడు.

ఒక ఉపాధ్యాయుడు విద్యార్థులకు నాయకుడు, ఉపాధ్యాయుడు విద్యార్థుల భవిష్యత్తును తీర్చిదిద్దే శిల్పి. పుస్తక జ్ఞానం మాత్రమే కాదు, జీవితం ఎలా గడపాలో కూడా ఉపాధ్యాయుడు నేర్పిస్తాడు. ఒక మంచి గురువు విద్యార్థుల్లో ఆత్మవిశ్వాసం, క్రమశిక్షణ, సేవాభావం పెంపొందిస్తాడు. ఎన్నో విజయవంతమైన వ్యక్తుల వెనుక ఒక గొప్ప ఉపాధ్యాయుని ప్రేరణ ఉంటుంది. అందుకే గురువు సమాజ నిర్మాణంలో

గొప్ప నాయకుడు.

ఒక మేనేజర్ ఉద్యోగులకు నాయకుడు, ఒక మంచి మేనేజర్ కేవలం పనిని పర్యవేక్షించేవాడు కాదు, తన బృందాన్ని ప్రోత్సహించే నాయకుడు. ఉద్యోగుల ప్రతిభను గుర్తించి, వారిలో నమ్మకాన్ని పెంచి,

సమిష్టిగా విజయాన్ని సాధించేందుకు దారి చూపిస్తాడు. సమస్యలు వచ్చినప్పుడు ధైర్యంగా ముందుండి పరిష్కారం చూపే వ్యక్తే నిజమైన నాయకత్వం కలిగిన మేనేజర్. మంచి నాయకుడు ఉంటే సంస్థ కూడా అభివృద్ధి చెందుతుంది.

ఒక విద్యార్థి కూడా తన ప్రవర్తనతో నాయకుడవచ్చు, నాయకత్వం పెద్ద పదవి వచ్చిన తర్వాత మాత్రమే రాదు. ఒక విద్యార్థి తన మంచి ప్రవర్తన, క్రమశిక్షణ, సహాయస్వభావం ద్వారా కూడా నాయకుడవచ్చు. ఇతరులకు ప్రేరణనిచ్చే విధంగా చదువు, వినయం, సమయపాలన పాటిస్తే అతడు తన స్నేహితులలో ప్రత్యేకంగా నిలుస్తాడు. చిన్న వయసులోనే మంచి అలవాట్లు అలవరచుకున్న వారే భవిష్యత్తులో గొప్ప నాయకులుగా ఎదుగుతారు. నాయకత్వం అనేది పదవి కాదు ప్రభావం.

నాయకత్వం అంటే ఏమిటి? నాయకుడు జన్మతః పుడడా? లేదు. నాయకత్వం అనేది సాధనతో, అనుభవంతో, బాధ్యతతో, సేవాభావంతో అభివృద్ధి చెందే గుణం.

నిజమైన నాయకత్వం అంటే ఏమిటి? చాలామంది నాయకత్వాన్ని అధికారం, ఆదేశాలు, నియంత్రణ అని భావిస్తారు. కాని నిజమైన నాయకత్వం సేవ, బాధ్యత, త్యాగం, నమ్మకం.

లాల్ బహాదూర్ శాస్త్రి చాలా సాధారణ కుటుంబం నుంచి ఎదిగారు. ఆయన వద్ద అధిక ఆస్తి లేదు, అధికార అహంకారం లేదు, గొప్ప ప్రదర్శనలు లేవు. కాని ఆయన నిజాయితీ, క్రమశిక్షణ, దేశభక్తి, సేవాభావం వల్ల ప్రజల గుండెల్లో స్థానం సంపాదించారు. 1965 యుద్ధ సమయంలో దేశం క్లిష్ట పరిస్థితుల్లో ఉన్నప్పుడు ఆయన ప్రజల్లో ధైర్యాన్ని నింపారు.

ఆయన ఇచ్చిన నినాదం 'జై జవాన్ జై కిసాన్' దేశ ప్రజల్లో దేశభక్తిని, రైతులపై గౌరవాన్ని పెంచింది.ఆయన నాయకత్వం వల్ల ప్రజలు స్వచ్ఛందంగా దేశానికి సహకరించారు. వారం లో ఒకరోజు ఉపవాసం పాటించమని పిలుపునిస్తే ప్రజలు గౌరవంగా అనుసరించారు. ఎందుకంటే ప్రజలు అధికారాన్ని కాదు నిజాయితీని అనుసరిస్తారు.

లాల్ బహాదూర్ శాస్త్రి జీవితం మనకు చెబుతుంది మంచి నాయకుడు గొప్ప మాటలు చెప్పేవాడు కాదు, తన జీవితంతో ఆదర్శంగా నిలిచేవాడు. అందుకే ఆయన భారతదేశ చరిత్రలో అత్యంత వినయశీలి మరియు నిజాయితీ గల నాయకులలో ఒకరిగా గుర్తించబడ్డారు.

మంచి నాయకుడి ముఖ్య లక్షణాలు, వినే గుణం. మంచి నాయకుడు ఇతరుల అభిప్రాయాలను వింటాడు, అందరినీ గౌరవిస్తాడు.

ఏంజెలా డొరోథియా మెర్కెల్ తన ప్రశాంత స్వభావం మరియు వినే గుణం వల్ల ప్రపంచవ్యాప్తంగా గౌరవం పొందారు. జర్మని లో సంక్షోభ సమయంలో కూడా ఆమె ఓర్పుతో నిర్ణయాలు తీసుకున్నారు. నిర్ణయ సామర్థ్యం, సరైన సమయంలో సరైన నిర్ణయం తీసుకోవడం నాయకుడి గొప్ప గుణం.

ధైర్యం సమస్యలు వచ్చినప్పుడు భయపడకుండా నిలబడాలి. నిజాయితీ నమ్మకం కోల్పోతే నాయకత్వం కూడా కోల్పోతారు. సేవాభావం నేను అనే భావన తగ్గి మనము అనే భావన పెరగాలి. నిర్ణయ సామర్థ్యం ఎందుకు ముఖ్యం? జీవితమంతా నిర్ణయాల సమాహారం. మన జీవితంలో ప్రతి రోజు నిర్ణయాలే చదువు, ఉద్యోగం, స్నేహాలు, వ్యాపారం, కుటుంబం. ఒక సరైన నిర్ణయం జీవితాన్ని మార్చగలదు.

రెండో ప్రపంచ యుద్ధ సమయంలో బ్రిటన్ తీవ్ర సంక్షోభంలో ఉంది, ప్రజలు భయాందోళనలో ఉన్నారు. ఆ సమయంలో చర్చిల్ ధైర్యంగా ప్రసంగించారు, ప్రజల్లో నమ్మకం నింపారు, సరైన నిర్ణయాలతో దేశాన్ని ముందుకు నడిపించారు. ఆయన ప్రసంగాలు ప్రజల్లో పోరాటస్ఫూర్తిని పెంచాయి.

సంక్షోభ సమయంలో ప్రశాంతంగా ఆలోచించే వ్యక్తే నిజమైన నాయకుడు.

లోక్‌నాయక్ జయప్రకాశ్ నారాయణ ప్రజానాయకుడు ఆదర్శ నాయకత్వానికి ప్రతీక భారతదేశ చరిత్రలో ప్రజల కోసం జీవించిన గొప్ప నాయకులలో ఒకరు. ఆయనను ప్రజలు ప్రేమతో లోక్ నాయక్ అని పిలిచారు. స్వార్థం కోసం కాదు సమాజ మార్పు కోసం జీవించిన వ్యక్తి ఆయన.

నాయకత్వ లక్షణాలు, ప్రజల పట్ల అపారమైన ప్రేమ. ఈయన అధికారాన్ని కాదు, ప్రజాసేవను గొప్పదిగా భావించారు. పేదలు, రైతులు, యువత సమస్యలను అర్థం చేసుకొని వారి కోసం పోరాడారు.

నిజమైన నాయకుడు ప్రజల ముందుండి ఆజ్ఞలు ఇవ్వడు ప్రజల మధ్య ఉండి మార్గం చూపిస్తాడు. నిజాయితీ మరియు ధైర్యం, అత్యవసర పరిస్థితి సమయంలో ప్రజాస్వామ్యాన్ని రక్షించేందుకు ఆయన ధైర్యంగా ప్రభుత్వానికి ఎదురు నిలిచారు. జైలుకెళ్లినా కష్టాలు వచ్చినా ఆయన తన సిద్ధాంతాలను వదల్లేదు.

నిజం కోసం నిలబడాలి, అన్యాయాన్ని భయపడకూడదు, ధైర్యం ఉన్నవారే చరిత్ర సృష్టిస్తారు. యువతపై విశ్వాసం, యువత దేశ భవిష్యత్తు అని నమ్మారు. యువతలో క్రమశిక్షణ, సామాజిక బాధ్యత, నైతిక విలువలు ఉండాలని ఆయన కోరుకున్నారు. యువత మారితే దేశం మారుతుంది.

సరళమైన జీవనం, అధికారంలో ఉన్నప్పటికీ ఆయన ఎంతో నిరాడంబరంగా జీవించారు. పదవులు, సంపద, ఖ్యాతి కన్నా విలువలు ముఖ్యమని తన జీవితంతో చూపించారు.

వ్యక్తిత్వ గొప్పతనం పదవుల్లో కాదు మనిషి విలువల్లో ఉంటుంది. ఈయన జీవితం మనకు ఒక గొప్ప సందేశం ఇస్తుంది, నాయకత్వం అంటే సేవ, ధైర్యం అంటే నిజం కోసం నిలబడటం, వ్యక్తిత్వం అంటే విలువలతో జీవించడం.

ఈ రోజుల్లో యువత ఆయన జీవితాన్ని ఆదర్శంగా తీసుకుంటే సమాజంలో మంచి మార్పు వస్తుంది. స్వార్థం కోసం జీవించినవాడు కొంతకాలం గుర్తుంటాడు సమాజం కోసం జీవించినవాడు చరిత్రలో చిరస్థాయిగా నిలుస్తాడు.

యువతలో నిర్ణయ లోపం వ్యక్తిత్వ వికాసానికి ఒక పెద్ద సవాలు. ఈరోజు ప్రపంచం ఎంతో వేగంగా మారుతోంది. టెక్నాలజీ, సోషల్ మీడియా, ఫ్యాషన్, ట్రెండ్స్, ఇవన్నీ యువత జీవితాన్ని ప్రభావితం చేస్తున్నాయి.

ఈ వేగంలో చాలా మంది యువత ఒక ముఖ్యమైన అంశాన్ని కోల్పోతున్నారు సరైన నిర్ణయం తీసుకునే సామర్థ్యం. నిర్ణయం అంటే కేవలం ఏది చేయాలి? అని ఎంచుకోవడం కాదు మన భవిష్యత్తును నిర్మించే దిశను నిర్ణయించడం.

ఈరోజు చాలామంది యువత ఇతరులను అనుకరిస్తున్నారు, సోషల్ మీడియా ప్రభావంతో జీవన నిర్ణయాలు తీసుకుంటున్నారు, భావోద్వేగాలకు లోనై తొందరపాటు నిర్ణయాలు చేస్తున్నారు.

ఒక వ్యక్తి కొత్త ఫోన్ కొనుగోలు చేశాడని మనకూ కావాలి అనిపించడం ఎవరో విదేశాలకు వెళ్లారని మనం కూడా అదే దారిలో పరుగెత్తడం ఇన్స్టా గ్రామ్ , థ్రెడ్స్ లేదా యూట్యూబ్ లలో కనిపించే సక్సెస్ చూసి వాస్తవ జీవితాన్ని మరచిపోవడం ఇవి యువతలో ఆలోచనా శక్తిని తగ్గిస్తున్నాయి.

జెన్ జి జనరేషన్ :

యువత అంటే 1997 తర్వాత జన్మించిన తరం డిజిటల్ ప్రపంచంలో పెరిగింది. వీరికి అపారమైన తెలివితేటలు ఉన్నాయి. వేగంగా నేర్చుకునే శక్తి ఉంది. నేను మీ ప్రశ్నను వివరంగా అర్థం చేసుకున్నాను.

జనరేషన్ జెడ్ అంటే 1997 నుండి 2012 మధ్య జన్మించిన తరం (ప్రస్తుతం 14-28 ఏళ్ల వయస్సు వారు). డిజిటల్ యుగంలో పుట్టి పెరిగిన ఈ తరం వారి సాంకేతిక నైపుణ్యం, సామాజిక స్పృహతో ప్రపంచాన్ని మార్చేస్తున్నారు.

జెన్-జెడ్ ను తరచుగా 'డిజిటల్ నేటివ్స్' అంటారు. వీరి మెదడు మరియు ఆలోచనా విధానం మునుపటి తరాలకన్నా భిన్నంగా ఉంటుంది. న్యూరో సైన్స్ దృక్పథం: న్యూరోప్లాస్టిసిటీ న్యూరోసైన్స్ పరిశోధనల ప్రకారం, జెన్-జెడ్ మెదడులో న్యూరల్ ప్లాస్టిసిటీ చాలా ఎక్కువగా ఉంటుంది . దీనర్థం బహుళ పనులు: ఒకేసారి అనేక పనులు చేయగలరు. ఫోన్లో రీల్స్ చూస్తూ, నోట్స్ రాస్తూ, ఫ్రెండ్స్తో చాటింగ్ చేయడం వీరికి సహజం.

శీఘ్ర అనుకూలత: కొత్త టెక్నాలజీ అతి త్వరగా నేర్చుకుంటారు. బలాలు ఎదురు కక్షి బలహీనతలు. సెర్చ్ ఫలితాల్లోని పరిశోధనలు జెన్-జెడ్ లో అనేక భిన్న లక్షణాలను వెల్లడించాయి.

సాంకేతిక చతురత కేవలం యూజర్లు కాదు, AI, సోషల్ మీడియాను తమ ఆయుధంగా మార్చుకోగలరు. ప్రామాణికత బాహ్య ప్రదర్శన కంటే వాస్తవికతను విలువైనదిగా భావిస్తారు. కార్పొరేట్ జార్గన్ను ద్వేషిస్తారు. స్పీడ్ మరియు సత్వర చర్య నెమ్మది వీరికి నచ్చదు. వెంటనే ఫలితాలు కావాలి.

తక్కువ స్థితిస్థాపకత నిజ జాగ్రత్త: పరిశోధనల ప్రకారం, మునుపటి తరాలతో పోలిస్తే జెన్-జెడ్ లో రెసిలెన్స్ స్థాయి గణనీయంగా తక్కువగా ఉంది . అంటే, విఫలమైతే తిరిగి లేచి నిలబడటం, తీవ్ర నిరాశను ఎదుర్కోవడం కష్టమవుతుంది. ఇది మానసిక ఆరోగ్య సమస్యలకు కారణం కావచ్చు. స్వల్ప శ్రద్ధ నిరంతర డిజిటల్ ఎక్స్పోజర్ వల్ల ఏకాగ్రతను నిలుపుకోవడం కష్టమవుతోంది . ఒక్క సెకను విసుగు వస్తే వెంటనే దృష్టి మరల్చేస్తారు.

ప్రేరణాత్మక దృక్పథం జెన్-జెడ్ ని తరచుగా 'నిరుత్సాహపూరిత, ఓపిక లేని' తరంగా లేబుల్ చేస్తారు. కాని వారు చేస్తున్న పనులు చూస్తే, వారు సోమరులు కాదు, అసహనం పట్టలేనివారు అని అర్థమవుతుంది. వారు నెమ్మదిగా మారుతున్న వ్యవస్థలను సహించలేరు, అందుకే వారు తమ చేతుల్లోని స్మార్ట్ఫోన్ను ఆయుధంగా మార్చుకుంటున్నారు .

జెన్-జెడ్ యొక్క మూడు సూపర్ పవర్స్:

గ్లోబల్ మైండ్సెట్: వారికి సరిహద్దులు లేవు. ఇండోనేషియా ప్రొటెస్టర్ నేర్చుకున్న ట్రిక్కు నేపాల్ ప్రొటెస్టర్ సెకన్లలో కాపీ కొడతాడు .

క్రియేటర్ ఎకానమీ: వారు ఉద్యోగాల కోసం వెతకరు; వారే ఉద్యోగాలను సృష్టిస్తారు. ఇన్ఫ్లుయెన్సర్లు, కంటెంట్ క్రియేటర్లుగా లక్షలాది రూపాయలు సంపాదిస్తున్నారు .

నిర్భయులు: అధికారుల ప్రతిష్టను చూసి వీరు భయపడరు. BBC కథనం ప్రకారం, నెపో కిడ్స్ పై వీరు చేసిన టిక్టాక్ విడియోలు ప్రభుత్వాలను కూడా కూల్చివేశాయి.

ప్రపంచంలో జెన్-జెడ్ విజయగాథలు:

చదువు మానేసి, చిన్న వయసులోనే కోట్లు సంపాదించిన యువతరం వీరు. ఇక్కడ కొన్ని అద్భుతమైన నిజ జీవిత ఉదాహరణలు ఉన్నాయి.

భారతదేశం: కైవల్య వోహ్రా (22) – జెప్టో సహ వ్యవస్థాపకుడు

2021లో కేవలం 18 ఏళ్ల వయసులో, తన స్నేహితుడు ఆదిత్ పాలిచాతో కలిసి స్టాన్ఫోర్డ్ యూనివర్సిటీ చదువు మానేసి Zepto ను ప్రారంభించాడు. ఫలితం: 2025 నాటికి, కేవలం 22 ఏళ్ల వయసులోనే, అతను రూ. 4, 480 కోట్ల నికర విలువతో భారతదేశపు అతి పిన్న వయస్కుడైన బిలియనీర్ గా నిలిచాడు.

బంగ్లాదేశ్: మయీన్ రెహమాన్ (20) – కనెక్టెడ్ వ్యవస్థాపకుడు

ఫార్మసీలో నెలకు 6, 000 టాకా (రూ. 5, 000) సంపాదించుకుంటూ, 9వ తరగతిలో ఫెయిల్ అయిన ఈ యువకుడు డ్రాప్షిపింగ్ నేర్చుకున్నాడు . ఫలితం: 20 ఏళ్లలోపే మిలియనీర్ అయ్యాడు.

ప్రస్తుతం 'కనెక్టెడ్' అనే వెంచర్ ఎకోసిస్టమ్ ను నడుపుతున్నాడు. అతను చెప్పిన విలువ: కష్టపడి 7 రోజులు పనిచేస్తేనే అసాధారణమైన ఫలితాలు వస్తాయి.

అమెరికా మరియు గ్లోబల్: ఫోర్బ్స్ 30 అండర్ 30

ప్రతి సంవత్సరం ఫోర్బ్స్ ప్రచురించే జాబితాలో 50% మంది Gen-Z వారే.

డెమీ గువో (22): Pika AI అనే టూల్ ని క్రియేట్ చేసింది (టెక్స్ట్ ని వీడియోగా మార్చడం).

డ్రూ అఫువాలో (24): టిక్టాక్ ద్వారా ఏడాదికి $2.9 మిలియన్లు (రూ. 24 కోట్లు) సంపాదిస్తుంది.

తెలుగు వారికి స్ఫూర్తి సాయీ మంజ్రేకర్ (23): ఆమె ఒక సినీ కుటుంబం నుండి వచ్చినప్పటికీ, జనరేషన్ జెడ్ గా తన లోటును ఒప్పుకుంటుంది. కాని దానికి పరిష్కారంగా 'ఇప్పటిలో ఉండటం' నేర్చుకోవాలని చెబుతుంది, ఇది చాలా చైతన్యవంతం చేసేది గా ఉంటుంది సాంస్కృతిక విజేతలు, Gen-Z సాంకేతికతతో పాటు సంస్కృతిని కూడా కాపాడుతుంది.

ఆదిత్య అన్నవర్జుల (29 - Millennial/ జెన్-జెడ్ కస్ప్): హైదరాబాద్ లోని ఈ సాఫ్ట్వేర్ ఇంజనీర్, కరోనా సమయంలో తెలుగు కలెక్టివ్ ను ప్రారంభించాడు. ఇన్స్టాగ్రామ్ రీల్స్ ద్వారా యువతకు తెలుగు సాహిత్యాన్ని దగ్గర చేశాడు. 2025 నాటికి అతని కమ్యూనిటీలో 35, 000 మంది యువత ఉన్నారు . ఇది నిరూపిస్తుంది జెన్-జెడ్ కేవలం రీల్స్ చూడడానికే కాదు, నేర్చుకోవడానికి కూడా ఫోన్ వాడుతుంది.

జెన్-జెడ్ గా మీరు అతి తక్కువ అటెన్షన్ స్పాన్ ఉన్నవారని, సులువుగా డిప్రెస్ అయిపోతారు అని పెద్దలు అంటారు. ఇది నిజమే. అయితే, ప్రతి లోపం వెనుక ఒక అద్భుతమైన బలం దాగి ఉంది.

స్థితిస్థాపకత లేదా? మీకు బాధను భరించే సహనం తక్కువేమో, కాని అన్యాయాన్ని సహించే సహనం మీకు లేదు. ఎవరైనా అన్యాయం చేస్తే, మీరు వెంటనే టిక్టాక్, ఇన్స్టాగ్రామ్ లో దాన్ని హైలైట్ చేస్తారు. ప్రభుత్వాలు మీ గొంతు ముందు వణికిపోతున్నాయి .

మీ టూల్ స్మార్ట్ఫోన్: క్రికెటర్లు మాత్రమే బ్రాండ్ అంబాసిడర్లు కావాల్సిన రోజులు పోయాయి. ఈ రోజు, సరైన ప్లానింగ్తో, ఒక యువతీ యువకుడు తన బెడ్ రూమ్ నుంచే ప్రపంచాన్ని ఏలగలడు.

శాస్త్రీయంగా మీరు తక్కువ స్థితిస్థాపకత కలిగి ఉండొచ్చు, కాని చర్య తీసుకోవడంలో మీరు మాత్రం ప్రపంచాన్ని మారుస్తున్నారు. కైవల్య వోహ్రా 18 ఏళ్లకే స్టాన్ఫోర్డ్ మానేసి Zepto కట్టాడు. మీరు ఏది మానేయాల్సిన అవసరం లేదు, కాని మీలో ఉన్న ఆ 'నేను చేయగలను' అనే ఆత్మవిశ్వాసాన్ని జీవితంలో ప్రతి అడుగులో ఉపయోగించుకోండి.

కాక్రోచ్ జనతా పార్టీ మరియు బొద్దింకల ప్రేరణాత్మక లక్షణాలు రెండింటినీ కలిపి, వ్యక్తిత్వ వికాసం కోణంలో మనం ఎలా చూడాలి.

ఇదొక ఆధునిక యువతరం ఎదుర్కొంటున్న నిరుత్సాహాన్ని, అవమానాన్ని ఎలా అవకాశంగా మార్చుకోవచ్చనే దానికి అద్దం పడుతుంది.

1. 'కాక్రోచ్ జనతా పార్టీ' అంటే ఏమిటి?

   కాక్రోచ్ జనతా పార్టీ అనేది ఒక వాస్తవ రాజకీయ పార్టీ కాదు. ఇది భారతీయ యువత, ముఖ్యంగా జెన్-జెడ్ ప్రారంభించిన వ్యంగ్య ఆన్లైన్ ఉద్యమం. నిరుద్యోగం, విద్యా వ్యవస్థలో లోపాలు, యువతను చిన్నచూపు చూడటంపై నిరసనగా ఇది పుట్టింది.

   దీనిని అభిజీత్ దీప్కే అనే యువకుడు 2026 మే 16న ప్రారంభించాడు. ఇది ప్రధాన రాజకీయ పార్టీల ఇన్స్టాగ్రామ్ ఫాలోవర్లను సైతం అధిగమించి, కోట్ల మంది యువతకు వేదికగా మారింది.

2. ఈ పార్టీ ఎలా పుట్టింది?

   2026 మే 15న, భారత ప్రధాన న్యాయమూర్తి జస్టిస్ సూర్య కాంత్ ఓ కేసు విచారణలో నిరుద్యోగ యువతను ఉద్దేశించి 'బొద్దింకలు, సమాజ పరాన్నజీవులు' అని వ్యాఖ్యానించారు.

   ఈ వ్యాఖ్యలు సోషల్ మీడియాలో తీవ్ర దుమారం రేపాయి. యువత తమను అవమానించిన ఆ మాటలనే తమ బలంగా మార్చుకుంటూ, 'మీరు మమ్మల్ని బొద్దింకలు అంటారా? అయితే మేమే బొద్దింకల జనతా పార్టీని నడుపుతాం' అంటూ ఈ నిరసనను ప్రారంభించారు.

   తరువాత ప్రధాన న్యాయమూర్తి తన వ్యాఖ్యలు నకిలీ డిగ్రీలతో న్యాయవృత్తిని దుర్వినియోగం చేసేవారికే అని వివరణ ఇచ్చినప్పటికీ, ఆ వ్యాఖ్యలు ఇప్పటికే యువతను కదిలించేసాయి.

3. బొద్దింకల నుండి నేర్చుకోవాల్సిన ఐదు బలాలు:

   ప్రధాన న్యాయమూర్తి ఆ వ్యాఖ్యను అవమానంగా కాకుండా, ఈ యువత ప్రేరణగా మార్చుకుంది. బొద్దింకల్లోని కొన్ని అద్భుత లక్షణాలను పరిశీలిద్దాం:

   బొద్దింకలు 320 మిలియన్ సంవత్సరాల క్రితం నుండి ఈ భూమిపై జీవిస్తున్నాయి. మంచు నుండి ఎడారి వరకు ఎక్కడైనా జీవించగలవు. పరిస్థితులు ఎలా ఉన్నా, తట్టుకుని నిలబడటం నేర్చుకోవాలి. బొద్దింక తల లేకపోయినా, ఒక వారం పాటు బ్రతకగలదు. ఎందుకంటే అది శరీరంలోని చిన్న రంధ్రాల ద్వారా ఊపిరి పీల్చుకుంటుంది. మీ ఆత్మగౌరవాన్ని, సామర్థ్యాన్ని ఎవరూ తీసేయలేరు. బాహ్య అవమానాలు ఎదురైనా, మీరు పని చేసుకోవడానికి మీలో ఎన్నో మార్గాలు ఉంటాయి.

   బొద్దింకలు నలభై నిమిషాలు వరకు ఊపిరి ఆపుకుని నీటిలో మునిగి ఉండగలవు. వ్యక్తిత్వ వికాస పాఠం: మీ సమయం రావడానికి ఓపికగా వేచి ఉండటం నేర్చుకోండి. ప్రతికూల పరిస్థితుల్లో కూడా ఓర్పు కలిగి ఉండండి.

బొద్దింకలు ఆహారం లేకుండా ఒక నెల రోజులు జీవించగలవు. పాఠం: సవాళ్లను ఎదుర్కొనే శక్తి మీలో ఉంది. కష్టకాలంలో ధైర్యం కోల్పోకండి. బొద్దింకలు గంటకు మూడు మైళ్ల వేగంతో పరిగెత్తగలవు. ఒక రోజు వయసు శిశు బొద్దింక కూడా పెద్ద బొద్దింకతో సమాన వేగంతో పరిగెత్తగలదు.

అవకాశం దొరికినప్పుడు వెంటనే స్పందించండి. వయసు ఎంత చిన్నదైనా, సత్వర నిర్ణయాలు తీసుకోవడం నేర్చుకోండి.

4. కాక్రోచ్ జనతా పార్టీ – తాజా పరిణామాలు:

   ఈ ఉద్యమం కేవలం వ్యంగ్యంగా ఆగలేదు. ఇది వాస్తవ ప్రపంచంలోకి అడుగుపెట్టింది. సంస్థాపకుడు, అభిజీత్ దీప్కే, బోస్టన్ యూనివర్సిటీ విద్యార్థి, ఆప్ సోషల్ మీడియా మాజీ వ్యూహకర్త, సోషల్ మీడియా విజయం, ఇన్స్టాగ్రామ్లో 1.08 కోట్ల మంది ఫాలోవర్లను దాటింది. ప్రత్యక్ష నిరసన, ఢిల్లీలోని జంతర్ మంతర్ వద్ద NEET, CBSE అవకతవకలపై భారీ నిరసన చేపట్టింది. ఈ నిరసనలో వేలాది మంది విద్యార్థులు పాల్గొన్నారు. లక్ష్యం, బద్ధకస్తులు, నిరుద్యోగుల గొంతుకగా ఉంటూ, విద్య మరియు ఉపాధి రంగాలలో సంస్కరణలు తీసుకురావడం.

ఈ ఉద్యమం మనకు ఏమి చెబుతుంది?

అవమానమే అవకాశం అయిన కథ ఇది. ప్రధాన న్యాయమూర్తి లాంటి ఉన్నత వ్యక్తి మీ జీవన విధానాన్ని ఉద్దేశించి 'బొద్దింక' అన్నాడు. సాధారణంగా ఆ మాట విని చాలామంది సిగ్గుపడి, దాక్కుంటారు లేదా ఆగ్రహంలో మండిపడతారు.

ఈ కొత్త తరం యువత ఏం చేసింది? ఆ అవమానాన్నే తమ గుర్తుగా చేసుకుంది. వారు ఆ ఆవేదనను, ఆగ్రహాన్ని క్రియాశీలకంగా మార్చారు. రోడ్లపైకి రాకుండానే, డిజిటల్ ప్రపంచంలో ఒక విప్లవాన్ని సృష్టించారు.

నేర్చుకోవాల్సింది:

1. లేబుల్స్ ను నమ్మకండి: ఎవరైనా మిమ్మల్ని ఏదన్నా అనడంతో మీరు అది కాదు. మీరు ఏమవ్వాలనుకుంటున్నారో అదే మీ గుర్తింపు.
2. నొప్పిని ఆయుధంగా మార్చుకోండి: మీను నొప్పించిన మాటను సృజనాత్మకంగా ఎదుర్కోవడం నేర్చుకోండి. ఇది నిజమైన మానసిక బలం.
3. శాంతియుతంగా నిలబడండి: వారు హింసకు దిగలేదు. సెటైర్, మీమ్స్, యూనిటీ ద్వారా పోరాడారు. నాగరిక సమాజంలో ఇదే గొప్ప పద్ధతి.

4 ఒంటరిగా లేరు: బొద్దింకలు గుంపులుగా జీవిస్తాయి. మీరు ఒంటరిగా కష్టపడుతున్నారని అనుకోకండి. లక్షలాది మంది మీ వెనుక ఉన్నారు. అవును, ఈ పేరు మొదట ఎవరో మిమ్మల్ని దెప్పిపొడిచినట్లుగా ఉండొచ్చు.

కాక్రోచ్ జనతా పార్టీ మనకు నేర్పిన పాఠం ఒక్కటే:

మీరు ఏ పరిస్థితినైనా ఎదుర్కొనేంత బలంగా, అనుకూలంగా మరియు నిలకడగా ఉండండి. మిమ్మల్ని ఎవరు ఏమన్నా అననివ్వండి, మీరు నిలబడి, కదిలి, చర్య తీసుకోండి. ఇదే నిజమైన వ్యక్తిత్వ వికాసం.

సరైన నిర్ణయం తీసుకోవాలంటే మూడు విషయాలు అవసరం:

1. ఆలోచనలో స్పష్టత ఏది సరైనది? ఏది తాత్కాలిక ఆకర్షణ? అనే విషయాన్ని గుర్తించాలి.
2. భావోద్వేగ నియంత్రణ కోపం, ప్రేమ, భయం, ఈర్ష్య ఇవి నిర్ణయాలను ప్రభావితం చేయకూడదు.
3. అనుభవజ్ఞుల సలహాతల్లిదండ్రులు, గురువులు, మంచి మిత్రులు చెప్పే మాటలను వినాలి.

కల అంటే నిద్రలో కనిపించేది కాదు. కల అంటే నిన్ను నిద్ర పట్టనివ్వనిది. కలలు కనడం గొప్పది. కానీ ఆ కలలకు సరైన నిర్ణయాలు, క్రమశిక్షణ, సహనం తోడైతేనే విజయం వస్తుంది. యువత గుర్తుంచుకోవాల్సిన విషయం ఏమిటంటే జీవితాన్నిసోషల్ మీడియా లైక్ లు నిర్ణయించవు మన నిర్ణయాలే మన జీవితాన్ని నిర్ణయిస్తాయి.

అందుకే ఆలోచించి నిర్ణయం తీసుకోండి, తాత్కాలిక ఆకర్షణలకు లొంగవద్దు, మీ వ్యక్తిత్వాన్ని మీరు నిర్మించుకోండి, మీ లక్ష్యాన్ని మీరు నిర్ణయించుకోండి. సరైన నిర్ణయం తీసుకునే యువతే రేపటి సమాజానికి నాయకులు అవుతారు.

4. సరైన నిర్ణయం ఎలా తీసుకోవాలి?

మన జీవితాన్ని మార్చేది అదృష్టం కాదు మన తీసుకునే నిర్ణయాలే మన భవిష్యత్తును నిర్మిస్తాయి. ఒక చిన్న నిర్ణయం మన జీవితాన్ని శిఖరాలకు తీసుకెళ్లవచ్చు అదే ఒక తప్పు నిర్ణయం జీవితాన్ని కష్టాల్లోకి నెట్టవచ్చు. అందుకే ప్రతి యువకుడు, ప్రతి విద్యార్థి, ప్రతి నాయకుడు సరైన నిర్ణయం తీసుకోవడం నేర్చుకోవాలి.

తొందరపడకూడదు, కోపంలో, బాధలో, ఆవేశంలో తీసుకున్న నిర్ణయాలు ఎక్కువగా ప్రమాదకరంగా మారుతాయి. ఎవరైనా మనల్ని అవమానించారని వెంటనే స్పందించడం ఒక అపజయం వచ్చిందని జీవితాన్నే నిరాకరించడం ఒక చిన్న విభేదంతో సంబంధాలను తెంచుకోవడం ఇవి ఆవేశ నిర్ణయాలు. గాలి వేగంగా వీస్తే చెట్టు వంగుతుంది కాని విరగదు. అలాగే మనిషి కూడా కష్టసమయంలో ఆగి ఆలోచించాలి.

ఒక్క నిమిషం సహనం జీవితాంతం సమస్యలను నివారించగలదు.

అన్ని కోణాల్లో ఆలోచించాలి: ఏ నిర్ణయం తీసుకునే ముందు ఒక ప్రశ్న వేసుకోవాలి, ఈ నిర్ణయం ఐదు సంవత్సరాల తర్వాత నా జీవితంపై ఎలా ప్రభావం చూపుతుంది? ఈ ఒక్క ప్రశ్న చాలా తప్పులను ఆపగలదు. ఈరోజు సరదాగా కనిపించే అలవాటు రేపు జీవితాన్ని నాశనం చేయవచ్చు. ఈరోజు కష్టంగా అనిపించే క్రమశిక్షణ రేపు విజయానికి కారణమవుతుంది.

ఒక రైతు విత్తనం వేసే ముందు నేలను పరిశీలిస్తాడు. అలాగే మనిషి కూడా నిర్ణయం తీసుకునే ముందు భవిష్యత్తును ఆలోచించాలి. దూరదృష్టి ఉన్నవారే నిజమైన నాయకులు.

అనుభవజ్ఞుల సలహా తీసుకోవాలి, తల్లిదండ్రులు, గురువులు, మెంటర్లు వీరు జీవితానికి మార్గదర్శకులు. యువతలో చాలామంది నాకు అన్నీ తెలుసని అనుకుంటున్నారు. కాని అనుభవం అనే పాఠశాల జీవితంలో గొప్పది.

మనకు కనిపించని ప్రమాదాలను పెద్దలు ముందుగానే గుర్తించగలరు. అనుభవజ్ఞుల సలహాలు తీసుకొని స్వయంగా వాటిని ఆత్మ పరిశీలన చేసుకొని పాటించాల్సి వుంది. సలహా అడగడం బలహీనత కాదు అది పరిపక్వతకు గుర్తు.

భావోద్వేగాలకు లోనుకాకూడదు, తాత్కాలిక భావోద్వేగం శాశ్వత సమస్యలు తెచ్చిపెట్టవచ్చు. కోపంలో మాట్లాడిన మాట తన కోపమే తనకు శత్రువు తన శాంతమే తనకు రక్ష దయ చుట్టంబౌ తనకు తన సంతోషమే స్వర్గము సుమతీ!

తన కోపమే తనకు శత్రువు, మనిషికి బయట శత్రువులు అవసరం లేదు.అతని కోపమే అతనికి పెద్ద శత్రువు. కోపం వల్ల మనిషి ఆలోచనా శక్తిని కోల్పోతాడు.తప్పు మాటలు మాట్లాడతాడు, తప్పు నిర్ణయాలు తీసుకుంటాడు.

తన శాంతమే తనకు రక్ష శాంత స్వభావం మనిషిని కాపాడుతుంది. శాంతంగా ఉండే వ్యక్తి సమస్యలను తెలివిగా పరిష్కరిస్తాడు.

ఆతురత, ఆవేశం లేకుండా వ్యవహరించడం వల్ల గౌరవం పెరుగుతుంది. దయ చుట్టంబౌ తనకు దయ, కరుణ కలిగినవారికి అందరూ స్నేహితులవుతారు. మానవత్వంతో ప్రవర్తించే వ్యక్తి సమాజంలో ప్రేమను సంపాదిస్తాడు.

తన సంతోషమే స్వర్గము సుమతీ. నిజమైన స్వర్గం బయట ఎక్కడో లేదు. మనసులో సంతోషం, తృప్తి ఉంటే అదే స్వర్గం. ఎంత ధనం ఉన్నా మనశ్శాంతి లేకపోతే జీవితం ఆనందంగా ఉండదు.

వ్యక్తిత్వ వికాస దృష్టితో నాలుగు గొప్ప విలువలు ఉన్నాయి, కోప నియంత్రణ, శాంత స్వభావం, దయ మరియు మానవత్వం, అంతరంగ సంతోషం. ఈ నాలుగు గుణాలు ఉన్న వ్యక్తి జీవితంలో నిజమైన విజయాన్ని సాధిస్తాడు. కోపం మనిషిని క్షణాల్లో కూల్చివేస్తుంది.

శాంతం జీవితాన్ని శిఖరాలకు తీసుకెళ్తుంది. అందుకే కోపాన్ని జయించినవాడే నిజమైన విజేత. శాంతిని అలవరచుకున్నవాడే మహానుభావుడు. జీవితాంతం సంబంధాలను దెబ్బతీయవచ్చు.

అతి ప్రేమలో తీసుకున్న నిర్ణయం భవిష్యత్తును ప్రమాదంలో పడేయవచ్చు. భయం వల్ల వచ్చిన నిర్ణయం అవకాశాలను కోల్పోయేలా చేస్తుంది. మనసు ఉద్రేకంలో ఉన్నప్పుడు నిర్ణయం తీసుకోకూడదు. నీరు ప్రశాంతంగా ఉన్నప్పుడే అందులో ప్రతిబింబం స్పష్టంగా కనిపిస్తుంది. అలాగే మనసు ప్రశాంతంగా ఉన్నప్పుడే సరైన నిర్ణయం వస్తుంది.

నైతికతను పాటించాలి, లాభం కోసం తప్పు నిర్ణయం తీసుకోవడం తాత్కాలిక విజయం మాత్రమే ఇస్తుంది. అన్యాయం చేసి సంపాదించిన డబ్బు మనశ్శాంతిని కొనలేదు. నిజాయితీతో తీసుకున్న నిర్ణయం ఆలస్యంగా ఫలితమిచ్చినా అది శాశ్వత గౌరవాన్ని ఇస్తుంది.

రతన్ టాటా ఒకసారి చెప్పారు నిర్ణయం తీసుకున్న తర్వాత దానిని నిజాయితీతో విజయవంతం చేయాలి.

సరైన నిర్ణయం అనేది సహనంతో ఉండాలి, ఆలోచనతో ఉండాలి, విలువలతో ఉండాలి, బాధ్యతతో ఉండాలి. మీ జీవితాన్ని మార్చేది పరిస్థితులు కాదు ఆ పరిస్థితుల్లో మీరు తీసుకునే నిర్ణయాలే. సరైన నిర్ణయం తీసుకునే యువతే సమాజాన్ని మార్చే నాయకులుగా ఎదుగుతారు.

కుటుంబం, ఉద్యోగం, సమాజంలో నాయకత్వం

కుటుంబంలో నాయకత్వం ఒక కుటుంబ పెద్ద కోపంతో కాక ప్రేమతో నడిపించాలి, పిల్లలకు ఆదర్శంగా ఉండాలి, మాటలతో కాక ప్రవర్తనతో నేర్పాలి. పిల్లలు మన మాటలను కాదు మన ప్రవర్తనను అనుసరిస్తారు.

ఉద్యోగ జీవితంలో నాయకత్వం ఈ రోజుల్లో సంస్థలు కేవలం పనిచేసేవారిని కాదు, బాధ్యత తీసుకునేవారిని నాయకులుగా తయారు చేస్తాయి.

ఇంగ్వర్ కాంప్రాడ్:

IKEA సంస్థ వ్యవస్థాపకుడు అయిన ఇంగ్వర్ కాంప్రాడ్ చాలా సాధారణ జీవితం గడిపేవారు. ఆయన నాయకత్వ లక్షణాలు వినయం, ఉద్యోగులను గౌరవించడం, సరళమైన నిర్ణయాల వల్ల IKEA ప్రపంచవ్యాప్తంగా విజయవంతమైంది.

నెల్సన్ మండేలా:

27 సంవత్సరాలు జైలులో ఉన్నప్పటికీ ప్రతీకారం కాక క్షమాభావాన్ని ఎంచుకున్నారు, ప్రజలను ఏకం చేశారు, ఆయన నాయకత్వం ప్రపంచానికి ఆదర్శం. గొప్ప నాయకుడు ద్వేషాన్ని కాదు ఐక్యతను పెంచుతాడు.

మార్గరెట్ థాచర్ :

ఆమె ధైర్యం మరియు నిర్ణయ సామర్థ్యం వల్ల ఉక్కు స్త్రీ గా ప్రసిద్ధి చెందారు. సంక్షోభ సమయంలో స్పష్టమైన నిర్ణయాలు, కఠినమైన నాయకత్వం, చూపించారు.

జీవితంలో నాయకత్వాన్ని పెంచే పది సూత్రాలు:

బాధ్యత తీసుకోండి

నిజాయితీగా ఉండండి

వినే అలవాటు పెంచుకోండి

సమయపాలన పాటించండి

కోపాన్ని నియంత్రించండి

సమస్యలకు పరిష్కారం చూపండి

అందరిని గౌరవించండి

నిరంతరం నేర్చుకోండి

సేవాభావంతో ఉండండి

నిర్ణయాలకు బాధ్యత వహించండి

ఈరోజు ప్రపంచ రాజకీయాలలో ఒక గొప్ప మార్పు కనిపిస్తోంది. ఒకప్పుడు రాజకీయాలు అంటే వయస్సు, అనుభవం, కుటుంబ వారసత్వం అని భావించేవారు. కానీ ఇప్పుడు యువత కూడా ప్రపంచ నాయకత్వంలో తమ ముద్ర వేస్తున్నారు. వారిని గొప్ప నాయకులుగా నిలబెట్టింది కేవలం అధికారమో, డబ్బో కాదు వారి నిజాయితీ, క్రమశిక్షణ, ప్రజల పట్ల బాధ్యత, నిజాయితీ, నైతికత, ధర్మబద్ధత, విలువలకు కట్టుబడి ఉండడం.

మనం ప్రపంచంలో ప్రభావవంతమైన కొందరి నాయకుల విజయాల వెనుక ఉన్న వ్యక్తిత్వ విలువలను తెలుసుకుందాం.

1. వొలోదిమిర్ జెలెన్‌స్కీ – ధైర్యం మరియు దేశభక్తి

   ఉక్రెయిన్ అధ్యక్షుడు జెలెన్‌స్కీ మొదట ఒక టేలివిజన్ నటుడు. చాలామంది అతన్ని రాజకీయాలకు పనికిరాడని విమర్శించారు.

   కానీ యుద్ధ సమయం వచ్చినప్పుడు ప్రపంచం అతని నిజమైన నాయకత్వాన్ని చూసింది. రష్యా దాడి చేసినప్పుడు అనేక మంది దేశం విడిచి వెళ్లమన్నారు.

అతను చెప్పిన మాట ప్రపంచాన్ని కదిలించింది నన్ను తరలించే వాహనం అవసరం లేదు, దేశం కోసం నిలబడటానికి అవసరమైన సహాయం కావాలి. అంటే నాకు పారిపోవడానికి వాహనం కాదు దేశాన్ని కాపాడడానికి ఆయుధాలు కావాలి. ఇది ఒక నిజమైన నాయకుడి వుండవలసిన నిజాయితీ, నైతికత. అతను ప్రజలతో కలిసి నిలబడ్డాడు. భయపడలేదు. తన పదవిని కాపాడుకోవడం కన్నా దేశాన్ని కాపాడాలని నిర్ణయించుకున్నాడు.

నిజమైన నాయకత్వం కష్టకాలంలో బయటపడుతుంది. సమస్యల నుంచి పారిపోవడం కాదు వాటిని ఎదుర్కోవడం నాయకత్వం.

యువత గుర్తుంచుకోవాల్సిన విషయం: పేదరికం విజయానికి అడ్డంకి కాదు. సంకల్పం లేకపోవడమే అసలైన అడ్డంకి. చిన్న ప్రారంభం కూడా గొప్ప గమ్యానికి దారి తీస్తుంది.

3. జసిండా ఆర్డెర్న్ – మానవత్వం మరియు వినయం

న్యూజిలాండ్ మాజీ ప్రధానమంత్రి జసిండా ఆర్డెన్ ప్రపంచానికి ఒక కొత్త తరహా నాయకత్వాన్ని చూపించారు. ఆమె నాయకత్వంలో మానవత్వం, దయ, వినయం, ప్రజల భావోద్వేగాలను అర్థం చేసుకోవడం అత్యంత ముఖ్యమైనవి. ఒక మసీదుపై ఉగ్రదాడి జరిగినప్పుడు ఆమె బాధిత కుటుంబాల దగ్గరకు వెళ్లి కన్నీళ్లు పంచుకున్నారు.ఆమె మాటలు కాదు ఆమె హృదయం ప్రజలను గెలుచుకుంది. కరుణతో కూడిన నాయకత్వం, మానవీయ విలువల పట్ల నిబద్ధత, సానుభూతి మరియు సహానుభూతి, సంక్షోభ సమయంలో సమతుల్య నిర్ణయాలు, ఐక్యత మరియు సామరస్యానికి ప్రాధాన్యం.

నాయకత్వం అంటే అధికారాన్ని ప్రదర్శించడం కాదు; ప్రజల బాధను అర్థం చేసుకొని వారికి అండగా నిలవడం. కరుణ, సానుభూతి, మానవత్వంతో ప్రపంచాన్ని ఆకట్టుకున్న నాయకురాలు.

గొప్ప నాయకత్వం శక్తిలో కాదు, మనుషుల హృదయాలను గెలుచుకునే కరుణలో ఉంటుంది.

మంచి మనసు ఉన్నవారే నిజమైన నాయకులు అవుతారు. నాయకుల జీవితాల్లో మూడు గొప్ప గుణాలు కనిపిస్తాయి ధైర్యం, క్రమశిక్షణ, మానవత్వం. వారిని ప్రపంచ నాయకులుగా నిలబెట్టింది వారి పదవి కాదు వారి నిజాయితీ, నైతికత, ధర్మబద్ధత, మాట, మనసు, పనిలో ఏకత్వం, విలువలకు కట్టుబడి ఉండడం మరియు విలువలు.

ఈరోజు యువత సోషల్ మీడియా ప్రభావంలో కాకుండా ఈ నాయకుల జీవితాల్లోని మంచి లక్షణాలను అనుసరించాలి. నాయకుడు పుట్టడు తన ఆలోచనలతో, తన విలువలతో, తన నిర్ణయాలతో తయారవుతాడు.

మీరు కూడా నిజాయితీగా జీవించండి, బాధ్యతగా ఆలోచించండి, సమాజానికి ఉపయోగపడే నిర్ణయాలు తీసుకోండి. అప్పుడు మీరు కూడా రేపటి సమాజాన్ని నడిపించే నాయకులవుతారు.

నాయకత్వం అంటే పెద్ద పదవి కాదు, ధనం కాదు, అధికార ప్రదర్శన కాదు. నాయకత్వం అంటే బాధ్యత, ప్రభావం, సేవ, నమ్మకం.

నాయకుడు ముందుకు నడిచేవాడు కాదు ఇతరులను ముందుకు నడిపించేవాడు. మన మాటలు మన నిర్ణయాలు మన ప్రవర్తన ఇతరులకు మార్గదర్శకంగా మారితే మనమూ నాయకులమే.

నాయకత్వం అనేది ప్రజలను నియంత్రించడం కాదు వారి జీవితాల్లో ఆశను వెలిగించడం.ఒక మంచి నాయకుడు తన విజయాన్ని కాదు తనతో పాటు ఇతరుల విజయాన్ని కూడా నిర్మిస్తాడు.

9. ఆర్థిక నియంత్రణ మరియు జీవిత ప్రణాళిక

మనిషి జీవితంలో డబ్బు అన్నీ కాకపోయినా జీవితం సక్రమంగా నడవడానికి డబ్బు చాలా అవసరం. కాని ఈరోజు చాలా మంది సంపాదించడం నేర్చుకుంటున్నారు డబ్బును నిర్వహించడం మాత్రం నేర్చుకోవడం లేదు.

అందుకే కొందరు ఎక్కువ సంపాదించినా జీవితంలో ప్రశాంతత ఉండదు. మరికొందరు తక్కువ సంపాదించినా సంతోషంగా జీవిస్తారు. కారణం ఆర్థిక నియంత్రణ.

ఆర్థిక నియంత్రణ అంటే ఏమిటి?

మన ఆదాయానికి తగ్గట్టుగా ఖర్చు చేయడం భవిష్యత్తు కోసం ప్రణాళికతో జీవించడం. ఈరోజు చాలామంది అవసరం లేని ఖర్చులు చేస్తున్నారు, చూపు కోసం జీవిస్తున్నారు, అప్పులపై ఆధారపడుతున్నారు.

ఫలితంగా ఒత్తిడి, కుటుంబ కలహాలు, మానసిక ఆందోళన. సంపాదన కంటే పొదుపు ముఖ్యం, ఒక వ్యక్తి నెలకు లక్ష రూపాయలు సంపాదించినా అన్నీ ఖర్చు చేస్తే ప్రయోజనం లేదు. మరో వ్యక్తి తక్కువ సంపాదించినా పొదుపు చేస్తే, ప్రణాళికతో జీవిస్తే, భవిష్యత్తు కోసం పెట్టుబడులు పెడితే ఆయన జీవితం స్థిరంగా ఉంటుంది.

ఒక రైతు పంట వచ్చినప్పుడు మొత్తం డబ్బును ఖర్చు చేసేవాడు. ఇంకొక రైతు కొంత డబ్బును భవిష్యత్తు కోసం దాచుకునేవాడు.

కరవు వచ్చినప్పుడు మొదటి రైతు అప్పుల్లో పడ్డాడు, రెండవ రైతు ధైర్యంగా నిలబడ్డాడు, ఇదే ఆర్థిక ప్రణాళిక యొక్క శక్తి.

యువతలో ఆర్థిక అవగాహన అవసరం ఈరోజు యువత ఫ్యాషన్ కోసం, మొబైల్ ఫోన్ల కోసం, అవసరం లేని ఖర్చుల కోసం అప్పులు చేస్తున్నారు. కాని వారు తెలుసుకోవాల్సింది, ప్రదర్శన కోసం ఖర్చు చేసిన డబ్బు భవిష్యత్తును బలహీనపరుస్తుంది.

జీవిత ప్రణాళిక ఎందుకు అవసరం?

లక్ష్యం లేని జీవితం ఎలా దిశలేని పడవలాంటిదో ప్రణాళిక లేని జీవితం కూడా అంతే. మనకు విద్యా ప్రణాళిక, ఉద్యోగ ప్రణాళిక, కుటుంబ ప్రణాళిక, ఆర్థిక ప్రణాళిక అన్నీ అవసరం.

కుటుంబ జీవితంలో ఆర్థిక నియంత్రణ, ఈరోజు అనేక కుటుంబ సమస్యలకు ప్రధాన కారణం డబ్బు నిర్వహణలో లోపం. కుటుంబంలో ఆదాయం ఎంత? ఖర్చు ఎంత? పొదుపు ఎంత? అనేది తెలుసుకుని జీవించాలి.

పిల్లలకు చిన్నప్పటి నుంచే నేర్పాల్సిన విషయాలు:

డబ్బు విలువ

పొదుపు అలవాటు

అవసరం – కోరిక మధ్య తేడా

కష్టపడి సంపాదించడంలోని గౌరవం

డబ్బు మనిషికి సేవకుడిగా ఉంటే మంచిది యజమానిగా మారితే ప్రమాదం.

ఆర్థికంగా ఎదగడానికి పాటించాల్సినవి:

నెలవారీ బడ్జెట్ తయారు చేయాలి

ఆదాయంలో కొంత భాగం పొదుపు చేయాలి

అవసరం లేని ఖర్చులను తగ్గించాలి

అప్పులకు దూరంగా ఉండాలి

పెట్టుబడులపై అవగాహన పెంచుకోవాలి

అత్యవసర నిధి సిద్ధం చేసుకోవాలి

చాలా మంది విజయవంతులైన వ్యక్తులు సరళంగా జీవిస్తారు, ప్రణాళికతో ఖర్చు చేస్తారు, భవిష్యత్తు గురించి ముందుగానే ఆలోచిస్తారు.

సంపాదించడం ఒక కళ దాన్ని సక్రమంగా నిర్వహించడం ఒక మహాకళ. డబ్బు మన జీవితాన్ని నడపకూడదు మనమే డబ్బును నియంత్రించాలి.

మనిషి జీవితంలో డబ్బు ఒక్కటే సుఖానికి మూలం కాదు, కాని సక్రమమైన జీవితం, గౌరవప్రదమైన స్థానం, కుటుంబ భద్రత, భవిష్యత్తు నమ్మకం ఇవన్నీ ఆర్థిక స్థిరత్వంపై ఆధారపడి ఉంటాయి. కౌటిల్యుని అర్థశాస్త్రంలో ఆదాయాలు మరియు ఆర్థిక క్రమశిక్షణ. కౌటిల్యుని అర్థశాస్త్రం అనేది ప్రాచీన భారతీయ సంస్కృత గ్రంథం, ఇది రాజనీతి, రాజకీయాలు, ఆర్థిక విధానం మరియు సైనిక వ్యూహాలపై దృష్టి సారిస్తుంది. ఇది పరిపాలన, నీతి, ఆర్థికశాస్త్రం మరియు పాలనపై ఒక ఆచరణాత్మక మార్గదర్శిగా పనిచేస్తుంది.

కౌటిల్యుడు సంపదను పద్ధతిగా నిర్వహించడం మరియు శ్రేయస్సు, స్థిరత్వం కోసం పన్నులను ఒక సాధనంగా ఉపయోగించడంపై ప్రాధాన్యత ఇచ్చాడు. ఆర్థిక క్రమశిక్షణను పాటించడం ద్వారా, పన్ను ఆదాయాలను మౌలిక సదుపాయాల అభివృద్ధి మరియు నీటిపారుదల ప్రాజెక్టులలో సమర్థవంతంగా ఉపయోగించవచ్చని ఆయన సూచించారు.

ముఖ్యమైన విషయాలు కౌటిల్యుడు సంపదను పద్ధతిగా నిర్వహించడం, శ్రేయస్సు మరియు స్థిరత్వం కోసం పన్నులను ఒక సాధనంగా ఉపయోగించడంపై నొక్కి చెప్పాడు. పన్ను ఆదాయాలను మౌలిక సదుపాయాల అభివృద్ధి మరియు నీటిపారుదల ప్రాజెక్టులలో సమర్థవంతంగా ఉపయోగించాలని ఆయన సూచించారు.

ప్రభుత్వ అకౌంటింగ్ కోసం బుక్‌కీపింగ్ నియమాలు, అకౌంటింగ్ సంప్రదాయాలు మరియు ఆర్థిక నివేదికలతో కూడిన పూర్తి వ్యవస్థను కౌటిల్యుడు స్థాపించాడు. వ్యక్తిగత లాభం కోసం తప్పుడు లెక్కలు చూపడాన్ని నివారించి, లాభాల పంపిణీలో సమతుల్యతను పాటించడం యొక్క ప్రాముఖ్యతను ఆయన వివరించారు. అకౌంటెంట్లు మరియు ఆడిటర్లకు మంచి జీతాలు చెల్లించాలని, తద్వారా వారు నైతికంగా ఉంటారని కౌటిల్యుడు సూచించాడు. ఆర్థిక పరిపాలనలో ఖచ్చితమైన ఖజానా నిర్వహణ కూడా అంతర్భాగం.

కౌటిల్యుని అర్థశాస్త్రం ఒక ప్రాచీన భారతీయ గ్రంథం, ఇది చంద్రగుప్త మౌర్యుని సలహాదారు అయిన కౌటిల్యుడు (చాణక్యుడు) రచించాడని నమ్ముతారు. ఇది కేవలం ఆర్థిక గ్రంథం కాదు, పరిపాలన, నీతి, ఆర్థికశాస్త్రం మరియు పాలనపై ఒక సమగ్ర మార్గదర్శి. ఈ గ్రంథం ఒక రాజ్యానికి ఆర్థిక శ్రేయస్సు మరియు స్థిరత్వాన్ని ఎలా సాధించాలో వివరించింది.

ఆర్థిక క్రమశిక్షణ కౌటిల్యుడు ఆర్థిక క్రమశిక్షణకు అత్యంత ప్రాధాన్యత ఇచ్చాడు. ఇందులో ప్రభుత్వ ఆదాయాలు మరియు వ్యయాల సమర్థవంతమైన నిర్వహణ, పన్నుల ద్వారా సేకరించిన నిధులను మౌలిక సదుపాయాలు మరియు సంక్షేమ ప్రాజెక్టులలో ఉపయోగించడం వంటివి ఉన్నాయి.

ఆయన ఒక సమగ్ర ప్రభుత్వ అకౌంటింగ్ వ్యవస్థను కూడా ప్రవేశపెట్టాడు, ఇందులో బుక్‌కీపింగ్ నియమాలు, అకౌంటింగ్ సంప్రదాయాలు మరియు ఆర్థిక నివేదికలు ఉన్నాయి. ఆదాయాలు మరియు లాభాల పంపిణీ కౌటిల్యుడు ఆదాయాలను సంపాదించడం మరియు లాభాలను పంపిణీ చేయడంలో సమతుల్యతను పాటించడం యొక్క ప్రాముఖ్యతను నొక్కి చెప్పాడు. వ్యక్తిగత లాభం కోసం తప్పుడు లెక్కలు చూపడాన్ని నివారించాలని ఆయన హెచ్చరించారు.

అకౌంటెంట్లు మరియు ఆడిటర్లు నైతికంగా ఉండేలా వారికి మంచి జీతాలు ఇవ్వాలని కూడా సూచించారు, తద్వారా వారు అవినీతికి పాల్పడకుండా ఉంటారు. ఖజానా నిర్వహణలో పారదర్శకత మరియు ఖచ్చితత్వం కూడా కౌటిల్యుని ఆర్థిక విధానంలో ముఖ్యమైన అంశాలు. పటిష్టమైన ఆర్థిక

నిర్వహణ: ఆదాయాలు మరియు వ్యయాలను సమర్థవంతంగా నిర్వహించడానికి స్పష్టమైన వ్యవస్థలను ఏర్పాటు చేయండి. పన్నుల సక్రమ వినియోగం, సేకరించిన నిధులను ప్రజా సంక్షేమం మరియు మౌలిక సదుపాయాల అభివృద్ధికి ఉపయోగించండి. పారదర్శక అకౌంటింగ్: బుక్‌కీపింగ్ నియమాలు మరియు ఆర్థిక నివేదికలతో కూడిన పారదర్శక అకౌంటింగ్ వ్యవస్థను నిర్వహించండి. నైతికతకు ప్రాధాన్యత: ఆర్థిక వ్యవహారాలు చూసే ఉద్యోగులకు తగిన జీతాలు చెల్లించడం ద్వారా వారి నైతికతను ప్రోత్సహించండి. లాభాల సమతుల్య పంపిణీ: వ్యక్తిగత లాభం కోసం తప్పుడు లెక్కలను నివారించి, లాభాలను న్యాయంగా పంపిణీ చేయండి.

సుమతీ శతకం మరియు వేమన శతకం:

ఆర్థిక నియంత్రణ మరియు జీవిత ప్రణాళికపై రెండు అద్భుత పద్యాలు సుమతీ శతకం మరియు వేమన శతకం తెలుగు సాహిత్యంలో నిత్యజీవిత సూత్రాలకు ప్రతీకలు. వీరి పద్యాలు నేటికీ ప్రస్తుతం ఎందుకంటే అవి డబ్బు, సంబంధాలు, జీవిత తత్వంపై కాలాతీతమైన సత్యాలను చెబుతాయి. మనం ఇప్పటివరకు చర్చించుకున్న ఆర్థిక నియంత్రణ, జీవిత ప్రణాళిక లకు ఇవి సరైన స్ఫూర్తి.

సుమతీ శతకం

చుట్టములు గాని వారలు

చుట్టములము నీకటంచు సొంపు దలిర్పన్

నెట్టుకొని యాశ్రయింతురు

గట్టిగ ద్రవ్యంబు గలుగ గదరా సుమతీ!

భావం :

ఓ సుమతీ! నీ వద్ద ధనం బాగా ఉన్నప్పుడు, అసలు బంధువులు కాని వారు కూడా 'మేము నీకు దగ్గరి బంధువులం' అంటూ నెట్టుకుంటూ నీ వద్దకు వస్తారు. వాళ్లు చాలా అందంగా, ప్రేమగా మాట్లాడుతారు కాని అదంతా నీ డబ్బు కోసమే. నేటి జీవితంలో ఈ పద్యం మనకు ఒక వాస్తవాన్ని గుర్తుచేస్తుంది. సంపద ఉన్నప్పుడు చుట్టూ చాలా మంది చేరతారు. వారి ఆప్యాయత ఎంతవరకు నిజమైనదో, ఎంతవరకు లాభం కోసమో మనం గుర్తించాలి. ధనం ఉన్నప్పుడు గర్వించకూడదు, లేనప్పుడు కుంగిపోకూడదు మీ సంపదను ఎవరికి, ఎంత చూపించాలి అనేది తెలుసుకోవాలి 'అందరూ నా బంధువులే' అనే భ్రమలో పడి, అనవసర ఖర్చులకు పాల్పడకూడదు.

రెండవ పద్యం

సరసము విరసము కొఱకే

పరిపూర్ణ సుఖంబు లధిక బాధల కొఱకే

పెరుగుట విరుగుట కొఱకే

ధర తగ్గుట హెచ్చుట కొఱకె తథ్యము సుమతీ!

భావం:

ఓ సుమతీ! ఈ ప్రపంచంలో ప్రతిదీ ద్వంద్వ స్వభావం కలిగి ఉంది. ఆనందం ఉంటే దుఃఖం కూడా తప్పక వస్తుంది, పూర్తి సుఖాలు ఎక్కువ బాధల కోసమే, వృద్ధి చెందడం అంటే తర్వాత క్షీణించడం కోసమే, ధర తగ్గడం అంటే మళ్లీ పెరగడం కోసమే. ఇదే జీవిత సత్యం. పౌర్ణమి తర్వాత అమావాస్య వస్తుంది. చంద్రుడు ఒక్కసారి పెరిగి మరోసారి తగ్గుతాడు. అదే ప్రకృతి నియమం. నేటి జీవితంలో జీవిత ప్రణాళిక ఈ పద్యం మనకు అత్యంత ముఖ్యమైన జీవిత పాఠాన్ని నేర్పుతుంది: సుఖాలు వచ్చినప్పుడు పొంగిపోకూడదు, ఎందుకంటే అవి శాశ్వతం కావు, దుఃఖాలు వచ్చినప్పుడు కుంగిపోకూడదు ఎందుకంటే అవి కూడా గడిచిపోతాయి.

ఆర్థికంగా పెరుగుదల మరియు తరుగుదల రెండూ సహజమే వాటికి తట్టుకునే మనస్తత్వం ఉండాలి. ధనం వచ్చినప్పుడు దాన్ని నిలబెట్టుకోవడం, పెరిగినప్పుడు దాన్ని సద్వినియోగం చేయడం నేర్చుకోవాలి.

పెరుగుట విరుగుట కొఱకే ఈ ఒక్క పాటి అర్థం చేసుకుంటే చాలు, జీవితంలో అన్ని ఒడిదుడుకులను సమదృష్టితో ఎదుర్కోగలరు.

వేమన శతకం

కూలినాలిచేసి గుల్లాము పనిచేసి

తెచ్చిపెట్టజాలు మెచ్చుచుండు

లేమిజిక్కు విభుని వేమారు తిట్టును

విశ్వదాభిరామ వినురవేమ!

భావం:

ఓ వేమా! విను. భార్య తన భర్తను అతను కూలి పని చేసినా, నాగలి పట్టినా, సేవకుడిగా ఉన్నా ఏదో ఒక విధంగా డబ్బు తెచ్చిపెడితే మెచ్చుకుంటుంది. కాని అతను దరిద్రంలో ఉంటే, డబ్బు తెచ్చిపెట్టలేకపోతే అప్పుడు ఆమె ఎప్పుడూ తిట్టడం మానదు. ఈ పద్యం ఒక కఠోర వాస్తవాన్ని చెబుతుంది కుటుంబ సుఖానికి, గౌరవానికి, స్థిరత్వానికి ధనం ఎంత అవసరమో తెలియజేస్తుంది.

కుటుంబాన్ని పోషించడం ప్రతి వ్యక్తి యొక్క మొదటి బాధ్యత సోమరిగా ఉండకూడదు కష్టపడి పనిచేసి కుటుంబానికి అన్నం పెట్టాలి చిన్న ఉద్యోగమైనా, చిన్న సంపాదన అయినా క్రమశిక్షణతో వస్తే గౌరవమే ఈ పద్యం పూర్తిగా చదివితే, భార్యలు కేవలం డబ్బు కోసమే చూస్తారని కాదు కాని జీవితం గడపడానికి ధనం ఎంతో అత్యవసరమని తెలుపుతుంది.

వేమన శతకం

ధనము కూడబెట్టి ధర్మంబు చేయక

తాను తినక లేస్స దాచుకొనిన

తేనెటీగ చేర్చి తెరువరి కియ్యదా

విశ్వదాభిరామ వినుర వేమ!

భావం :

ఓ వేమా! విను. ఒక వ్యక్తి ధనాన్ని కూడబెట్టి ధర్మం చేయకుండా, తాను అనుభవించకుండా, ఎంతో కష్టపడి దాచి పెడితే దాని వల్ల ఏమి ప్రయోజనం? అది సరిగ్గా తేనెటీగలా తేనెను సేకరించి దాచి పెట్టినట్లే ఉంటుంది ఆ తేనె చివరికి బాటసారులకు లభిస్తుంది. తేనెటీగ ఎంతో శ్రమిస్తుంది, చాలా తేనెను కూరుస్తుంది కానీ దాన్ని స్వయంగా అనుభవించదు. చివరికి ఆ తేనె మనుషులకు చేరుతుంది.

ఈ పద్యం అతిలోభం ఎలా నాశనానికి దారి తీస్తుందో చూపిస్తుంది. డబ్బు సంపాదించడం మాత్రమే సరిపోదు దాన్ని సరిగ్గా వినియోగించడం నేర్చుకోవాలి. సంపాదించిన దానిలో కొంత దానం చేయాలి, కొంత తాను అనుభవించాలి, అతిగా దాచడం వల్ల ఏమీ లాభం లేదు డబ్బును ఒక చోట పేర్చి పెట్టకుండా వినియోగం, పెట్టుబడి, దానం ఈ మూడింటికీ ఉపయోగించాలి. తాను తినక లేస్స దాచుకొనిన మితిమీరిన పొదుపు కూడా ప్రమాదకరమే. జీవితాన్ని ఇప్పుడు సరిగ్గా జీవించకుండా, అన్నీ భవిష్యత్తు కోసం దాచుకోవడం సరికాదు. బ్యాలెన్స్ ఉండాలి నేడు జీవించు, రేపు కోసం దాచు.

ఈ పద్యాలు సుమతీ, వేమనలు 800 సంవత్సరాల క్రితమే రాసినా నేటి ప్రపంచంలో కూడా అక్షర సత్యాలుగా ఉన్నాయి.

సుమతీ చెప్పింది: జీవితంలో వచ్చే ఒడిదుడుకుల్ని సమదృష్టితో చూడండి. సంపద వచ్చినప్పుడు గర్వపడకండి, లేనప్పుడు కుంగిపోకండి.

వేమన చెప్పింది: సంపాదించండి కాని లోభంగా దాచేయకండి. అవసరమైన వారికి ఇవ్వండి, కుటుంబాన్ని పోషించండి. డబ్బు నిజ జీవితానికి ఉపకరణమే కాని లక్ష్యం కాదు. సంపదను నియంత్రించండి, అది మిమ్మల్ని కాదు.

ఈ పద్యాలు తెలుగు సాహిత్యంలోని ఈ సూత్రాలే నేటి ఆర్థిక ప్రణాళికకు బీజాలు.

ఈరోజు ప్రపంచం వేగంగా మారుతోంది. ప్రతి ఒక్కరూ డబ్బు సంపాదించడానికి పరితపిస్తున్నారు. కానీ చాలా కొద్దిమంది మాత్రమే డబ్బును ఎలా నిర్వహించాలో నేర్చుకుంటున్నారు.

అందుకే మనం చూస్తున్నాం, లక్షలు సంపాదించే వారు కూడా అప్పుల్లో మునిగి పోతున్నారు. మంచి ఉద్యోగాలు ఉన్న వారికీ మానసిక ప్రశాంతత ఉండడం లేదు. మరోవైపు తక్కువ ఆదాయం ఉన్నా కొందరు ఆనందంగా, గౌరవంగా జీవిస్తున్నారు.

దానికి అసలు కారణం ఒకటే 'ఆర్థిక నియంత్రణ మరియు జీవిత ప్రణాళిక' డబ్బు సంపాదించడం ఒక కళ అయితే డబ్బును నిలబెట్టుకోవడం ఒక జ్ఞానం.భవిష్యత్తును ముందుగానే ఆలోచించి ప్రణాళికతో జీవించడం ఒక గొప్ప వ్యక్తిత్వ లక్షణం.

మనం తెలుసుకోవాల్సింది: ఆదాయం ఎంత అన్నది కాదు దాన్ని ఎలా వినియోగిస్తున్నామన్నది ముఖ్యం కోరికలకు బానిస కాకుండా అవసరాలను అర్థం చేసుకోవాలి ఆదాయం వచ్చినప్పుడు ఖర్చు చేయడం కాదు ముందుగా పొదుపు చేయడం అలవాటు చేసుకోవాలి నేటి చిన్న ప్రణాళిక రేపటి పెద్ద భద్రతకు పునాది అవుతుంది.

ఆర్థిక నియంత్రణ మరియు జీవిత ప్రణాళిక ఈ అంశం ప్రతి వ్యక్తికి అత్యంత అవసరం. ఎందుకంటే ఇది మనకు ఆర్థిక స్వాతంత్ర్యాన్ని నేర్పుతుంది, అప్పుల బారిన పడకుండా కాపాడుతుంది, కుటుంబ భవిష్యత్తుకు భద్రత ఇస్తుంది, ఒత్తిడి, భయం, అనిశ్చితి నుండి బయటపడే శక్తిని ఇస్తుంది, లక్ష్యాలతో జీవించే అలవాటు పెంచుతుంది, పిల్లలకు మంచి భవిష్యత్తు నిర్మించడానికి దోహదపడుతుంది.

డబ్బు మన జీవితాన్ని నడపకూడదు మనమే డబ్బును నియంత్రించాలి. ప్రణాళిక లేని జీవితం దిశలేని పడవ లాంటిది. కాని సరైన ఆర్థిక నియంత్రణ ఉన్న వ్యక్తి ఎంత కష్టమైన పరిస్థితినైనా ధైర్యంగా ఎదుర్కోగలడు.

ఈరోజు నుంచే మన సంపాదనకు విలువనిస్తూ, భవిష్యత్తుకు బలమైన ప్రణాళిక రూపొందిద్దాం. అది మన విజయానికి, కుటుంబ సంతోషానికి, ప్రశాంతమైన జీవితానికి మొదటి మెట్టు అవుతుంది.

ఆర్థిక నియంత్రణ అంటే ఏమిటి?

ఆర్థిక నియంత్రణ అంటే కేవలం డబ్బు పొదుపు చేయడం మాత్రమే కాదు మన సంపాదనను తెలివిగా వినియోగించడం, అవసరాలను గుర్తించడం, భవిష్యత్తును దృష్టిలో పెట్టుకుని ప్రణాళికతో జీవించడం.

అంటే మన ఆదాయానికి తగ్గట్టుగా ఖర్చు చేస్తూ, రేపటి భద్రత కోసం నేటి నుంచే సిద్ధపడటం. డబ్బు సంపాదించడం ప్రతి ఒక్కరికీ సాధ్యమే కాని డబ్బును నియంత్రించడం నేర్చుకున్నవారే జీవితంలో నిజమైన విజయాన్ని పొందుతారు.

ఈరోజు సమాజంలో కనిపిస్తున్న పెద్ద సమస్య అవసరం లేని వస్తువుల కోసం అధికంగా ఖర్చు చేస్తున్నారు ఇతరులు ఏమనుకుంటారు? అనే చూపు కోసం జీవిస్తున్నారు క్రెడిట్ కార్డులు, లోన్లు, అప్పులపై ఆధారపడుతున్నారు ఆదాయం కంటే ఆకర్షణలకు ఎక్కువ ప్రాధాన్యత ఇస్తున్నారు.

కొంతమంది జీవితాన్ని ఆనందంగా చూపించడానికి ప్రయత్నిస్తున్నారు కాని అంతర్గతంగా ఒత్తిడి, భయం, ఆందోళనతో జీవిస్తున్నారు. దాని ఫలితాలు ఏమిటి? ఆర్థిక నియంత్రణ లేకపోతే మానసిక ఒత్తిడి పెరుగుతుంది, కుటుంబాలలో కలహాలు వస్తాయి, ప్రశాంతత కోల్పోతారు, అప్పుల భారం జీవితాన్ని భారంగా మారుస్తుంది, ఆత్మవిశ్వాసం తగ్గిపోతుంది.

అధిక సంపాదన మనిషిని గొప్పవాడిని చేయదు సరైన ఆర్థిక నియంత్రణే మనిషిని స్థిరమైన విజయవంతుడిని చేస్తుంది. మన జీవితంలో ప్రతి రూపాయి ఒక బాధ్యత.

అవసరానికి ఖర్చు చేస్తే అది అభివృద్ధిఆలోచించకుండా ఖర్చు చేస్తే అది భవిష్యత్తుపై భారం. అందుకే సంపాదించండి, పొదుపు చేయండి, పెట్టుబడి పెట్టండి, ప్రణాళికతో జీవించండి. ఎందుకంటే ఈరోజు చేసే చిన్న ఆర్థిక నియంత్రణ రేపటి పెద్ద భద్రతకు పునాది అవుతుంది.

3. సంపాదన కంటే పొదుపు ముఖ్యం

మనిషి ఎంత సంపాదిస్తున్నాడన్నది మాత్రమే విజయానికి ప్రమాణం కాదు ఆ సంపాదనను ఎంత జాగ్రత్తగా వినియోగిస్తున్నాడన్నదే నిజమైన తెలివితేటలు. ఒక వ్యక్తి నెలకు లక్ష రూపాయలు సంపాదించినా వచ్చినంత డబ్బును ఖర్చు చేస్తే, భవిష్యత్తు కోసం ఒక్క రూపాయి కూడా దాచుకోకపోతే, ఆకర్షణల కోసం జీవిస్తే, ఏదో ఒకరోజు అతని జీవితం అస్థిరంగా మారుతుంది.

సంపాదన శాశ్వతం కాదు కాని అలవాట్లు మాత్రం జీవితాన్ని నిర్మిస్తాయి.మరోవైపు తక్కువ సంపాదించినా, క్రమం తప్పకుండా పొదుపు చేస్తూ, అవసరాలను అర్థం చేసుకుని, ప్రణాళికతో జీవించే వ్యక్తి ఎప్పటికైనా స్థిరమైన, ప్రశాంతమైన జీవితాన్ని గడుపుతాడు.

పొదుపు అనేది కేవలం డబ్బు దాచుకోవడం కాదు భవిష్యత్తుకు భరోసా నిర్మించడం. ఈరోజు చేసిన పొదుపు రేపటి భద్రత. పొదుపు చిన్న మొత్తంతో ప్రారంభమైనా అది ఒకరోజు పెద్ద ఆశ్రయంగా మారుతుంది.

డబ్బు సంపాదించడం మన సామర్థ్యం అయితే డబ్బును నిలబెట్టుకోవడం మన బాధ్యత. అందుకే అవసరానికి ఖర్చు చేద్దాం, అలవాటుగా పొదుపు చేద్దాం, ప్రణాళికతో భవిష్యత్తును నిర్మిద్దాం. ఎందుకంటే పొదుపు ఉన్నవారికి భయం తక్కువ ప్రణాళిక ఉన్నవారికి భవిష్యత్తు వెలుగైనది.

4. అవసరం – కోరిక మధ్య తేడా

మన జీవితంలో ప్రతి సమస్యకు మూలం డబ్బు కొరత కాదు చాలాసార్లు అవసరం మరియు కోరిక మధ్య తేడా తెలియకపోవడమే ప్రధాన కారణం. జీవితాన్ని స్థిరంగా, ప్రశాంతంగా గడపాలంటే ముందుగా మనం ఒక విషయం తెలుసుకోవాలి.

మనకు నిజంగా అవసరమైనది ఏమిటి? కేవలం ఆకర్షణ కోసం కోరుకుంటున్నది ఏమిటి? అవసరం అంటే ఏమిటి? అవసరం అనేది జీవితం సక్రమంగా నడవడానికి తప్పనిసరిగా కావాల్సింది.

ఉదాహరణకు ఆహారం, విద్య, ఆరోగ్యం, నివాసం, కుటుంబ భద్రత. ఇవి మన జీవితానికి పునాది లాంటివి. ఇవిపై ఖర్చు చేయడం భవిష్యత్తుకు పెట్టుబడి.

కోరిక అంటే ఏమిటి?

కోరిక అనేది మనసుకు నచ్చినదే కాని జీవితం కోసం తప్పనిసరి కానిది. ఉదాహరణకు అవసరం లేని ఫ్యాషన్, ఇతరులకు చూపించడానికి చేసే ఖర్చులు, బ్రాండ్ మోజు, ఆకర్షణ కోసం కొనుగోళ్లు. ఇవి కొంతసేపు ఆనందం ఇస్తాయి. కాని ఆలోచించకుండా వీటి వెనుక పరుగెత్తితే ఆర్థిక సమస్యలు ప్రారంభమవుతాయి.

ఈరోజు చాలామంది అవసరాల కంటే కోరికలకు ఎక్కువ ప్రాధాన్యత ఇస్తున్నారు, ఇతరుల దగ్గర ఉంది కాబట్టి నాకు కూడా కావాలి అనే భావనతో జీవిస్తున్నారు, ఆదాయం కంటే ఖర్చులను పెంచుకుంటున్నారు. దాని ఫలితం అప్పులు, ఒత్తిడి, కుటుంబ సమస్యలు, మానసిక ఆందోళనలు, అవసరాలను నియంత్రించినవాడు జీవితాన్ని గెలుస్తాడు కోరికలకు బానిసైనవాడు ప్రశాంతతను కోల్పోతాడు.

మన సంపాదనను విలువైన దానికే ఉపయోగిస్తే భవిష్యత్తు బలపడుతుంది. అవసరం లేని ఖర్చులను తగ్గిస్తే మన జీవితం స్థిరంగా మారుతుంది. అందుకే కొనుగోలు చేసే ముందు ఒకసారి ఆలోచించండి, ఇది అవసరమా లేక కోరిక మాత్రమేనా? అని మీరే మీను ప్రశ్నించండి, తాత్కాలిక ఆకర్షణ కంటే దీర్ఘకాల భద్రతకు ప్రాధాన్యత ఇవ్వండి.

తెలివిగా ఖర్చు చేసే వ్యక్తి మాత్రమే ఆర్థికంగా స్వతంత్రంగా జీవించగలడు. యువతలో ఆర్థిక అవగాహన అవసరం. ఈరోజు ప్రపంచం వేగంగా మారుతోంది. సాంకేతికత పెరిగింది అవకాశాలు పెరిగాయి ఆదాయ మార్గాలు కూడా పెరిగాయి. కాని అదే సమయంలో ఖర్చుల సంస్కృతి కూడా ప్రమాదకరంగా పెరుగుతోంది.

చాలామంది యువత ఖరీదైన మొబైల్ ఫోన్ల కోసం, బ్రాండెడ్ దుస్తుల కోసం, ఫ్యాషన్ మరియు ప్రదర్శన కోసం, సోషల్ మీడియాలో ఆకట్టుకోవడానికి అవసరం లేకపోయినా అప్పులు చేస్తున్నారు. కొంతమంది తమ అసలు స్థితిని మరిచి ఇతరులకు ఎలా కనిపిస్తున్నాం? అన్న దానికే ఎక్కువ ప్రాధాన్యత ఇస్తున్నారు.

దాని వల్ల వచ్చే ప్రమాదాలు ఈ అలవాట్లు మెల్లగా జీవితాన్ని ఒత్తిడిలోకి నెట్టేస్తాయి సమాన నెలవారీ వాయిదాల భారం పెరుగుతుంది, పొదుపు అలవాటు తగ్గిపోతుంది, మానసిక ఒత్తిడి పెరుగుతుంది, భవిష్యత్తుపై అనిశ్చితి మొదలవుతుంది.

ఒక చిన్న కోరిక కోసం తీసుకున్న అప్పు కొన్నిసార్లు సంవత్సరాల పాటు మనశ్శాంతిని దూరం చేస్తుంది. కాని చాలామంది యువత ఇతరుల జీవితాన్ని అనుకరించడానికి ప్రయత్నిస్తున్నారు, అవసరం లేని వస్తువులను కొనుగోలు చేస్తున్నారు, వాళ్ల దగ్గర ఉంది కాబట్టి నాకు కూడా కావాలి అనే ఆలోచనతో జీవిస్తున్నారు.

సోషల్ మీడియాలో కనిపించే ప్రతి చిరునవ్వు వెనుక నిజమైన ఆర్థిక స్థితి మనకు తెలియదు. అందుకే పోలికలతో కాదు ప్రణాళికతో జీవించడం నేర్చుకోవాలి.

యువతకు అవసరమైన నిజమైన సంపద నిజమైన సంపద అంటే ఎక్కువ ఖర్చు చేయడం కాదు, అప్పులు తీసుకుని ఆకర్షణగా జీవించడం కాదు, సంపాదనను తెలివిగా నిర్వహించడం, పొదుపు చేయడం, భవిష్యత్తును నిర్మించుకోవడం. ప్రదర్శన కోసం ఖర్చు చేసిన డబ్బు భవిష్యత్తును బలహీనపరుస్తుంది.

యువత కోరికల కంటే లక్ష్యాలకు ప్రాధాన్యత ఇవ్వాలి, ఆదాయం వచ్చిన వెంటనే పొదుపు చేయాలి, అప్పుల బానిస కాకుండా ఆర్థిక స్వాతంత్ర్యాన్ని లక్ష్యంగా పెట్టుకోవాలి, సోషల్ మీడియా ప్రభావానికి కాకుండా జీవిత విలువలకు ప్రాముఖ్యత ఇవ్వాలి.

ఈరోజు ఆర్థికంగా జాగ్రత్తగా ఉన్న యువకుడు రేపటి విజయవంతమైన నాయకుడు అవుతాడు. జీవితంలో ఒక ప్రణాళిక ఎంత ముఖ్యమో తెలుసుకోవాలంటే, లక్ష్యం లేని జీవితం దిశలేని పడవ లాంటిది అనే మాటను గుర్తుంచుకోండి. అలాంటి పడవ ఎక్కడికీ చేరదు.

మన జీవితానికి ఓ దిశ, ఓ స్పష్టమైన మార్గం అవసరం అదే జీవిత ప్రణాళిక. మనం ప్రతిరోజూ ఎన్నో ప్రణాళికలు వేసుకుంటాం. అలాగే మన జీవితంలోని ప్రతి ముఖ్యమైన రంగంలో ప్రణాళిక ఉండాలి విద్యా ప్రణాళిక జ్ఞానానికి పునాది. ఉద్యోగ ప్రణాళిక కెరీర్‌కు మార్గం. కుటుంబ ప్రణాళిక – బాధ్యతల చిరునామా. ఆర్థిక ప్రణాళిక – స్థిరత్వానికి హామీ.

ఇవన్నీ లేకపోతే జీవితం తడబడుతుంది. కాని ఒకసారి ప్రణాళికతో ముందుకెళ్తే, సామాన్యుడు కూడా అసామాన్యుడవ్వడం ఖాయం.

ఎన్. ఆర్. నారాయణ మూర్తి గారి జీవితమే దీనికి నిదర్శనం. ఆయన ఎంతో సాదాసీదా జీవితం ప్రారంభించారు. కాని క్రమశిక్షణ, ఆర్థిక ప్రణాళిక, సరళ జీవనం ఇవే ఆయన ఆయుధాలు.

ఆయన ఎప్పుడూ గట్టి నియమాలు పాటించారు:

సరళ జీవనం అనవసర ఆడంబరాలు లేవు. బాధ్యతాయుత ఖర్చులు ప్రతి రూపాయికి విలువ. దీర్ఘకాల ఆలోచన ఎప్పటికీ భవిష్యత్తు కోసం. ఫలితం? ఒక సాధారణ వ్యక్తి ప్రపంచ స్థాయి సంస్థ ఇన్ఫోసిస్‌ను సృష్టించగలిగారు. ఇదే నిజమైన విజయానికి రహస్యం. చిన్న పొదుపులు కూడా పెద్ద భవిష్యత్తును నిర్మిస్తాయి. నేటి నుంచే ప్రారంభించండి. ఒక చిన్న ప్రణాళికతో, ఒక చిన్న పొదుపుతో, ఓ చిన్న క్రమశిక్షణతో మీరు రేపు మీ జీవితాన్ని పూర్తిగా మార్చుకోవచ్చు.

నిర్ణయం మీదే! కుటుంబ జీవితంలో ఆర్థిక నియంత్రణ విజయానికి మూలస్తంభం ఈ రోజు చాలా కుటుంబాల్లో గొడవలకు, అశాంతికి, ఒత్తిళ్లకు అసలు కారణం డబ్బు కాదు, డబ్బు నిర్వహణలో లోపం. డబ్బు సంపాదించడం ఒక కళ అయితే, దాన్ని సరిగ్గా నిర్వహించుకోవడం గొప్ప విజ్ఞానం. ఆ విజ్ఞానం ఉంటే చేతిలో కొద్ది డబ్బు ఉన్నా కుటుంబం సంతోషంగా ఉంటుంది. లేకపోతే ఎన్ని లక్షలొచ్చినా చాలవు.

ప్రతి కుటుంబం క్రింది మూడు ప్రశ్నలకు నిజాయితీగా సమాధానం తెలుసుకోవాలి:

1. మన ఆదాయం ఎంత? నిజాయితీగా అంచనా వేసుకోవాలి. అతిగా చూపించుకోవడమో, తక్కువ చేసి చెప్పడమో వద్దు.

2. మన ఖర్చు ఎంత? ప్రతి రూపాయి ఎక్కడికి వెళ్తోందో తెలుసుకోవాలి. అనవసర ఖర్చుల్ని గుర్తించి, వాటిని కత్తిరించుకోగలగాలి.

3. మన పొదుపు ఎంత? ఇదే భవిష్యత్తుకు బలమైన పునాది. నెలవారీ పొదుపు ఎంత అనేదే కుటుంబం ఎదుగుదలకు కొలమానం.

ఆదాయం – ఖర్చు = పొదుపు అనే సూత్రం తెలిసిన ప్రతి కుటుంబమూ ఒకరోజు సంపన్నమవుతుంది. కాని ఆదాయం + అప్పు = ఖర్చు అనే తప్పుడు లెక్క వేసుకునే కుటుంబమే ఎప్పుడూ కష్టాల్లో మగ్గుతుంది. చిన్న చిన్న ఖర్చుల మీద నియంత్రణ పెట్టుకోగలిగితే, పెద్ద పెద్ద కలల్ని సాకారం చేసుకోవచ్చు.

నేటి నుంచీ ఒక నిర్ణయం తీసుకోండి: నా కుటుంబ ఆర్థిక వ్యవహారాల్ని నేనే నియంత్రిస్తాను, డబ్బు నన్ను కాదు. మీ చేతిలో నోట్బుక్ ఉంచుకోండి. రోజూ ఖర్చులు రాయండి. నెలాఖరులో విశ్లేషించండి. అలవాటు చేసుకోండి.

మీ కుటుంబం త్వరలోనే ఆర్థిక స్వేచ్ఛను అనుభవిస్తుంది. అందరి కల ఒక్కటే ఆర్థిక స్వేచ్ఛ. కాని ఆ కల నిజమవ్వాలంటే క్రమశిక్షణ, స్పష్టత, ప్రణాళిక అవసరం.

పేదరికం నుంచి సంపదకు వెళ్లే దారి మీరే సృష్టించుకుంటారు. నెలవారీ బడ్జెట్ తప్పనిసరిగా తయారు చేసుకోండి. చాలామంది బడ్జెట్ అంటే భయపడతారు. కాని బడ్జెట్ మీ ఖర్చుల్ని కట్టడి చేయడానికి కాదు మీ కలల్ని సాకారం చేసుకోవడానికి!

బడ్జెట్ అంటే :

డబ్బు ఎక్కడ నుంచి వస్తోంది? (మీ ఆదాయ మూలాలు) డబ్బు ఎక్కడికి వెళ్తోంది? (మీ ఖర్చుల జాడ) బడ్జెట్ లేని ఆదాయం దిక్కులేని ప్రయాణం లాంటిది. ఎక్కడికీ చేరదు. ఆదాయంలో కొంత భాగాన్ని పొదుపు చేయడం అలవాటు చేసుకోండి మీరు సంపాదించిందంతా ఖర్చు చేస్తే, మీరు బానిసలా జీవిస్తారు.

మీరు కొంత పొదుపు చేస్తే, మీరు యజమానిలా జీవిస్తారు.కనీసం మీ నెలవారీ ఆదాయంలో 10% నుండి 20% ని తప్పకుండా పక్కన పెట్టండి.చిన్న పొదుపు కూడా క్రమం తప్పకుండా చేస్తే, ఒక రోజు పెద్ద సంపదగా మారుతుంది. అప్పులకు దూరంగా ఉండండి స్వేచ్ఛగా ఉండండి. అప్పు అంటే గొలుసు. ఎంత పెద్దదో అంత బరువు.

ఏ సందర్భంలో అప్పు చేయవచ్చు? జీవితంలో తప్పనిసరైన అత్యవసర సందర్భాల్లో మాత్రమే. ఏ సందర్భంలో అప్పు చేయకూడదు? విలాసాల కోసం, ఫ్యాషన్ కోసం, ప్రదర్శన కోసం అనవసర అప్పు ఆనందాన్ని దోచుకుంటుంది, నిద్రను కొల్లగొడుతుంది.

ప్రణాళికతో ఖర్చు చేయండి. ప్రతి నెలా మీ ఆదాయాన్ని మరియు ఖర్చును రాసుకోండి. పొదుపును క్రమం తప్పకుండా చేయండి. ఆదాయంలో కనీసం 10% నుండి 20% పొదుపు చేయడం ఇప్పుడు మరింత ముఖ్యమైంది. ఈ సంక్షోభ సమయంలో పొదుపే మీ రక్షణ కవచం. అత్యవసర నిధిని సిద్ధంగా ఉంచుకోండి. యుద్ధాలు, ప్రకృతి వైపరీత్యాలు, ఉద్యోగ నష్టం ఏదైనా జరగవచ్చు.

కనీసం 3–6 నెలల ఖర్చులకు సరిపడా డబ్బు ప్రత్యేకంగా దాచుకోండి. అప్పులకు దూరంగా ఉండండి. ఈ సమయంలో అనవసరమైన అప్పులు చేయడం ప్రమాదకరం. చూపు కోసం, విలాసాల కోసం అప్పు చేయకండి.

మనం నియంత్రించలేని విషయాల గురించి చింతించకండి. మన చేతుల్లో ఉన్న వాటిని సమర్థవంతంగా నిర్వహించండి. ప్రపంచంలో యుద్ధాలు ఉండొచ్చు. పెట్రోల్ ధరలు పెరగొచ్చు. రూపాయి విలువ పడొచ్చు. కాని మీరు బలంగా ఉండాలంటే మీ ఆర్థిక క్రమశిక్షణ మీకు ఆ బలాన్ని ఇస్తుంది.

నేర్చుకోవలసిన అవసరమైన పెట్టుబడి మార్గాలు:

బ్యాంక్ సేవింగ్స్ ఖాతా , ఫిక్స్డ్ డిపాజిట్లు, మ్యూచువల్ ఫండ్స్, ఇన్సూరెన్స్, పెన్షన్ ప్లాన్స్. డబ్బు నీకోసం పనిచేయడం మొదలుపెడితే, నువ్వు జీవితాన్ని ఆస్వాదించడం మొదలుపెట్టవచ్చు.

పిల్లలకు చిన్నప్పటి నుంచే ఈ నాలుగు పాఠాలు నేర్పండి. నిజమైన సంపద అనేది రేపు రాదు అది ఈ రోజు నేర్చుకునే అలవాట్లలో ఉంటుంది.

1. డబ్బు విలువ – కష్టపడి సంపాదిస్తేనే దాని విలువ తెలుస్తుంది.
2. పొదుపు అలవాటు – చిన్నప్పటి గూటిలో నాణెం, పెద్దయ్యాక బ్యాంక్ బ్యాలెన్స్.
3. అవసరం vs కోరిక – తేడా తెలిస్తే జీవితం స్థిరంగా ఉంటుంది.
4. కష్టపడి సంపాదించడంలో గౌరవం – సంపాదన కంటే, ఎలా సంపాదించాం అనేది ముఖ్యం.

విజయవంతుల అలవాట్లు – మనం నేర్చుకోవలసినది ప్రపంచంలోని నిజమైన విజయవంతులు ఎప్పుడూ చేసేది, సరళంగా జీవిస్తారు ప్రదర్శన కోసం కాదు, ప్రశాంతత కోసం. ప్రణాళికతో ఖర్చు చేస్తారు మనసుకు నచ్చి కాదు, అవసరానికి నచ్చి. భవిష్యత్తు గురించి ముందుగానే ఆలోచిస్తారు అవకాశం వచ్చినప్పుడు సిద్ధంగా ఉంటారు.

దయాగుణం, నియమ నిబంధనలు మిమ్మల్ని మంచివారిగా మార్చలేవు. అవి మిమ్మల్ని కేవలం లోబడి ఉండేలా చేస్తాయి. నిజమైన మంచితనం మీ తలంపులో ఉంటుంది. ముఖ్యంగా, మీ కంటే తక్కువ స్థాయిలో ఉన్నవారిపై అధికారం ప్రదర్శించకుండా వారి పట్ల దయగా ఉండటంలోనే మీ గొప్పతనం ఉంటుంది.

రతన్ టాటా: సరళ జీవితం, సంపద సృష్టి, సామాజిక భావన

రతన్ టాటా అనే పేరు వింటే చాలు – మనసు నిండా గౌరవం, గుండె నిండా ప్రేమ, కళ్ళలో నీటి చుక్కలు తెచ్చేస్తుంది. ఆయన కేవలం వ్యాపారవేత్త కాదు, ఆయన ఒక జీవన తత్వం. ఈ సామ్రాజ్యానికి అధిపతి అయిన వ్యక్తి, ఎంతో సాదాశీలంగా ఎలా ఉంటారు? అంతటి ధనవంతుడైనా, తనకు ఎదురైన ప్రతి మూగజీవి పట్ల, ప్రతి సామాన్యుడి పట్ల ఎంతగా కరుగిపోతారు? ఎందుకంటే ఆయన సంపాదించింది డబ్బు మాత్రమే కాదు, మానవత్వం సంపాదించుకున్నారు.

1. సరళ జీవితం
2. సంపద సృష్టి
3. సామాజిక భావన

1. సరళ జీవితం:

ఎంత ఎత్తుకు ఎదిగినా, భూమి మీదే నడవడం. నిజమైన గొప్పతనం ప్రదర్శనలో ఉండదు. అది సరళతలో, నిగర్వంలో, ఒదిగిపోయే గుణంలో ఉంటుంది.

2. సంపద సృష్టి:

ఒక ఉద్యోగిగా మొదలుపెట్టి, సామ్రాజ్యాన్ని నిర్మించిన వ్యూహకర్త. రతన్ టాటా వ్యాపార ప్రయాణం చాలా ప్రేరణాత్మకమైనది. ఆయన నేరుగా ఛైర్మన్ గా కూర్చోలేదు. 1961లో, టాటా గ్రూప్ లో జూనియర్ మేనేజ్ మెంట్ ట్రైనీ గా, అంటే ఒక సామాన్య ఉద్యోగిగా తన వృత్తిని ప్రారంభించారు. షాప్ ఫ్లోర్ మీదకెళ్లి, అక్కడి కష్టాన్ని తన స్వంతంగా అనుభవించారు.

జనరల్ మ్యాన్ కారు, చిన్న కుటుంబాలు, గుంతల రోడ్లపై ద్విచక్ర వాహనంపై పిల్లలను కూర్చోబెట్టుకుపోయే తల్లిదండ్రుల బాధను చూసి, నేను నాలుగు చక్రాల భద్రతను ప్రతి ఒక్కరికీ

అందించాలనుకున్నాను. ఆలోచించే స్థాయే వేరు. ఫలితం? ప్రపంచంలోనే అత్యంత చవకైన కారు టాటా నానో (రూ. 1 లక్ష).

ఆయన నాయకత్వంలో, టాటా గ్రూపు రాబడి దాదాపు $100 బిలియన్లకు పైగా విలువైన ప్రపంచ సామ్రాజ్యంగా ఎదిగింది.

సంపద అనేది సరైన వ్యూహం, సాహసం, సామాన్యుల సమస్యను అర్థం చేసుకునే సున్నితత్వం కలిపితేనే వస్తుంది. త్వరగా ముందుకు వెళ్లాలనుకుంటే ఒంటరిగా నడవండి; కానీ దూరం వరకు ప్రయాణించాలనుకుంటే కలిసి నడవండి. వేగంగా గమ్యాన్ని చేరుకోవాలంటే ఒంటరిగా సాగండి, కాని చిరస్థాయిగా విజయాన్ని సాధించాలంటే సహచరులతో కలిసి ప్రయాణించండి. ఒంటరి ప్రయాణం వేగాన్ని ఇస్తుంది, సామూహిక ప్రయాణం స్థిరత్వాన్ని, బలాన్ని, సుదూర విజయాన్ని అందిస్తుంది. ఒక్కడి శక్తి కొంత దూరం తీసుకెళ్తుంది; ఐక్యత శక్తి శిఖరాల వరకు చేర్చుతుంది.

3. సామాజిక భావన:

రతన్ టాటా పేరు చెప్పగానే గుర్తుకొచ్చేది మనసు. దాతృత్వం.ఆయన తన సంపదలో దాదాపు 65% దానాలకే కేటాయించారు. టాటా సన్స్ సంస్థలో 66% ఈక్విటీ షేర్లు ఆరోగ్యం, విద్య, కళలు, సంస్కృతి వంటి సామాజిక కార్యక్రమాల నిర్వహణకు వినియోగిస్తారు.

కోవిడ్ సమయంలో: కరోనా క్లిష్ట సమయంలో, ఆయన 1, 500 కోట్ల రూపాయల విరాళాన్ని ప్రకటించారు. అవసరమైతే తన సంపాదన అంతా దేశానికి ఇస్తానన్నారు . ఇది ఆయన సామాజిక బాధ్యతకు నిదర్శనం. నిజమైన ఉదారత్వం ఇచ్చిన మొత్తంతో కొలవద్దు. అది ఇచ్చే సమయంలో చూపించే మానవత్వంతో కొలుస్తారు.

ఆయన అలవాట్లు – ఆరోగ్య, మానసిక స్థిరత్వం

రతన్ టాటా 86 ఏళ్ల వయసు వరకు చాలా ఫిట్ గా ఉండేవారు. సాదా ఇంట్లో వండుకున్న పార్సీ ప్రాంతీయ వంటకాలు (అకూరి, ఎగ్ భుర్జీ) ఆయనకు ఇష్టం. జంక్ ఫుడ్ కు ఆయన దూరంగా ఉండేవారు.

రతన్ టాటా నుండి మనం నేర్చుకోవలసిన 5 సూత్రాలు

1. సంపదను నియంత్రించు, అది నిన్ను కాదు: అన్ని ఐశ్వర్యాలున్నా, ఆయన సరళ జీవితాన్నే ఎంచుకున్నారు.

2. మంచి చేయడానికి ఎదురుచూడకు సమస్యను అర్థం చేసుకుని, వెంటనే స్పందించండి.

3. నైతికతే ప్రధానం: అతి పెద్ద ప్రమాదం ఏ ప్రమాదాన్నీ స్వీకరించకపోవడమే. జీవితంలో అతి పెద్ద సాహసహీనత, ఎలాంటి సాహసానికీ ముందుకు రాకపోవడమే. ప్రమాదాన్ని ఎదుర్కోవడానికి భయపడటం కన్నా, ఏ అవకాశాన్నీ ప్రయత్నించకపోవడమే నిజమైన

ప్రమాదం. విజయం కోసం అడుగు వేయకపోవడమే జీవితంలో అతి పెద్ద ప్రమాదం; ఎందుకంటే ప్రయత్నించని వ్యక్తికి అవకాశాల ద్వారాలు ఎప్పటికీ తెరుచుకోవు. ఆయన రిస్క్ తీసుకున్నారు, కాని నైతికతకు లోబడి.

4. జీవితం ఒక ప్రయాణం: విజయం అనేది గమ్యాన్ని చేరుకోవడంలో మాత్రమే లేదు, ఆ గమ్యం వైపు సాగిన ప్రయాణంలో ఉంది. విజయం అనేది చేరుకున్న శిఖరంలో కాదు, ఆ శిఖరాన్ని అధిరోహించేందుకు చేసిన ప్రయాణంలో దాగి ఉంటుంది. విజయం గమ్యస్థానం కాదు; ప్రతి అడుగులో నేర్చుకుంటూ, ఎదుగుతూ సాగిన ప్రయాణమే నిజమైన విజయం. ప్రతి అడుగును ఆస్వాదించండి, నేర్చుకోండి.

5. మానవత్వమే మతం: ఎంత పెద్దవారైనా, మూగజీవాలను, సామాన్యులను గౌరవించండి. రతన్ టాటా భూమ్మీద లేకపోవచ్చు, కాని ఆయన చూపిన మార్గం సరళ జీవనం, ఉన్నత విచారం ఎప్పటికీ భారతీయుల హృదయాలలో సజీవంగా ఉంటుంది. నేను సరైన నిర్ణయాలలో నమ్మకం లేదు. నేను నిర్ణయాలు తీసుకుంటాను, తర్వాత వాటిని సరైనవిగా మారుస్తాను.

మీరు కూడా మీ జీవితంలో ఒక మంచి నిర్ణయం తీసుకోండి ప్రారంభించండి. ఆ నిర్ణయాన్నే సరైన దారిలో మార్చండి. ఇదే రతన్ టాటా గారి సందేశం.

అజీమ్ ప్రేమ్‌జీ,

విప్రో మాజీ ఛైర్మన్, దేశంలోనే అత్యంత ధనవంతుల్లో ఒకరు. విశేషమేంటంటే ఆయన ఎంత ధనవంతుడో, అంతే సరళమైన జీవితం గడిపారు. ఆయనకు బంగారు గడియారాల మీద లేదా ఖరీదైన కార్ల మీద ప్రేమ కంటే సూత్రాల మీద ప్రేమ.

ఆయన ప్రాధాన్యతలు ఖర్చులో నియంత్రణ వేల కోట్లున్నా, ఒక సాధారణ మనిషిలాగా జీవించడం. సమాజ సేవ ఎంత సంపాదించారు కంటే, ఎంత ఇచ్చారు అనేదే నిజమైన గొప్పతనం. విద్యపై పెట్టుబడులు దానం చేస్తేనే సంపదకు అర్థం వస్తుందని నమ్మడం. నిజమైన సంపద డబ్బులో కాదు దాన్ని సక్రమంగా, సదుద్దేశ్యంతో, సమయానికి సరిగ్గా ఉపయోగించడంలో ఉంది.

మీరు నేటి నుంచి ఈ ఆరు సూత్రాలు పాటిస్తే మీరు కూడా ఒక రోజు ఆర్థికంగా విజయవంతులవడం ఖాయం. ఇది కేవలం డబ్బు సంపాదించుకోవడం కోసం కాదు. ఇది స్వేచ్ఛగా, నిశ్చింతగా, గౌరవంగా జీవించడం కోసం. మీ ప్రణాళికే మీ ప్రగతి.

ఇవాళ ప్రారంభించండి!

మీ ఆర్థిక జీవితం ఒక భవనం అనుకోండి. బలమైన పునాది, క్రమశిక్షణతో కూడిన నిర్మాణం, దీర్ఘకాల దృష్టి ఇవే మిమ్మల్ని ఆర్థిక స్వేచ్ఛకు చేరుస్తాయి.

జీవితంలో మొదటి మెట్టు – నిజాయితీగా, శ్రద్ధగా, నేర్పుగా సంపాదించడం. ఏ వృత్తి అయినా గౌరవమే. చిన్న చిన్న సంపాదన కూడా స్థిరంగా వస్తే, అది పెద్ద పర్వతం అవుతుంది. సంపాదన అనేది నేర్చుకోగల నైపుణ్యం. మీ నైపుణ్యాలు పెంచుకోండి సంపాదన స్వయంచాలకంగా పెరుగుతుంది.

సంపాదించిన ప్రతి రూపాయిలో, కొన్ని రూపాయలు మీ భవిష్యత్తు కోసం నిలవ చేసుకోండి. కనీసం 10% నుండి 20% పొదుపు అలవాటుగా మార్చుకోండి. ముందు పొదుపు, తర్వాత ఖర్చు ఇదే బంగారు నియమం.

పొదుపు చేసిన డబ్బు నిద్రపోతే, పెట్టుబడి పెట్టిన డబ్బు మీ కోసం పనిచేస్తుంది. బ్యాంకు FD, మ్యూచువల్ ఫండ్స్, వ్యవసాయం, చిన్న వ్యాపారం మీకు తెలిసిన, నమ్మకమైన పెట్టుబడుల్లో పెట్టండి. పెట్టుబడి అంటే ధనవంతులు మాత్రమే చేసేది కాదు.

ఇది అందరూ నేర్చుకోవలసిన అవసరం. అవసరం లేని ఖర్చు తగ్గించండి ప్రతి నెలా ఆలోచించుకోండి నేను ఏ ఖర్చు చేస్తున్నాను? అందులో ఎంత నిజంగా అవసరమా? అవసరం లేనిది తగ్గించు దొరికిన దాన్ని పెంచుకో.

అప్పు అంటే నేటి సంతోషం కోసం రేపటి స్వేచ్ఛను అమ్ముకోవడం. క్రెడిట్ కార్డు, వ్యక్తిగత రుణం, వడ్డీకి వస్తువులు కొనడం ఇవి మెల్లగా మిమ్మల్ని బానిసలుగా మారుస్తాయి. అత్యవసరం లేకపోతే అప్పు వద్దు. ఉంటే మాత్రం, ముందస్తు ప్రణాళికతో తీసుకోండి.

మీరు నేడు ఎక్కడ ఉన్నారో కాదు రేపు ఎక్కడ ఉండాలనుకుంటున్నారో అదే ముఖ్యం. పది సంవత్సరాల లక్ష్యం పెట్టుకోండి. నెలనెలా ఆ దిశగా అడుగులు వేయండి. ప్రణాళిక లేని జీవితం దిక్కులేని ఓడలా.

మీ ఆడంబరాల కోసం కాదు, మీ ఆలోచనల కోసం జీవించండి. సరళంగా బతకడం వల్ల ఒత్తిడి తగ్గుతుంది, పొదుపు పెరుగుతుంది.

ఒకటే ఆదాయ మార్గం ప్రమాదకరం. కనీసం 2–3 చిన్న ఆదాయ మార్గాలు సృష్టించుకోండి సైడ్ బిజినెస్, పార్ట్ టైమ్, చిన్న పెట్టుబడులు. ఒక చెట్టు కాకుండా తోటను నిర్మించండి.

ఆరోగ్యమే సంపద, వైద్య ఖర్చులు నేడు అతిపెద్ద ఆర్థిక ముప్పు. రోజూ కాస్త వ్యాయామం, పౌష్టిక ఆహారం, సకాలంలో వైద్య పరీక్షలు ఇవి భారీ వైద్య ఖర్చుల నుండి కాపాడతాయి.

ఆర్థిక విద్య, డబ్బు ఎలా పని చేస్తుందో నేర్చుకోండి. పుస్తకాలు, యూట్యూబ్, సెమినార్లు ఏ దారిలోనైనా నేర్చుకోండి. ఆర్థికంగా అవగాహన ఉన్నవారిని ఎవరూ మోసం చేయలేరు.

రోజువారీ పొదుపులాగే ఆరోగ్య భీమా, జీవిత భీమా కూడా తప్పనిసరి. ఒకసారి ప్రమాదం వస్తే, మీ పొదుపంతా పోకుండా కాపాడుతుంది.

పాత అలవాట్లు మారకపోతే, జీవితం మారదు. క్రొత్తగా నేర్చుకోండి. క్రొత్తగా ఆదా చేయండి. క్రొత్తగా పెట్టుబడి పెట్టండి. మీ ధైర్యమే మీ శ్రేయస్సుకు దారి.

మార్పు మీ చేతుల్లోనే 'చిన్న చిన్న మార్పులు భారీ భారీ ఫలితాలు' మీరు రోజుకు ఒక చిన్న విలాసాన్ని తగ్గించండి. నెలకు ఒక చిన్న పొదుపు చేయండి. సంవత్సరానికి ఒక కొత్త నైపుణ్యం నేర్చుకోండి.

మీరు నేటి నుంచి ప్రారంభించండి. మీ కుటుంబమే మీ బలం. మీ క్రమశిక్షణే మీ ఆయుధం.

మీ భవిష్యత్తు – మీ చేతుల్లో. మనమిప్పుడు చాలా విషయాలు నేర్చుకున్నాం. కాని ఇవన్నీ గ్రంథస్థం చేసి 'చదివాం, అంతే' అనుకుంటే ప్రయోజనం లేదు.

ఈ జ్ఞానాన్ని ఆచరణలో పెట్టినప్పుడే అది మహాజ్ఞానం అవుతుంది.డబ్బు మనిషికి సేవకుడిగా ఉండాలి, యజమానిగా కాదు. డబ్బు మనల్ని నడిపించకూడదు, మనమే డబ్బును నియంత్రించాలి. నేర్చుకున్నది ఆచరణకు దారి చూపాలి.

సంపాదించడం ఒక కళ దాన్ని సక్రమంగా నిర్వహించడం ఒక మహాకళ. ఈ మహాకళను నేర్చుకోవడానికి, ఈ నేర్చుకున్న పాఠాలను మన జీవితంలో అమలు చేయాలి.

ఈరోజు మీరు దాచిన ఒక రూపాయి రేపటి మీ ఆత్మవిశ్వాసాన్ని కాపాడుతుంది. ఆర్థిక నియంత్రణ ఉన్న వ్యక్తి జీవితంలో స్థిరత్వం, గౌరవం, ప్రశాంతత పొందుతాడు.

ప్రపంచ ప్రఖ్యాత నిపుణుల మాటల్లో ఆర్థిక నియమం మనం ఇప్పుడు చెప్పుకున్న ఆర్థిక సూత్రాలు కేవలం స్థానికమైనవి కావు. వీటిని ప్రపంచం మొత్తం గౌరవిస్తుంది. నోబెల్ బహుమతి గ్రహీతలైన ఈ ముగ్గురు మేధావులు ఆర్థిక నియమాలను ఎలా చూశారో చూడండి.

ఫ్రాంకో మోడిగ్లియాని (నోబెల్ పురస్కారం – 1985)

ఫ్రాంకో మోడిగ్లియాని తమ జీవితచక్ర సిద్ధాంతం ద్వారా ఒక సాధారణ సత్యాన్ని నిరూపించారు. వారి సిద్ధాంతం ప్రకారం, మనిషి జీవితంలో కొన్ని దశల్లో ఆదాయం ఎక్కువగా ఉంటుంది, కొన్ని దశల్లో తక్కువగా ఉంటుంది. చిన్నప్పుడు (పిల్లలు లేనప్పుడు) పొదుపు చేస్తే, పెద్దయ్యాక (పిల్లల చదువు, పెళ్లిళ్లు, వృద్ధాప్యం) ఆ కూర్చిన పొదుపే ఊతమవుతుంది .

మీరు నేడు కష్టపడి పొదుపు చేస్తే, ఆ డబ్బు రేపటి మీ వృద్ధాప్యంలో నెమ్మదిగా మీకు తోడవుతుంది. ఇది ప్రకృతి నియమం ఉడతలు చలికాలం కోసం కాయలు దాచుకుంటాయి, మనమూ అంతే.

అభిజిత్ బెనర్జీ మరియు ఎస్తేర్ డఫ్లో (నోబెల్ పురస్కారం – 2019)

వీరు భారత సంతతికి చెందిన ఈ దంపతులు. దారిద్ర్య నిర్మూలనకు ఒక కొత్త దారి చూపించారు. వారి ప్రయోగాత్మక పద్ధతి ప్రపంచంలోని పేదరికాన్ని ఎలా తగ్గించాలో చూపించింది. చిన్న చిన్న జోక్యాలు, వ్యాక్సినేషన్ కు చిన్న ప్రోత్సాహకం, ట్యూటర్ల నియామకం కూడా పేదరికాన్ని తగ్గించగలవు .

అలాగే, వారి పరిశోధన ప్రకారం, పేదవారు సాయం అందుకుంటే దాన్ని తమ పిల్లల చదువుకోసం, చిన్న వ్యాపారం కోసం ఖర్చు చేస్తారు తప్ప వృధా చేయరు. మీరు నేడు మీ పిల్లలకు ఇస్తున్న చిన్న చిన్న పొదుపు అలవాట్లు, వారికి నేర్పుతున్న ఆర్థిక విద్య ఇవన్నీ ఒకరోజు వారిని ఆర్థికంగా బలోపేతం చేస్తాయి.

ఈ రోజు నుంచి ప్రారంభించండి

1. ప్రతి రూపాయిని గౌరవించండి – ఎంత చిన్నదైనా
2. పొదుపును అలవాటు చేసుకోండి – చిన్నగా ప్రారంభించండి
3. అప్పులకు దూరంగా ఉండండి – అత్యవసరం తప్ప
4. పెట్టుబడులతో డబ్బును వృద్ధి చేయండి – డబ్బు మీ కోసం పని చేయనివ్వండి
5. సరళ జీవనాన్ని అలవరచుకోండి – నిజమైన సంపద

ఈ రోజు పొదుపు రేపటి భద్రతకు మార్గం. చిన్న చిన్న మార్పులు కూడా పెద్ద ఫలితాలను ఇస్తాయి. ఆర్థిక నియంత్రణ ఉన్న వ్యక్తి జీవితంలో స్థిరత్వం, గౌరవం, ప్రశాంతత పొందుతాడు.

ఇవాళ మీరు ఒక చిన్న నిర్ణయం తీసుకోండి. ఈ రోజు నుంచి ఖర్చులను రాయడం ప్రారంభించండి. ఈ నెల నుంచి 10% పొదుపు చేయండి. ఈ సంవత్సరం నుంచి ఒక చిన్న పెట్టుబడి ప్రారంభించండి.

ఈ స్ఫూర్తిని మీ కుటుంబ సభ్యులతో, స్నేహితులతో పంచుకోండి. ఆర్థిక స్వేచ్ఛ అందరి హక్కు – అది సాధించడానికి కావలసింది కేవలం ఒక ప్రణాళిక, ఒక సంకల్పం మాత్రమే.

10. సామాజిక బాధ్యత మరియు మానవ సంబంధాలు

మనిషి ఒంటరిగా జీవించలేడు. అతను కుటుంబంతో, స్నేహితులతో, సమాజంతో కలిసే ఎదుగుతాడు. ఈరోజు ప్రపంచం సాంకేతికంగా ముందుకెళ్తోంది కాని మానవ సంబంధాలు బలహీనపడుతున్నాయి. మొబైల్‌లో వేలాది కాంటాక్ట్స్ ఉన్నా మనసును అర్థం చేసుకునే మనుషులు తగ్గిపోతున్నారు. అందుకే మానవ సంబంధాల విలువను తెలుసుకోవాలి. సామాజిక బాధ్యత అంటే ఏమిటి? మనకు మాత్రమే కాకుండా కుటుంబానికి, సమాజానికి, దేశానికి మన వంతు బాధ్యతను నిర్వర్తించడం.

ఒక మంచి సమాజం ఎలా నిర్మితమవుతుంది? మంచి వ్యక్తుల వల్ల. ఒక కుటుంబంలో పరస్పర గౌరవం ఉంటే, ప్రేమ ఉంటే, సహకారం ఉంటే, ఆ కుటుంబం సంతోషంగా ఉంటుంది. అలాగే మంచి పౌరులు ఉన్నప్పుడు సమాజం అభివృద్ధి చెందుతుంది.

మానవ సంబంధాల ప్రాముఖ్యత మనిషికి జీవితంలో డబ్బు అవసరం, ఉద్యోగం అవసరం, కాని కష్టకాలంలో మనతో నిలబడేది మనుషులే.

ఒక ధనవంతుడు ఆసుపత్రిలో చేరాడు. అతని వద్ద డబ్బు ఉంది కాని చూసుకునే వారు లేరు. మరో సాధారణ వ్యక్తి వద్ద పెద్ద సంపద లేదు కాని కుటుంబం, స్నేహితులు, ప్రేమతో కూడిన సంబంధాలు ఉన్నాయి. చివరకు ఎవరు ఆనందంగా ఉన్నారు? రెండవ వ్యక్తి. ఎందుకంటే సంబంధాలు లేకుండా సంపదకు విలువ లేదు. ఈరోజు సంబంధాలు ఎందుకు దెబ్బతింటున్నాయి? స్వార్థం, కోపం, అసూయ, అహంకారం, సమయం ఇవ్వకపోవడం.

చాలామంది కుటుంబ సభ్యులతో మాట్లాడడానికి కూడా సమయం కేటాయించడం లేదు. కుటుంబం విలువ పిల్లలకు ప్రేమ, భద్రత, విలువలు కుటుంబం నుంచే వస్తాయి. తల్లిదండ్రులు పిల్లలకు మంచి చదువు మాత్రమే కాదు, మంచి సంస్కారం కూడా ఇవ్వాలి.

సమాజానికి మన బాధ్యత మన చుట్టూ పేదలు, వృద్ధులు, అనాథలు, సహాయం అవసరమైనవారు ఉంటారు. వారికి సహాయం చేయడం మన బాధ్యత. సమాజానికి ఉపయోగపడే వ్యక్తే నిజమైన విజయవంతుడు.

మదర్ థెరిసా తన జీవితాన్ని సేవకే అంకితం చేశారు. డాక్టర్ అబ్దుల్ కలాం యువతకు మార్గదర్శకంగా నిలిచారు. వారిని ప్రపంచం ఎందుకు గుర్తుంచుకుంది? వారి మానవత్వం వల్ల.

మంచి సంబంధాలు ఎలా పెంపొందించాలి?

గౌరవంగా మాట్లాడాలి

క్షమించే గుణం పెంచుకోవాలి

అవసర సమయంలో తోడుగా ఉండాలి

స్వార్థాన్ని తగ్గించాలి

సమయం కేటాయించాలి

కృతజ్ఞత భావం కలిగి ఉండాలి

మనిషి చనిపోయిన తర్వాత అతని డబ్బు కాదు అతని మంచితనం గుర్తుండిపోతుంది. మానవత్వం లేని అభివృద్ధి సమాజానికి ప్రమాదం. మన జీవితానికి అసలైన సంపద ప్రేమ, గౌరవం, సంబంధాలు, సేవాభావం. ఇవే మనిషిని నిజమైన వ్యక్తిత్వవంతునిగా నిలబెడతాయి.

మనిషి ఒంటరిగా జీవించలేడు. అతను కుటుంబంతో, స్నేహితులతో, సమాజంతో కలిసే ఎదుగుతాడు. ఈరోజు ప్రపంచం సాంకేతికంగా చాలా ముందుకెళ్లింది. కాని అదే సమయంలో మానవ సంబంధాలు బలహీనపడుతున్నాయి, మనుషుల మధ్య దూరం పెరుగుతోంది, ఒంటరితనం అధికమవుతోంది. మొబైల్‌లో వేలాది కాంటాక్ట్స్ ఉన్నా మనసును అర్థం చేసుకునే మనుషులు తగ్గిపోతున్నారు.

విదురుని మానవ సంబంధాల బోధనలు:

మహాభారతంలోని విదుర నీతి అనేది కేవలం రాజనీతి మాత్రమే కాదు, అది మానవ సంబంధాలకు ఒక శాశ్వతమైన దర్పణం. విదురుడు చెప్పిన ప్రతి మాటలోను నేటి ఆధునిక మనుషులకు కూడా వర్తించే సత్యాలు దాగి ఉన్నాయి. ఇక్కడ ఆ మహాజ్ఞాని మానవ సంబంధాల గురించి చెప్పిన కొన్ని అమూల్యమైన బోధనలు చూద్దాం.

1. జ్ఞాతుల స్వభావం – మంచి మనుషులు ఎప్పుడూ రక్షిస్తారు

   జ్ఞాతయస్తారయంతీహ జ్ఞాతయో మజ్జయంతి చ సువృత్తాస్తారయంతీహ దుర్వృత్తా మజ్జయంతి చ

   ఈ లోకంలో బంధువులే మనల్ని ఒడ్డుకు చేరుస్తారు మరియు బంధువులే ముంచెత్తుతారు. మంచి నడవడిక కలిగినవారు రక్షిస్తారు. చెడు నడవడిక కలిగినవారు ముంచెత్తుతారు. మీ చుట్టూ ఎలాంటి వాళ్ళను ఉంచుకుంటున్నారు? గుర్తుంచుకోండి, బంధుత్వం అనేది రక్తసంబంధం వల్ల మాత్రమే రాదు.

   సద్వర్తనం, నిజాయితీ, సహాయ స్వభావం ఉన్నవాడే నిజమైన బంధువు. ఎవరైతే మీ కష్టాల్లో కరిగిపోతారో, సమయానికి అండగా నిలుస్తారో వారే మీ నిజమైన సంపద.

2. ఓర్పు మరియు సదాచారం – వ్యక్తిత్వానికి పునాది:

అవృత్తిం వినయో హంతి హంత్యనర్థం పరాక్రమః హంతి నిత్యం క్షమా క్రోధమాచారో హంత్యలక్షణమ్

వినయం దురాచారాన్ని నాశనం చేస్తుంది. పరాక్రమం ఆపదలను హరిస్తుంది. క్షమ కోపాన్ని ఎప్పటికప్పుడు చంపేస్తుంది. సదాచారం అశుభ సూచకాలను నివారిస్తుంది.

మీలో ఒక్కో గుణం ఒక్కో ఆయుధం. కోపం వచ్చినప్పుడు, ఆ క్షణంలో క్షమా గుణం, మీ అతిపెద్ద సైన్యం. ఎవరైనా తప్పు చేసినప్పుడు, వినయంగా స్పందించండి, దాని ముందు దురాచారం తలవంచుతుంది. గుర్తించండి మృదువుగా ఉండటమే బలం, కాఠిన్యం కాదు.

3. కోపాన్ని గెలుచుకోవడం – నిజమైన విజయం:

క్రోధేన జయేత్క్రోధమసాధుం సాధునా జయేత్ | జయేత్కదర్యం దానేన జయేత్సత్యేన చానృతమ్ ||

కోపాన్ని కోపం లేకుండా జయించాలి. దుష్టుడిని సాధుత్వంతో జయించాలి. లోభిని దానంతో జయించాలి. అసత్యాన్ని సత్యంతో జయించాలి. ఇది మానవ సంబంధాలకు అత్యంత శక్తివంతమైన సూత్రం. ఎదుటి వ్యక్తి మీపై కోపంగా ఉన్నా, మీరు ప్రశాంతంగా స్పందిస్తే ఆ కోపాన్ని మీరు జయించినట్లే. చెడుకు ప్రతిగా మంచి చేయండి అదే నిజమైన గొప్పతనం. సత్యానికి ఎదురులేదు.

4. బలవంతులతో విరోధం – వివేకం మాట్లాడుతుంది:

బలవంతులతో విరోధం దుర్బలులకు ఉచితం కాదు.

బలవంతులతో గొడవపడటం బలహీనులకు మంచిది కాదు. అలాంటివారికి రాత్రివేళ నిద్ర కూడా పట్టదు. బలాన్ని ప్రతిఘటించడం ధైర్యం కాదు ఎప్పుడు, ఎలా నిలబడాలో తెలుసుకోవడం వివేకం.

విదురుడు ఇక్కడ నేర్పింది అణచివేత కాదు, కాని అకాలంలో పోరాడి నాశనం కాకుండా ఉండటం. సరైన సమయం కోసం వేచి ఉండగల శక్తి కూడా ఒక బలమే. ఎప్పుడు మౌనంగా ఉండాలో, ఎప్పుడు ధ్వనించాలో తెలుసుకోండి.

5. పండితుని లక్షణాలు – నిజమైన విజ్ఞుడు ఎవరు?

విదురనీతి ప్రకారం, పండితుని లక్షణాలు చక్కని మాటలు మాట్లాడేవాడు, సమయస్ఫూర్తి కలిగినవాడు, తన తప్పును ఇతరులపై మోపనివాడు, మేలు చేసేవాడు, కీడు చేయనివాడు, పిలువకనే పోవడు, అడగకుండా చెప్పడు.

నేటి ప్రపంచంలో డిగ్రీలు లెక్కలు కావు మీ ప్రవర్తనే మీ అర్హత. సరైన సమయంలో మౌనంగా ఉండటం, సరైన సమయంలో చేయి చాచడం ఇదే నిజమైన జ్ఞానం. తప్పు చేసినప్పుడు 'నా తప్పు' అనడంలోనే నిజమైన గొప్పతనం ఉంది .

6. మంచి సాంగత్యం యొక్క శక్తి:

చెడ్డవారి సాంగత్యం అగ్ని లాంటిదని విదురుడు హెచ్చరిస్తాడు. ఎండిన కట్టెలతో పాటు తడిసిన కట్టెలు కూడా కాలిపోతాయి. అలాగే, పాపులతో చేరిన మంచివారు కూడా శిక్షను అనుభవిస్తారు. అదే సమయంలో, సద్గుణాలున్నవారి సాంగత్యం కల్పవృక్షం లాంటిది.

క్షమించే గుణం, దానగుణం, సత్యం ఇలాంటి వారు పేదవారైనా ప్రపంచంలో గొప్పవారు. మీరు ఎవరితో కలిసి ఉంటున్నారో, వారే మీ భవిష్యత్తును నిర్ణయిస్తారు. మంచి వాళ్ళను వెతుక్కోండి. లేదంటే, మీరే ఆ మంచి వ్యక్తి అవ్వండి. విదురుడి మాటలు రాళ్ళమీద చెక్కిన అక్షరాలు కావు అవి జీవించే గుండెల మీది స్పందనలు.

ఈయన బోధనల సారాంశం 'కోపాన్ని క్షమతో జయించు, అసత్యాన్ని సత్యంతో జయించు, లోభాన్ని దానంతో జయించు, చెడ్డను మంచితో జయించు.' ఈ ఒక్క నియమాన్ని పాటిస్తే, మీ వ్యక్తిత్వం మారడమే కాదు మీ చుట్టూ ఉన్న ప్రతి సంబంధం ఒక పవిత్రమవుతుంది. కారణం, విదురుడు చెప్పిన నీతి అంతా ప్రేమ, గౌరవం, క్షమ మరియు సత్యం అనే నాలుగు స్తంభాల మీదే నిలుస్తుంది.

నేటి నుండి ప్రయత్నించండి. ఒకసారి కోపం వచ్చినా విదురుడి మాట గుర్తుకు తెచ్చుకోండి. ఒకసారి అబద్ధం చెప్పాలనిపించినా విదురుడి సత్యాన్ని గుర్తు చేసుకోండి. ఒకసారి లోభం కలిగినా విదురుడి దానం మాటను ఆలోచించండి.

భాస్కర శతకం తెలుగు సాహిత్యంలో ఒక ప్రత్యేక స్థానాన్ని ఆక్రమించింది. దీనిని మారవి వెంకయ్య కవి రచించారు. ప్రతి పద్యం చివర భాస్కరా! అనే మకుటంతో ముగుస్తుంది. ఈ శతకంలోని ప్రతి పద్యం నీతిని, జీవిత సత్యాలను సామాన్య ప్రజానీకానికి అర్థమయ్యేలా వివరిస్తుంది . ఇక్కడ ఒక అద్భుతమైన, మానవ సంబంధాలకు అద్దం పట్టే పద్యాన్ని మీ కోసం అందిస్తున్నాను.

పద్యం:

అక్కఱపాటు వచ్చు సమయంబున జుట్టము లొక్క రొక్కరి
న్మక్కువ నుద్ధరించుటలు మైత్రికి జూడగ యుక్తమే సుమీ
యొక్కట; నీటిలో మెరక నోడల బండ్లను బండ్లనోడలున్
దక్కక వచ్చుచుండుట నిదానము గాదె తలంప భాస్కరా!

తాత్పర్యం:

ఓ భాస్కరా! ఆపద కాలంలో బంధువులు ఒకరినొకరు ప్రేమతో, కష్టం తెలిసికూడా ఆదుకోవడమే నిజమైన స్నేహానికి లక్షణం.

ఎలాగంటే నీటిలో పడవలమీద బండ్లను తీసుకెళ్లడం మరియు భూమిమీద బండ్లమీద పడవలను తీసుకెళ్లడం అనేది అవసరం వచ్చినప్పుడు జరుగుతుంది కదా! అలాగే మానవ సంబంధాలలో కూడా అవసరం వచ్చినప్పుడు ఒకరికొకరు సహాయపడుకోవడం సహజమైన, ధర్మమైన పని.

ఈ పద్యం మనకు నేర్పే గొప్ప సత్యం సుఖ కాలంలో చేరినవారు బంధువులు కారు దుఃఖ కాలంలో దగ్గరున్నవారే నిజమైన స్నేహితులు. జీవితంలో ఎవరికి ఎప్పుడు ఎలాంటి పరిస్థితి వస్తుందో ఎవరూ చెప్పలేరు. ఒకరోజు గొప్పవాడు రేపు అవసరంలో ఉండవచ్చు. నేడు చిన్నగా కనిపించే వ్యక్తి రేపు మనకు తోడుగా నిలవవచ్చు. 'ఓడలు బండ్లవుతాయి, బండ్లు ఓడలవుతాయి' అనే సామెత ద్వారా ఈ పద్యం చెప్పేది ఏమిటంటే ఎవరినీ తక్కువ చేసి చూడకూడదు. ఎందుకంటే కాలచక్రం ఎలా తిరుగుతుందో ఎవరికీ తెలియదు. నేడు మీరు ఎంత గొప్పవారైనా, రేపు మీకు సహాయం అవసరపడవచ్చు. అందుకే, ప్రతి మనిషినీ గౌరవంగా, ప్రేమగా చూడండి.

మీరు ఎప్పుడైనా ఒక్కసారి ఆలోచించండి, మీకు చాలా కష్టం వచ్చినప్పుడు ముందుగా గుర్తుకొచ్చే ముఖం ఎవరిది? మీరు ఏడుస్తున్నప్పుడు భుజం తట్టి ఓదార్చే చేయి ఎవరిది? మీరు అనారోగ్యంతో ఉన్నప్పుడు పక్కన కూర్చునేవారు ఎవరు? వారే నిజమైన సంబంధాలు. ఆ సంబంధాలను సమయానికి, ప్రేమతో, నిస్వార్థంగా పోషించుకోవడమే ఈ పద్యం యొక్క మూల సందేశం.

'స్నేహం అనేది ఆపదలో పరీక్షించబడుతుంది. నిజమైన మిత్రుడు అవసరం వచ్చినప్పుడు, పరిస్థితులతో సంబంధం లేకుండా,

మీ కోసం నిలబడతాడు సరిగ్గా, నీటిలో నడిచే బండి లాగా, భూమిపై నడిచే పడవలాగా' వ్యక్తిత్వ వికాసం దృష్ట్యా ప్రతి మనిషీ ఒక దీపం. ఆ దీపం చుట్టూ ఉన్న వెలుగులతోనే ప్రకాశిస్తుంది. మన వ్యక్తిత్వం అంటే మనం మాట్లాడే భాష కాదు, మనం ధరించే దుస్తులు కాదు అది ఇతరులతో మనం పెంచుకునే సంబంధాల నాణ్యత.

మాటలలో గౌరవం – వ్యక్తిత్వానికి అద్దం:

మనిషి వ్యక్తిత్వాన్ని కొలిచే ప్రమాణాల్లో మాటతీరు ఒక ముఖ్యమైన అంశం. ముఖ్యంగా బాల్యంలో పిల్లలు ఒకరినొకరు ఎలా సంబోధిస్తారో, ఎలా మాట్లాడుతారో వారి భవిష్యత్ వ్యక్తిత్వ నిర్మాణంపై గాఢమైన ప్రభావం చూపుతుంది.

పాఠశాలల్లో కొంతమంది పిల్లలను వారి శారీరక ఆకారం, రంగు, ఎత్తు, బరువు లేదా ఇతర ప్రత్యేకతల ఆధారంగా మారుపేర్లతో పిలవడం సాధారణంగా కనిపిస్తుంది. కొన్నిసార్లు అవి సరదాగా అనిపించినప్పటికీ, ఆ పేర్లు వినే పిల్లల మనసులో ఆత్మన్యూనతాభావం, బాధ, ఒంటరితనం వంటి

భావాలను కలిగించవచ్చు. ఒక చిన్న మాట కూడా ఒక చిన్నారి ఆత్మవిశ్వాసాన్ని పెంచగలదు; అదే మాట దానిని దెబ్బతీయగలదు.

ఈ విషయాన్ని గుర్తించిన జపాన్‌లోని కొన్ని పాఠశాలలు విద్యార్థులను గౌరవప్రదంగా పేర్లతోనే పిలవాలని ప్రోత్సహిస్తున్నాయి. వారి పేర్లకు 'సాన్' అనే గౌరవసూచక పదాన్ని జోడించడం ద్వారా ప్రతి విద్యార్థిలో పరస్పర గౌరవం, మర్యాద, సమానత్వ భావనలను పెంపొందించేందుకు ప్రయత్నిస్తున్నాయి.

ఈ విధానం మనకు ఒక గొప్ప పాఠాన్ని నేర్పుతుంది. గౌరవం అనేది పెద్దవారికి మాత్రమే ఇవ్వాల్సినది కాదు; చిన్నవారికి, తోటి విద్యార్థులకు, సహచరులకు కూడా ఇవ్వాల్సిన విలువ. ఇతరులను గౌరవంగా సంబోధించడం ద్వారా మనలో వినయం, సహానుభూతి, సామాజిక బాధ్యత వంటి ఉత్తమ లక్షణాలు అభివృద్ధి చెందుతాయి.

అయితే, ప్రతి మారుపేరు చెడ్డదే అని చెప్పలేం. ప్రేమతో, ఆప్యాయతతో పిలిచే కొన్ని పేర్లు స్నేహబంధాలను మరింత బలపరుస్తాయి. అసలు సమస్య పేరు కాదు, ఆ పేరులో దాగి ఉన్న ఉద్దేశం. ఒక పేరు ఎదుటివారిని అవమానపరుస్తే అది హానికరం, ప్రోత్సహిస్తే అది స్నేహానికి వంతెన అవుతుంది.

వ్యక్తిత్వ వికాసం అంటే కేవలం విజయం సాధించడం కాదు. మన మాటల ద్వారా ఇతరుల మనసులను గౌరవించడం, వారి ఆత్మగౌరవాన్ని కాపాడడం కూడా వ్యక్తిత్వ పరిపక్వతకు సూచిక. అందుకే పిల్లలకు చిన్నప్పటి నుంచే ఒక గొప్ప పాఠం నేర్పాలి.

'ఎదుటివారిని వారి లోపాలతో కాదు, వారి వ్యక్తిత్వంతో చూడండి. వారి హృదయాన్ని గాయపరిచే మాటలు కాదు, వారి ఆత్మవిశ్వాసాన్ని పెంచే మాటలు మాట్లాడండి.'

గౌరవం ఇచ్చే ప్రతి మాట ఒక మంచి వ్యక్తిత్వానికి విత్తనం. ఆ విత్తనం రేపటి సమాజంలో పరస్పర గౌరవం, మానవత్వం, ప్రేమ అనే మహావృక్షంగా ఎదుగుతుంది.

1. సంబంధాలే మన బలం:

   ఒక చిన్న నవ్వు, ఒక ఆప్యాయతతో కూడిన మాట, ఒక సహాయం చేయడానికి ముందుకు వచ్చే చేయి – ఇవే నిజమైన మానవ

   సంబంధాలకు గుర్తులు. ఇవి లేకుంటే, మనకున్న డిగ్రీలు, ఉద్యోగాలు, సంపదలు అన్నీ నిర్జీవమైపోతాయి.

2. సామాజిక బాధ్యత అంటే దూరంలో ఉన్నవారికి సహాయం చేయడం మాత్రమే కాదు:

   మన చుట్టూ ఉన్న వారిని తోబుట్టువుని, స్నేహితుడిని, పొరుగువారిని అర్థం చేసుకోవడం, వారికి సమయం కేటాయించడం, వారి బాధలో పాలు పంచుకోవడమే నిజమైన సామాజిక బాధ్యత. ఒకసారి ఆలోచించండి మీరు ఎవరికైనా నిజంగా అందుబాటులో ఉన్నారా?

3. వ్యక్తిత్వ వికాసానికి సంబంధాలు ఎందుకు మూలస్తంభం?

   సంబంధాలు మనలో తాదాత్మ్యం ను పెంచుతాయి. అవి మనకు సహనం, క్షమాగుణం నేర్పుతాయి. ఇతరులతో కలిసి పనిచేయడం వలన నాయకత్వ లక్షణాలు, సమస్య పరిష్కార శక్తి పెరుగుతాయి. విఫలమైనప్పుడు ఊరటనిచ్చే భుజం, విజయం వచ్చినప్పుడు చప్పట్లు కొట్టే చేతులు ఇవి మనలను మానసికంగా బలంగా నిలబెడతాయి.

ఈ రోజు నుండి ఒక చిన్న మార్పు చేద్దాం:

రోజులో పది నిమిషాలు మన ఫోన్ పక్కన పెట్టి, కుటుంబ సభ్యుడితో మనస్ఫూర్తిగా మాట్లాడండి. ఒక స్నేహితుడికి 'ఎలా ఉన్నావు?' అని నిజంగా తెలుసుకోవాలనే ఆసక్తితో అడగండి. పొరుగింటి వారికి ఒక చిన్న సహాయం చేయండి అది ఒక గ్లాసు నీరైనా సరే. సామాజిక మాధ్యమాల్లో మాత్రమే కాకుండా, నేరుగా కలిసి సంబంధాలను పెంచుకోండి.

సంబంధాలు మన చేతిలోని పువ్వుల్లాంటివి వాటికి నీరు పోస్తేనే అవి విరబూస్తాయి, లేకుంటే వాడిపోతాయి.

మీ వ్యక్తిత్వం ప్రకాశించాలంటే, మీ చుట్టూ ఉన్న మనుషులను ప్రకాశింపజేయండి. ఆ విధంగా మీరు ఒక మంచి మనిషిగా, ఒక బాధ్యతగల సమాజ సభ్యునిగా, ఒక ప్రేరణగా మారతారు. ఈ రోజు ఒక మంచి సంబంధాన్ని బలోపేతం చేయండి. నేను మీతో ప్రారంభిస్తున్నాను మీరు?

సామాజిక బాధ్యత అంటే మనకు మాత్రమే కాకుండా, మన చుట్టూ ఉన్న ప్రతి ఒక్కరి పట్లా మనం చూపించే కర్తవ్యబద్ధత. ఇది వ్యక్తిత్వ వికాసానికి ఆయుపట్టు.

సామాజిక బాధ్యత అంటే ఏమిటి?

సామాజిక బాధ్యత అంటే కేవలం డబ్బు దానం చేయడం లేదా సేవా కార్యక్రమాలు చేయడం మాత్రమే కాదు. అది ఒక జీవన విధానం. అది మనలోని పరిపక్వతను, సహృదయతను, నాయకత్వ లక్షణాలను బయటికి తీసుకువస్తుంది.

మనకు మాత్రమే కాకుండా చాలామంది 'నాకు నేను, నా సుఖం' అనే ఆలోచనలో మునిగిపోతారు. కాని నిజమైన వ్యక్తిత్వ వికాసం అంటే నేను నుండి మనం వైపు ప్రయాణించడం.

ఒక చెట్టు తనకు తానే నీరు తాగుకుంటే అది ఎప్పటికీ పెద్దది కాదు వేర్లు చుట్టూ ఉన్న మొక్కలకు కూడా నీరందించినప్పుడే అది అడవి అవుతుంది. కుటుంబానికి బాధ్యత అందుకే పునాది. కుటుంబం మన మొదటి పాఠశాల. అక్కడే మనం ప్రేమ, త్యాగం, కర్తవ్యం నేర్చుకుంటాం. తల్లిదండ్రుల మాట వినడం, వారి వృద్ధాప్యంలో వారికి అండగా ఉండటం ఇది వ్యక్తిత్వానికి వినయాన్ని ఇస్తుంది. తోబుట్టువులతో పంచుకోవడం, వారి కలలను గౌరవించడం ఇది మనలో సహనాన్ని పెంచుతుంది.

కుటుంబం కోసం ఒక చిన్న త్యాగం చేయడం నేర్చుకోండి. అది మీలోని దాతృత్వానికి తొలి మెట్టు.

సమాజానికి బాధ్యత అందుకే నిజమైన వికాసం, సమాజం అంటే మన పక్కింటి వ్యక్తి, దారిలో వ్యాపారి, పాఠశాలలో టీచర్ వీరంతా మన జీవితంలో భాగమే. పొరుగువారికి సహాయం, వృద్ధాశ్రమంలో సమయం గడపడం, పరిసరాలను పరిశుభ్రంగా ఉంచుకోవడం ఇవి మనలో సామాజిక అవగాహన ను పెంచుతాయి. సమాజానికి ఉపయోగపడే వ్యక్తిగా మారడం వల్ల ఆత్మగౌరవం పెరుగుతుంది.

ఒక మంచి సమాజం ఏర్పడాలంటే నువ్వు మంచి పౌరుడిగా ఎదగాలి. నీ సామాజిక బాధ్యతే నీ నిజమైన బలం.

దేశానికి బాధ్యత అందుకే గొప్ప వ్యక్తిత్వం, గురజాడ అప్పారావు తెలుగు సాహిత్యంలో యుగకర్తగా పేరుపొందారు. ఆయన రచించిన పాట తెలుగు ప్రజల గుండెల్లో శాశ్వతంగా నిలిచిపోయింది.

'దేశమంటే మట్టి కాదోయ్! దేశమంటే మనుషులోయ్!'

అంటే దేశం అంటే కేవలం మట్టి, నేల, భూమి కాదు దేశం, అంటే ఆ నేలమీద నివసించే మనుషులు. గురజాడ ఈ పాటతో జాతీయ భావాలను, మానవతా విలువలను ప్రబోధించారు. 20వ శతాబ్ది ప్రారంభం లో ప్రజలు దేశాన్ని కేవలం భూభాగంగా మాత్రమే చూసేవారు. కాని గురజాడ విప్లవాత్మకంగా చెప్పారు, భూమి కంటే మనుషులే ముఖ్యం, ప్రజలు ఎలా ఉన్నారో, అలాగే దేశం ఉంటుంది.

ప్రజలు దుఃఖిస్తే దేశం దుఃఖిస్తుంది, ప్రజలు సంతోషంగా ఉంటేనే దేశం అభివృద్ధి, గురజాడ ఈ పాటలో దేశభక్తికి కొత్త నిర్వచనం రాశారు 'కేవలం జెండా ఎగురవేయడం, జాతీయ గీతాలు పాడటం మాత్రమే దేశభక్తి కాదు.

మన దేశంలోని ప్రతి మనిషికి ఆకలి లేకుండా చూడటం, విద్య లేకుండా పోకుండా చూడటం, న్యాయం దొరక్కపోకుండా చూడటం ఇవన్నీ నిజమైన దేశభక్తి. మీరు మీ చుట్టూ ఉన్న మనిషిని ప్రేమిస్తే, గౌరవిస్తే, ఆదుకుంటే అదే నిజమైన దేశసేవ. ఎందుకంటే దేశం అంటే ఆ మనిషే!' నేటి యువతరం గురజాడ మాటలను గుర్తుంచుకోవాలి.

మనం కేవలం మట్టికి ప్రాధాన్యత ఇస్తే, మనుషులు మరచిపోతే ఆ దేశం ఎప్పటికీ అభివృద్ధి చెందదు. దేశం పట్ల ప్రేమ అంటే జెండా ఎగురవేయడం మాత్రమే కాదు, పన్నులు క్రమం తప్పకుండా చెల్లించడం, ఓటు హక్కు వినియోగించుకోవడం, చట్టాలను పాటించడం ఇవీ నిజమైన దేశభక్తి. దేశాన్ని ప్రపంచంలో మంచి పేరు తెచ్చేలా నైతికంగా, విజయవంతంగా బ్రతకడం, ఇది మీకు గౌరవాన్ని, నాయకత్వ లక్షణాలను ఇస్తుంది.

ఎవరైనా అవినీతి, అన్యాయం జరిగినప్పుడు మౌనంగా ఉండకుండా న్యాయంగా మాట్లాడటం, అదే నిజమైన పౌర ధైర్యం.

'దేశం కోసం పెద్ద పెద్ద పనులు చేయాలని అనుకోకు. నీ చిన్న చిన్న మంచి అలవాట్లు, నీ విధేయత, నీ శ్రద్ధ ఇవే దేశాన్ని మారుస్తాయి.'

వ్యక్తిత్వ వికాసం దృష్ట్యా సామాజిక బాధ్యత ప్రయోజనాలు, బాధ్యత వ్యక్తిత్వ లక్షణం పెరగడం, కుటుంబ బాధ్యత కర్తవ్యనిష్ఠ, ప్రేమ, సహనం , సామాజిక బాధ్యత తాదాత్మ్యం, సహకారం, నాయకత్వం దేశ బాధ్యత గౌరవం, ధైర్యం, విధేయత.

ఈ రోజు నుంచి చేయవలసిన 3 సులభమైన పనులు:

1. కుటుంబంతో, రోజులో పది నిమిషాలు మీ అమ్మ, నాన్న, జీవిత భాగస్వామితో ఫోన్ లేకుండా మాట్లాడండి. వారి కష్టాలు అడగండి.
2. సమాజంలో, మీ ఇంటి ముందు రోడ్డు లేదా పార్క్ ను పరిశుభ్రంగా ఉంచండి. మీ పొరుగు వారికి ఒక చిన్న సహాయం చేయండి.
3. దేశం కోసం, ఒక నెలలో ఒకసారైనా ఏదైనా ప్రభుత్వ సౌకర్యాన్ని పోస్టాఫీసు, రైల్వే స్టేషను సరిగ్గా వాడండి లేదా స్వచ్ఛందంగా ఒక నియమాన్ని పాటించండి.

మీరు నేర్చుకున్న ప్రతి పాఠం, మీరు సంపాదించిన ప్రతి డబ్బు, మీరు పొందిన ప్రతి విజయం అది మీకు మాత్రమే కాదు, అది మీ కుటుంబానికి, సమాజానికి, దేశానికి కూడా చెందుతుంది.

'నేను బాధ్యత వహిస్తాను' అనే ఆలోచనే మిమ్మల్ని ఒక సామాన్య వ్యక్తి నుండి అసాధారణ వ్యక్తిగా మారుస్తుంది. ఈ రోజు నుంచి, మీరు ఒక మంచి కొడుకు లేదా కూతురు, ఒక బాధ్యతగల పౌరుడు, ఒక ప్రేరణగా మారండి. ప్రారంభం చేయండి చిన్న చిన్న అడుగులతో. ఎందుకంటే గొప్ప వ్యక్తులు తమ స్వార్థాన్ని విడిచిపెట్టి, సమాజాన్ని తమ కుటుంబంగా భావించేవారు.

మంచి వ్యక్తుల వల్లనే మంచి సమాజం నిర్మితమవుతుంది ఇది కేవలం వాక్యం కాదు, ఇది మానవ నాగరికతకు మూలస్తంభం. ముందు కుటుంబం అక్కడే నేల తయారవుతుంది. ఒక కుటుంబం అనేది ఒక చిన్న సమాజం. ఆ సమాజంలో పరస్పర గౌరవం వ్యక్తిత్వానికి మొదటి పాఠం, తల్లిదండ్రులు పిల్లల మాట వినడం, పిల్లలు పెద్దల మాట గౌరవించడం ఇదే పరస్పర గౌరవం. ఇది లేకపోతే, ఆ కుటుంబంలో విలువలు పతనమవుతాయి. వ్యక్తిత్వ దృష్ట్యా: గౌరవం అలవాటు చేసుకుంటే, బయటి ప్రపంచంలో ఎవరితోనైనా, ఎంత పెద్దవారితోనైనా మర్యాదగా మాట్లాడే శక్తి వస్తుంది.

గౌరవం ఇవ్వడానికి ఎదుటివ్యక్తి గొప్పగా ఉండాల్సిన అవసరం లేదు అది నీ వ్యక్తిత్వం యొక్క ఔన్నత్యాన్ని చూపిస్తుంది.

ప్రేమ అందుకే మానసిక బలం, తప్పులు చేసినా, విఫలమైనా, ఒంటరిగా ఉన్నా ప్రేమించే తోడు ఉంటే ఆ వ్యక్తి మళ్లీ నిలబడతాడు.

ప్రేమ అంటే ఎప్పుడూ అవును చెప్పడం కాదు, అవసరమైనప్పుడు కఠినంగా మాట్లాడడమూ ప్రేమే. వ్యక్తిత్వ దృష్ట్యా ప్రేమించడం నేర్చుకున్న వ్యక్తిలో కరుణ, సహనం, క్షమాగుణం స్వయంచాలకంగా వస్తాయి.

నువ్వు ఇచ్చే ప్రేమే నీ మనసు విశాలతను కొలిచే ప్రమాణం.

సహకారం అందుకే నాయకత్వ లక్షణం, ఒకరికొకరు చేయి చేసుకోవడం, బాధ్యతలు పంచుకోవడం, కలిసి నిర్ణయాలు తీసుకోవడం ఇదే సహకారం. ఇలాంటి కుటుంబంలో పెరిగిన పిల్లలు బయట టీమ్ గా పనిచేయడంలో నిపుణులవుతారు. వ్యక్తిత్వ దృష్ట్యా సహకారం మనలో నేను ను తగ్గించి మనం అనే బృంద స్ఫూర్తిని పెంచుతుంది.

ఒంటరి చెట్టు గాలికి విరిగిపోతుంది, కాని అడవి ఎన్ని తుఫానులనైనా తట్టుకుంటుంది. కుటుంబమే ఆ అడవికి మూలం. కుటుంబం నుండి సమాజం వైపు అక్కడే పరిణామం. కుటుంబంలో నేర్చుకున్న గుణాలనే మనం సమాజంలో ప్రయోగిస్తాం. మంచి సమాజం నిర్మాణానికి మూలస్తంభాలు.

మంచి పౌరులు అంటే ఎలాంటివారు? ట్రాఫిక్ నియమాలు పాటించేవారు. వరుసలో నిలబడేవారు. వీధి దీపం కాలిపోతే ఫిర్యాదు చేసేవారు. ఎవరైనా ఇబ్బందిలో ఉంటే మౌనంగా వెళ్లిపోకుండా సాయం చేసేవారు. వ్యక్తిత్వ ప్రయోజనం మంచి పౌరుడిగా మారడం వల్ల స్వీయ గౌరవం, సామాజిక విలువ పెరుగుతుంది.

బాధ్యతగల యువత అందుకే భవిష్యత్తు, చదువు మాటలకే కాకుండా, ఆచరణకు కట్టుబడే యువకులు. సోషల్ మీడియాలో తెలివితక్కువ పోస్టులకు బదులు, సమాజ సమస్యలపై చర్చించే యువకులు. తల్లిదండ్రుల ఆస్తి కోసం కాకుండా, తమ కష్టంపై సంపాదించే యువకులు.

వ్యక్తిత్వ ప్రయోజనం బాధ్యతగల యువతలో ఆత్మవిశ్వాసం, నాయకత్వం, నిర్ణయాత్మకత బలంగా ఉంటాయి. సేవాభావం గల మనుషులు అందుకే సమాజం నడుస్తుంది. నాకేమి లాభం? అని అడగకుండా 'నేను ఏం ఇవ్వగలను?' అని ఆలోచించేవారు. సేవ అంటే దానం చేయడం మాత్రమే కాదు ఒక మంచి మాట, ఒక చిన్న సలహా, ఒక వెచ్చని కౌగిలీ సేవే.

సేవాభావం అహంకారాన్ని తగ్గించి, వినయాన్ని పెంచుతుంది. ఇతరుల కోసం బ్రతికే ప్రతి క్షణం, నీ హృదయతను సమృద్ధి చేస్తుంది.

సమాజం ఎలా నిర్మితమవుతుంది? ప్రతి ఇల్లు ఒక ఇటుక. ప్రతి మంచి కుటుంబం ఒక గోడ. ప్రతి మంచి పౌరుడు ఒక స్తంభం.

ప్రతి సేవాభావం గల వ్యక్తి ఆ స్తంభానికి బలం. ఇవన్నీ కలిసినప్పుడే ఒక మహా సౌధం నిర్మితమవుతుంది దాని పేరే మంచి సమాజం.

ఈ రోజు నుండి మీరు చేయగలిగే నాలుగు సులభమైన పనులు, మీ బాధ్యత ఈ రోజు ఒక చర్య కుటుంబంలో గౌరవం ఇంట్లో ఒకరి వంతు పనిని తాము చేసుకోండి, వంటగది, శుభ్రత, కుటుంబంలో ప్రేమ ఒక కుటుంబ సభ్యునితో 'నీకు నేను ఎలా సహాయం చేయగలను?' అని అడగండి. సమాజంలో బాధ్యత మీ స్వీపర్, డ్రైవర్, డెలివరీ వ్యక్తి వైపు ఒక నిజాయితీ గల ధన్యవాదాలు చెప్పండి. యువతగా లేదా వ్యక్తిగా నేడు ఒక చిన్న నియమాన్ని ఉదా ఫోన్ వాడకం, సమయపాలన కచ్చితంగా పాటించండి.

మీరు మారితే, మీ కుటుంబం మారుతుంది. మీ కుటుంబం మారితే, మీ సమాజం మారుతుంది. మీ సమాజం మారితే, దేశం మారుతుంది. ఇది ఏ పెద్ద తాత్వికత కాదు ఇది ఒక్కో మనిషి నుండి మొదలయ్యే సత్యం.

మీరు ఈ రోజు ఒక చిన్న మంచి పని చేస్తే, ఆ చర్య 10 మందికి స్ఫూర్తి అవుతుంది. ఆ 10 మంది 100 మందికి. ఆ 100 మంది నుండి ఒక విప్లవం జన్మిస్తుంది. మంచి సమాజం కోసం ఎదురుచూడకు దాన్ని నిర్మించే నాయకుడిగా నువ్వే మారు. ఈ రోజు నుండి, మీరు ఒక మంచి వ్యక్తి, మంచి పౌరుడు, సేవాభావం గల మనిషి గా ఎదగండి. ప్రారంభించండి. ఇప్పుడే. మీ ఇంటి నుండి. మీ చేతిలోనే ఉంది సమాజ భవిష్యత్తు.

మదర్ థెరీసా:

ఆమె పేదలు, అనాథలు, రోగుల కోసం తన జీవితాన్ని అంకితం చేశారు. ఆమె వద్ద పెద్ద సంపద లేదు. కాని ప్రేమ, సేవాభావం, మానవత్వం ఉన్నాయి. అందుకే ప్రపంచం ఆమెను గౌరవించింది. 'మనిషి గొప్పతనం అతని సంపదలో కాదు ఇతరులకు చేసిన సేవలో ఉంది, మన చుట్టూ ఉన్న బాధితులకు, అసహాయులకు సహాయం చేయడమే మన సామాజిక బాధ్యత' ఇది నిజమైన మానవత్వానికి, వ్యక్తిత్వ వికాసానికి మూలస్తంభం.

సమాజానికి మన బాధ్యత ఒక సమగ్ర దృక్పథం మన చుట్టూ ప్రతిరోజూ ఎంతోమంది ఉంటారు మనకు కనిపించేవారు, కనిపించనివారు. వారిలో కొందరు బలంగా ఉంటారు, కొందరు బలహీనంగా. కాని నిజమైన మానవుడు అనేవాడు బలహీనులకు చేయి చాచేవాడే.

ఎవరీ 'సహాయం అవసరమైనవారు'? వర్గం వారి నిజమైన అవసరం మనమిచ్చే సహాయం పేదలు ఆకలి, వస్త్రం, విద్య, గౌరవం భోజనం, పాత బట్టలు, విద్యా సామగ్రి, ఉద్యోగ సూచనలు వృద్ధులు ఒంటరితనం, అనారోగ్యం, ఆప్యాయత సమయం కేటాయించడం, వారి మాటలు వినడం, వైద్యంలో సాయం అనాథలు తల్లిదండ్రుల ప్రేమ, భద్రత, భవిష్యత్తు దత్తత, ప్రోత్సాహం, విద్య, ఆశ్రమాలలో సహాయం, సహాయం అవసరమైనవారు వికలాంగులు, రోగులు, నిరుపేద విద్యార్థులు మెడికల్ సహాయం, కౌన్సిలింగ్, నైపుణ్య శిక్షణ.

వ్యక్తిత్వ వికాసం దృష్ట్యా సహాయం చేయడం వల్ల మనకు లాభాలు. చాలామంది అనుకుంటారు 'మనం సహాయం చేస్తే వాళ్లకే మేలు.' కాని నిజం ఏంటంటే, సహాయం చేసే వ్యక్తి మరింత ఎదుగుతాడు.

1. తాదాత్మ్యం పెరుగుతుంది

   పేదవాడి బాధను తెలుసుకున్నప్పుడు, మన గుండె కరుగుతుంది. మనం ఎప్పుడూ ఇతరుల కోణంలో ఆలోచించే సున్నిత గుణం పెంచుకుంటాం. ఇది నాయకత్వానికి, స్నేహాలకు, కుటుంబ సంబంధాలకు చాలా అవసరం.

2. కృతజ్ఞత సహజంగా వస్తుంది

   పేదలను చూసినప్పుడు, మనం ఎంత భాగ్యవంతులమో అనిపిస్తుంది. 'నాకు కడుపు నిండా అన్నం దొరుకుతోంది, నాకు ఇల్లు ఉంది' అనే స్పృహ వస్తుంది. ఇది అహంకారాన్ని తగ్గించి, వినయాన్ని పెంచుతుంది.

3. సంతృప్తి వస్తుంది

   ఎవరికైనా నిజంగా ఉపయోగపడ్డామనే భావన డబ్బుకు మించిన ఆనందం ఇస్తుంది. మానసిక శాంతి, నిద్ర, ఆరోగ్యం ఇవన్నీ మెరుగవుతాయి. నిజమైన సుఖం ఇవ్వడంలోనే ఉంది.

4. సామాజిక గౌరవం పెరుగుతుంది

   సహాయం చేసే వ్యక్తిని సమాజం గౌరవిస్తుంది. ప్రజలు మీ వైపు ప్రేమతో, నమ్మకంతో చూస్తారు. ఇది మీ నాయకత్వ లక్షణాలను, ఆత్మవిశ్వాసాన్ని పెంచుతుంది.

   'సహాయం చేసే చేయి ఎప్పుడూ ఖాళీగా ఉండదు ఎందుకంటే ఆ చేతికి దైవం ఎప్పుడూ దగ్గరుంటాడు.'

సహాయం చేయడంలో మన మనస్తత్వం ఎలా ఉండాలి? నేను పెద్ద మనిషిని, వీళ్లు చిన్నవాళ్లు అనే తలంపు. 'ఫోటో దిగితేనే సహాయం చేస్తా' అనే ప్రదర్శన వీళ్లకు ఇవ్వడం వల్ల నాకేం లాభం? అనే స్వార్థం.

ఇలా ఉండాలి 'నేను ఇచ్చేది నా కర్తవ్యం' అనే నిరాడంబరత. 'వారు కూడా నా లాంటి మనుషులే" అనే తాదాత్మ్యం. వారి చిరు నవ్వే నా బహుమతి అనే సంతృప్తి.

ఈ రోజు నుండి చేయదగిన ఐదు సులభమైన, చిన్న చర్యలు:

సహాయం అవసరమైన వారు పేదవాడు, మీరు చేయగల చిన్న చర్య ఒకసారి భోజనం పెట్టండి, పాత బట్టలు ఇవ్వండి. వృద్ధుడు/వృద్ధురాలు వారితో పది నిమిషాలు కూర్చుని వారి కథలు వినండి. అనాథ బిడ్డ పుస్తకం, స్వీట్ ఇవ్వండి. వికలాంగుడు, రోడ్డు దాటడానికి సహాయం చేయండి. అనారోగ్యంతో ఉన్న పొరుగువారు, వారి కోసం మందులు తీసుకురండి.

డబ్బు లేకపోతే సహాయం చేయలేమా? లేదు. మీ సమయం, మీ చెవి, మీ మంచి మాట, మీ చిన్న చిరునవ్వు ఇవన్నీ సహాయాలే.

'మంచి చేయి, మంచే జరుగుతుంది, ఇది కేవలం మాట కాదు, ప్రకృతి నియమం.'

మీరు ఒక 'బాధ్యతగల వ్యక్తి' గా మారండి, మీరు ఏ పని చేసినా, ఎంత చదువుకున్నా, ఎంత సంపాదించినా, మీ సామాజిక బాధ్యతను నిర్వర్తించకపోతే మీ వ్యక్తిత్వం అసంపూర్ణం. సమాజంలోని పేద, వృద్ధ, అనాథ, అసహాయ వర్గాలు మీరు లేకుండా మనుగడ సాగించలేరు. మీరు వారికి దైవం కాకపోవచ్చు, కానీ మీరు వారికి ఒక దారి చూపే వెలుగు కావచ్చు.

'నేను సహాయం చేయగలను, నేను సహాయం చేస్తాను, నేను మార్పు తీసుకువస్తాను.'

ఈ రోజు నుండి మీరు ఒక చిన్న సహాయంతో మొదలుపెట్టండి. అది ఒక ముద్ద అన్నమైనా, ఒక చిన్న సమయమైనా, ఒక నిజాయితీగల ప్రోత్సాహమైనా సరే. సమాజానికి సేవ చేయడం నాగరికతకు గుర్తు. సంబంధాలు లేకుండా సంపదకు విలువ లేదు. ఇది కేవలం మాట కాదు, యుగయుగాలుగా నిరూపితమైన జీవిత సూత్రం.

మనం తరచూ అనుకుంటాం 'డబ్బు ఉంటే చాలు, అన్నీ వస్తాయి.' కాని జీవితం మనకు నేర్పే పాఠం వేరు. డబ్బు వస్తుంది, పోతుంది.

కాని సంబంధాలు వచ్చిన తర్వాత, అవే శాశ్వతమైన నిధి. డబ్బు అనేది ఒక సాధనం మాత్రమే. డబ్బుతో ఆసుపత్రి బిల్లు కట్టవచ్చు, కాని మంచం పక్కన కూర్చుని ధైర్యం చెప్పేవారు డబ్బుతో రారు.

డబ్బుతో ఇల్లు కొనవచ్చు, కాని ఆ ఇంటిని ఇల్లుగా మార్చేది ఆ ఇంట్లోని నవ్వులు, కౌగిళ్లు, కలిసి తినే భోజనం. డబ్బుతో పార్టీ ఇవ్వవచ్చు, కాని కష్టంలో చేయిపట్టే స్నేహితులు డబ్బుకు దొరకరు. ఎవరైనా మిమ్మల్ని అడగకుండానే మీ బాధను అర్థం చేసుకోవడం. మీరు ఓడిపోయినా 'పర్వాలేదు, మళ్లీ గెలుస్తావు' అని చెప్పే కుటుంబం. మీరు రాత్రి 2 గంటలకు ఏడుస్తూ ఫోన్ చేసినా 'నేను వస్తున్నా' అనే స్నేహితుడు.

డబ్బుతో బాహ్య ప్రపంచాన్ని కొనుక్కోవచ్చు కాని మనసుకు శాంతిని, ఆత్మకు సంతృప్తిని కొనలేవు.

తప్పులు ఒప్పుకోండి, క్షమించండి. ఏ సంబంధంలోనూ గొడవలు రావడం సహజం. గొప్పవారు కాదు, క్షమించేవారు గొప్పవారు.

ప్రశంసించడం అలవాటు చేసుకోండి, నీకు ధన్యవాదాలు, నేను నీతో గర్వపడుతున్నాను ఈ చిన్న మాటలు సంబంధాలను లోతుగా చేస్తాయి. మొదటి అడుగు మీరే వేయండి, ఎదుటివారు కోపంగా ఉంటే, మీరే 'క్షమించండి' అనండి. ఎవరైనా దూరమైతే, మీరే ఫోన్ చేయండి. 'గొప్ప సంబంధాలు 'మొదటి అడుగు' వేసే ధైర్యం నుండి మొదలవుతాయి' డబ్బు వచ్చిపోతుంది కాని సంబంధాలు ఒకసారి పోతే తిరిగి రావు. నేటి ప్రపంచంలో, మనం ఎక్కువ సంపాదిస్తున్నాం కా తక్కువ జీవిస్తున్నాం.

మన బ్యాంకు బ్యాలెన్స్ పెరుగుతోంది కాని ఇంట్లో నవ్వులు తగ్గుతున్నాయి. సోషల్ మీడియా స్నేహితులు వేలల్లో ఉన్నారు కాని రాత్రి ఏడుపొచ్చినప్పుడు ఎవరూ లేరు. మీ చివరి రోజున మీ బ్యాంకు బ్యాలెన్స్ మీ చేతి వేలు పట్టుకోదు. మీ బిరుదులు, హోదాలు, సర్టిఫికెట్లు మీ తలపై చేయి వేయవు. మీతో ఉండేది మీరు ప్రేమించిన మనుషులు, మీరు గౌరవించిన మనుషులు.

'డబ్బు అనేది మంచి సేవకుడు, కానీ చెడ్డ యజమాని.' అలాగే డబ్బును యజమానిగా చేసుకోకండి. సంబంధాలను యజమానిగా చేసుకోండి.

ఈ రోజు నుంచి మీరు చేయగల నాలుగు చిన్న పనులు:

ఒక పాత స్నేహితుడికి ఫోన్ చేయండి, సంబంధం పునరుద్ధరించబడుతుంది. ఇంట్లో ఒకరి కోసం వారి ఇష్టమైన వంటకం చేయండి, ప్రేమ పెరుగుతుంది. మీ తల్లిదండ్రులకు 'నేను మీ కోసం గర్వపడుతున్నాను' అని చెప్పండి, ఆత్మీయత బలపడుతుంది. ఎవరికైనా డబ్బు లేకుండా సమయాన్ని, సలహాను, వినడాన్ని బహుమతిగా ఇవ్వండి, మీరు విలువైన వ్యక్తిగా ఎదుగుతారు.

జీవితంలో మీ బ్యాంకు బ్యాలెన్స్ ఎప్పుడైనా ఖాళీ కావచ్చు. ఉద్యోగం పోవచ్చు. డబ్బు దొంగిలించబడవచ్చు. కాని ఒక నిజాయితీగల స్నేహం, ఒక ప్రేమించే కుటుంబం, ఒక కష్టంలో నిలబడే వ్యక్తి ఇవి మీ జీవితాంతం మీ వెంట నిలుస్తాయి.మీరు ఈ రోజు ఎంత డబ్బు సంపాదించినా, ఈ రోజు రాత్రి మీరు ఒంటరిగా ఉంటే మీరు పేదరికంలోనే ఉన్నారు.

ఈ రోజు మీ వద్ద కొద్ది పైసలే ఉన్నా, చుట్టూ నవ్వే కుటుంబం ఉంటే మీరు ధనవంతులే. సంపద తాత్కాలికం, సంబంధాలు శాశ్వతం. ప్రేమించండి. పంచుకోండి. కలిసి ఉండండి. ఇదే నిజమైన జీవిత విజయం. ఈ రోజు నుండి, డబ్బు కంటే సంబంధాలకు ప్రాముఖ్యత ఇవ్వండి. అప్పుడు మీరు కేవలం ధనవంతుడు మాత్రమే కాదు నిజమైన అర్థంలో సంపన్నుడు అవుతారు.

ప్రారంభించండి ఈ రోజు ఇప్పుడే.

ఈరోజు సంబంధాలు ఎందుకు దెబ్బతింటున్నాయి? మనం సాంకేతికంగా ఎంత ముందుకు వెళ్లినా, మానసికంగా వెనక్కి పోతున్నాము. మన చుట్టూ వేలాది మంది ఉన్నా, మనకు నిజమైన అర్థంలో కావలసినవారి సంఖ్య తగ్గిపోతోంది. ఎందుకు?

ఐదు కారణాలు ప్రధానమైనవి:

1. స్వార్థం – నాకు నేను, నా సుఖం

   స్వార్థం అంటే ఏమిటి? ప్రతి సంబంధంలో 'నాకు ఏం దొరుకుతుంది? అని మాత్రమే ఆలోచించడం. ఇవ్వడం కంటే తీసుకోవడానికి ఇష్టపడడం. ఇతరుల అవసరాలను విస్మరించి, తన అవసరాలను మాత్రమే ముందుంచుకోవడం.

వ్యక్తిత్వంపై ప్రభావం: విపరీత స్వార్థం మిమ్మల్ని ఒంటరిగా చేస్తుంది. ఎవరూ మీతో ఎక్కువ కాలం స్నేహంగా ఉండరు. మీరు తాత్కాలిక లాభాలకు, శాశ్వత సంబంధాలను కోల్పోతారు. సంబంధాలు 'తీసుకోవడం' కాదు 'ఇవ్వడం'. స్వార్థం విడిచిపెట్టిన రోజే నిజమైన సంబంధాలు మొదలవుతాయి.

పరిష్కారం:

రోజుకోసారి 'నేను ఈరోజు ఎవరికి సహాయం చేశాను?' అని మిమ్మల్ని మీరు ప్రశ్నించుకోండి. కుటుంబంలో ఒకరి పనిని మీరు చేసి ఇవ్వండి (స్వార్థం తగ్గుతుంది). ఇతరులకు ఇచ్చేటప్పుడు వెనుకాడకండి అదే నిజమైన సంపద.

2. కోపం – సంబంధాల అగ్నిగుండం

కోపం ఎలా నాశనం చేస్తుంది? కోపంలో చెప్పిన ఒక్క మాట, సంవత్సరాల స్నేహాన్ని కూల్చేస్తుంది. కోపంలో కొట్టిన ఒక్క దెబ్బ, జీవితాంతం మనసులో గాయంగా మిగిలిపోతుంది. కోపం వల్ల మనం తప్పుడు నిర్ణయాలు తీసుకుంటాం.

వ్యక్తిత్వంపై ప్రభావం: కోపగాడు అనే పేరు వస్తుంది, ప్రజలు దూరంగా ఉండిపోతారు. మీ వృత్తి జీవితంలో, కుటుంబంలో గౌరవం పోతుంది. ఆరోగ్యం దెబ్బతింటుంది, బీపీ, గుండె సమస్యలు వస్తాయి.

'కోపం ఒక పంజరంలా మిమ్మల్ని చుట్టేస్తుంది. శాంతం మీకు రెక్కలిస్తుంది.'

పరిష్కారం:

కోపం వచ్చినప్పుడు 10 సెకన్లు లెక్కపెట్టండి. ఆ సమయంలో మీరు మారిపోతారు. నేను కోపంగా ఉన్నాను అని బయటపెట్టండి కాని చర్యకు దిగకండి. ప్రతిరోజు 5 నిమిషాలు లోతుగా శ్వాస తీసుకోండి.

3. అసూయ – సంబంధాల పురుగు

అసూయ ఎందుకు ప్రమాదకరం? ఇతరుల సంతోషాన్ని చూసి కుళ్లిపోవడం. స్నేహితుని విజయాన్ని జీర్ణించుకోలేకపోవడం. తమకు లేనిది ఇతరుల వద్ద చూసి బాధపడటం.

వ్యక్తిత్వంపై ప్రభావం: అసూయపడే వ్యక్తి ఎన్నటికీ సంతోషంగా ఉండలేడు. సంబంధాల్లో నమ్మకం, నిజాయితీ పోతాయి. మీరు ఇతరులను దించిచూపడం మొదలుపెడతారు ఇది చెడ్డ అలవాటు.

అసూయ అనేది పసిరిక అద్దం, ఇది మీకు బయటి ప్రపంచాన్ని చూపిస్తుంది కాని మీలోని లోపాలను కప్పేస్తుంది.

పరిష్కారం:

ఇతరుల విజయాలను చూసి నేర్చుకోండి, కుళ్లిపోకండి. ప్రతిరోజూ 'నా వద్ద ఉన్న మంచి విషయాలు' అనే జాబితా తయారుచేసుకోండి. మీరు ఎవరి పట్ల అసూయపడతారో, వారిని ఒకసారి ప్రశంసించండి అది మీ మనసు తెరుస్తుంది.

4. అహంకారం – సంబంధాల అడ్డుగోడ

అహంకారం ఎలా నాశనం చేస్తుంది? నేనే పెద్దని నిరూపించుకోవాలనే తాపత్రయం. క్షమాపణ చెప్పడానికి గుండె బిగించడం. నేను తప్పు అని ఎలా ఒప్పుకోగలను? అనే దురభిమానం.

వ్యక్తిత్వంపై ప్రభావం: అహంకారి ఎప్పటికీ నాయకుడు కాలేడు, ఎందుకంటే ప్రజలు దూరంగా ఉంటారు. సంబంధాల్లో దూరం పెరుగుతుంది. మీరు ఒంటరిగా మిగిలిపోతారు, ఎందుకంటే అహంకారానికి స్నేహితులు ఉండరు. అహంకారం అనేది ఎడారిలో ఇసుకతుఫాను, లోపలున్న సత్సంబంధాలన్నిటినీ మింగేస్తుంది. వినయం ఓయాసిస్ లాంటిది చల్లని నీడనిస్తుంది.

పరిష్కారం:

నేను తప్పు అయి ఉండవచ్చు అనే ఒక్క మాట చెప్పడం నేర్చుకోండి. క్షమించండి అనే మాటను చిన్న విషయాలకైనా రోజుకోసారి చెప్పండి. మీకంటే తెలివిగల, గొప్పగల వ్యక్తులను కలవండి అప్పుడు అహంకారం స్వయంచాలకంగా తగ్గుతుంది.

5. సమయం ఇవ్వకపోవడం – సంబంధాలను చంపే నిశ్శబ్ద విషం

సమయం ఎందుకు ముఖ్యం?

సంబంధాలు సమయంతో నిర్మితమవుతాయి. ఫోన్, టీవీ, సోషల్ మీడియా వీటి వల్ల మనం మనుషులకు దూరమవుతున్నాం.

ఇంట్లో కూర్చుని స్క్రోల్ చేస్తాము కాని ఎదురుగా ఉన్న వ్యక్తితో కన్ను కలిపి మాట్లాడం.

మీరు సంభాషణా కళ మరచిపోతారు. మీ ప్రియమైనవారు మీ పట్ల నిరాశ చెందుతారు. మీరు ఒంటరితనం అనే బారిన పడతారు. సంబంధాలు 'స్క్రీన్ టైమ్' లో పెరగవు అవి 'మన టైమ్' లో పెరుగుతాయి.

పరిష్కారం:

రోజులో 15 నిమిషాలు 'ఫోన్–ఫ్రీ' సమయం పెట్టుకోండి. ఆ సమయంలో కుటుంబంతో మాట్లాడండి. వారానికోసారి 'కుటుంబ సాయంత్రం' చేయండి ఆటలు, కబుర్లు, కలిసి భోజనం. ఒక స్నేహితుని కలవడానికి సమయం కేటాయించండి మెసేజ్ చాలు కాని కలవండి.

కుటుంబం విలువ మన అన్నిటికీ మూలం.

పై లోపాలన్నింటినీ సరిచేయడానికి, మనకు దారి చూపేది కుటుంబం మాత్రమే. కుటుంబం ఒక చిన్న పాఠశాల. అక్కడ మనం ప్రేమ నేర్చుకుంటాం. నిబంధనలు లేని, వ్యవహారికం లేని ప్రేమ, ఇది కుటుంబంలో మాత్రమే దొరుకుతుంది. ఈ ప్రేమనే మనం బయటి ప్రపంచానికి విస్తరింపజేస్తాం. భద్రత పొందుతాం, ప్రపంచంలో ఎంత తుఫాను వచ్చినా, ఒక సురక్షితమైన ఓడరేవు ఉంటుంది అదే కుటుంబం. ఈ భద్రత మనలో ఆత్మవిశ్వాసం నింపుతుంది.

విలువలు, సంస్కారం పొందుతాం, నిజాయితీ, గౌరవం, క్షమాగుణం, సహకారం ఇవి చదువు కంటే ముందు నేర్చుకోవాల్సినవి. ఒక మంచి సంస్కారం ఉన్నవాడు, ఎక్కడికి వెళ్లినా గౌరవం పొందుతాడు. చదువు మనిషికి డిగ్రీ ఇస్తుంది కాని సంస్కారం మనిషికి గౌరవాన్ని ఇస్తుంది.

తల్లిదండ్రుల బాధ్యత, ఒక గుర్తింపు: మీరు మీ పిల్లలకు మంచి చదువు ఇవ్వండి, అది వారి జీవనోపాధి. మంచి సంస్కారం ఇవ్వండి అది వారి వ్యక్తిత్వం. సమయం ఇవ్వండి అది వారి భద్రత. మంచి స్నేహితుడిగా ఉండండి అది వారి నమ్మకం.

ఒక బిడ్డకు డబ్బు కంటే తల్లిదండ్రుల సాంగత్యం ఎక్కువ అవసరం. ఒక బిడ్డకు పెద్ద ఇల్లు కంటే ఇంట్లో నవ్వులు ఎక్కువ అవసరం.

ఈ లోపాలను ఎదుర్కోవడానికి 5 ప్రతిజ్ఞలు (ఈ రోజు నుండి)

స్వార్థం: రోజుకొకసారి నేను ఇతరులకు ఇస్తాను డబ్బు, సమయం లేదా ప్రేమ.

కోపం: కోపం వస్తే 10 సెకన్లు ఆగి, లోతుగా ఊపిరి పీల్చుకుంటాను.

అసూయ: ఇతరుల విజయాలపై సంతోషపడతాను, కుళ్లిపోను.

అహంకారం: నేను తప్పు చేస్తే వెంటనే 'క్షమించండి' అంటాను.

సమయం లేకపోవడం: రోజులో 15 నిమిషాలు ఫోన్ పక్కన పెట్టి, మనుషులకోసం వెచ్చిస్తాను.

సంబంధాలు దెబ్బతినడానికి గల కారణాలు మన చేతుల్లోనే ఉన్నాయి. మనం స్వార్థాన్ని, కోపాన్ని, అసూయను, అహంకారాన్ని, సమయం లేమిని ఒకసారి గుర్తించి, వాటిపై పనిచేస్తే ప్రతి సంబంధం బంగారం అవుతుంది. కుటుంబం మూలం. సంస్కారం ఫలం. ప్రేమ ప్రయాణం.

మీరు మారండి మీ కుటుంబం మారుతుంది. మీ కుటుంబం మారితే సమాజం మారుతుంది. సమాజం మారితే ఈ దేశమే స్వర్గసీమ అవుతుంది. మంచి సంబంధాలు అనేవి అవకాశంతో రావు, అవి ప్రయత్నంతో, ప్రేమతో, సమయంతో నిర్మితమవుతాయి.

ఈ రోజు నుండి, మీరు ఒక మంచి తల్లిదండ్రి, మంచి స్నేహితుడు, మంచి సంతానం అవ్వండి. కోపం, స్వార్థం, అహంకారం, అసూయలను విడిచిపెట్టండి. ప్రేమ, సమయం, సంస్కారాలను అలవరచుకోండి.

ప్రారంభించండి. ఈ క్షణం నుండి. మీ ఇంట్లో ఒక కౌగిలితో. మీ చేతిలోనే ఉంది సంబంధాల భవిష్యత్తు. పదవి కంటే మానవత్వమే మనిషిని గొప్పవాడిని చేస్తుంది.

వినడం కూడా సంబంధాల్లో ముఖ్యమే:

చాలామంది మాట్లాడుతారు, కాని వినరు. మంచి సంబంధాల కోసం ఎదుటివారి భావాలను గౌరవించాలి, మధ్యలో అడ్డుకోవద్దు, సహానుభూతితో వినాలి. చాలా అందమైన, జీవితాన్ని మార్చగల ఈ మూడు సూత్రాలను మీరు ఎంచుకున్నారు.

మంచి సంబంధాలు ఎలా పెంపొందించాలి? ఈ ఒక్క ప్రశ్నకు సమాధానం తెలిస్తే, మన జీవితంలోని ప్రతి అంశం కుటుంబం, స్నేహం, వృత్తి, సమాజం అన్నీ మారిపోతాయి.

మంచి సంబంధాలు జీవితానికి మూలస్తంభం మంచి సంబంధాలు ఎలా పెంపొందించాలి అంటే అవి తోటలో పూలను పెంచడం లాంటివి. విత్తనాలు వేస్తే చాలు, వాటికి రోజూ నీరు, ఎరువు, ఎండ, నీడ అవసరం. అలాగే, సంబంధాలకు సమయం, ప్రేమ, గౌరవం, క్షమ, సాన్నిధ్యం అవసరం. గౌరవంగా మాట్లాడటం, క్షమించే గుణం, కష్టకాలంలో తోడుగా ఉండటం ఇవే ఆ తోటకి ప్రాణం పోసే అమృతం.

గౌరవంగా మాట్లాడాలి:

ఒక చిన్న మాట ఎంత పెద్ద ప్రభావం చూపగలదు? ప్రతిరోజూ మనం వందలాది మాటలు మాట్లాడతాం. వాటిలో కొన్ని గాయపరుస్తాయి, కొన్ని హృదయాలను గెలుచుకుంటాయి. తేడా ఏంటంటే మనం ఆ మాటలు ఎలా, ఏ స్వరంతో, ఏ భావంతో చెప్పాము అనే దానిలో ఉంది.

గాయపరిచే మాట 'నీకు ఏమి తెలుసు? నువ్వెప్పుడూ నిరుపయోగం, ఇంతకంటే బాగా చేయలేవా? హృదయాన్ని గెలిచే మాట 'నీకు సాధ్యమని నమ్ముతున్నాను, నీ కోసం ఉన్నాను, నీ ప్రయత్నానికి గౌరవం.'

వ్యక్తిత్వ వికాసం దృష్ట్యా ప్రయోజనాలు: గౌరవంగా మాట్లాడే వ్యక్తిని అందరూ ప్రేమిస్తారు, గౌరవిస్తారు. మీ మాటలు మీ సంస్కారానికి, పరిపక్వతకు అద్దం పడతాయి.

గౌరవప్రదమైన మాటలు సంఘర్షణలను తగ్గించి, శాంతియుత వాతావరణం సృష్టిస్తాయి. నీ నాలుక ఒక కత్తి లాంటిది దాన్ని నీ హృదయానికి, ఇతరుల హృదయానికి గాయం చేయడానికి కాకుండా, ప్రేమను చెక్కడానికి వాడు.

ఆచరణకు 3 సూత్రాలు:

1. మాట్లాడే ముందు ఆగండి – ఒకసారి ఆలోచించండి:

   ఈ మాట నిజమా? అవసరమా? దయగా ఉందా?

2. కఠినమైన మాటలను మృదువుగా మార్చండి:

   నువ్వు తప్పు అనకండి, బహుశా మనం ఇలా చూద్దాము అనండి.

3. ప్రశంసలను పంచండి:

   రోజుకోసారి ఒకరిని హృదయపూర్వకంగా ప్రశంసించండి.

2. క్షమించే గుణం.

సంబంధాలను నిలిపే అమృతం, క్షమించడం అంటే బలహీనత కాదు, అది గొప్ప బలం. ప్రతి మనిషి తప్పులు చేస్తాడు. మీరు చేశారు, నేను చేశాను, ప్రపంచంలోని గొప్పవారు కూడా చేశారు.

తప్పు చేయడంలో గొప్పతనం లేదు ఆ తప్పును అర్థం చేసుకుని క్షమించడంలోనే గొప్పతనం ఉంది. క్షమించని వ్యక్తి తన మనసులో విషపు బావి ను నిర్మించుకుంటాడు. క్షమించే వ్యక్తి ఆ బావిని తవ్వి, చల్లని నీటి ఊట గా మారుస్తాడు.

వ్యక్తిత్వ వికాసం దృష్ట్యా ప్రయోజనాలు క్షమించడం వలన మీ మానసిక ప్రశాంతత పెరుగుతుంది. మీరు కోపం, ద్వేషం, ప్రతీకార భావాల నుండి బయటపడతారు. ఇతరులు మిమ్మల్ని పరిపక్వుడు, గొప్ప మనస్తత్వం గల వ్యక్తి గా చూస్తారు.

క్షమించడం అంటే మరచిపోవడం కాదు గాయాన్ని తలుచుకుంటూ బాధపడకపోవడం. అది నీకు ఇచ్చే స్వేచ్ఛ.

ఆచరణకు మూడు సూత్రాలు:

1. చిన్న తప్పులను వెంటనే క్షమించండి – మీ జీవిత భాగస్వామి, పిల్లలు, తోటివారు.
2. నేను క్షమిస్తున్నాను అని బిగ్గరగా చెప్పండి – ఆ మాట మీ మనసు నుండి భారాన్ని దూరం చేస్తుంది.
3. మీరు చేసిన తప్పులను గుర్తుచేసుకోండి – అప్పుడు ఇతరుల తప్పులను క్షమించడం సులభం అవుతుంది.
4. అవసర సమయంలో తోడుగా ఉండాలి – నిజమైన స్నేహానికి పరీక్ష

కష్టకాలం – సంబంధాల బంగారు పరీక్ష:

సుఖకాలంలో అందరూ మనతో ఉంటారు. స్నేహితులు వేలు చూపుతారు. సంబంధాలు నవ్వుతాయి. కాని కష్టకాలం వచ్చినప్పుడు ఎవరు నిజమైనవారు, ఎవరు తాత్కాలికమో తెలుస్తుంది.

కష్టకాలంలో ఒక చిన్న ఓదార్పు – భారీ సహాయంతో సమానం. కష్టకాలంలో ఒక చేయి భుజంపై – వేలాది మాటల కంటే గొప్పది. కష్టకాలంలో ఒక నిజాయితీగల ప్రోత్సాహం – జీవితాన్ని మార్చగలదు.

వ్యక్తిత్వ వికాసం దృష్ట్యా ప్రయోజనాలు:

అవసరంలో తోడుగా ఉండే వ్యక్తి ఎన్నటికీ మరచిపోబడడు. ఇతరుల కష్టాల్లో పాలుపంచుకోవడం మీలో తాదాత్మ్యం, సహానుభూతి పెంచుతుంది. మీరు సమాజంలో నమ్మకమైన, ఆదరణీయ వ్యక్తి గా మారతారు.

ఎవరికీ అవసరం లేని స్నేహితుడు ఎన్నటికీ నిజమైన స్నేహితుడు కాదు. కాని కష్టాల్లో దగ్గరుండే స్నేహితుడు గొప్పవ్యక్తి.

ఆచరణకు 3 సూత్రాలు (ఈ రోజు నుండి):

1. ఎవరైనా ఒంటరిగా కనిపిస్తే – వారి దగ్గరికి వెళ్లి 'ఏమైంది? చెప్పు' అనండి.
2. ఎవరికైనా అసలు అవసరం ఉన్నప్పుడు – సమయం, డబ్బు, సలహా లేదా మీ శారీరక సహాయం అందించండి.
3. ఫోన్ చేయండి – నిన్ను గుర్తుంచుకున్నాను అని చూపించే ఒక చిన్న కాల్, ఎవరికైనా ప్రపంచం మార్చగలదు.

గౌరవంగా మాట్లాడటం, ప్రతి మాటను ప్రేమ, శ్రద్ధలతో చెప్పడం, గౌరవనీయత, సంస్కారం, స్నేహశీలత, క్షమించే గుణం, తప్పులను గుండెలో నిలుపుకోకుండా వదిలేయడం, మానసిక శాంతి, పరిపక్వత, విశాల హృదయం, కష్టకాలంలో తోడుగా ఉండటం, సుఖంలోనే కాక, దుఃఖంలో కూడా దగ్గరుండడం, నమ్మకత్వం, తాదాత్మ్యం, సామాజిక గౌరవం.

ఈ రోజు నుండి మీరు చేయగల 3 ప్రతిజ్ఞలు

ఈ రోజు నుండి, నేను ఎవరితోనూ దూషణగా, అనాగరికంగా మాట్లాడను. ప్రతి మాటను హృదయాన్ని గెలిచేలా చెప్తాను. ఎవరైనా నన్ను బాధపెడితే, నేను వారిని క్షమిస్తాను. క్షమించడమే నా బలం. నా ప్రియమైన వారు కష్టంలో ఉన్నప్పుడు, నేను వారి పక్కన నిలబడతాను. నా సమయాన్ని, ప్రేమను, సహాయాన్ని అందిస్తాను. మంచి సంబంధాలు రాత్రిరాత్రి ఏర్పడవు. అవి నిత్యం నీరు పోసుకునే మొక్కలు.

నేర్చుకోవలసిన పాఠాలు మూడే:

1. నీ నోటి మాట ఎప్పుడూ తీపిగా, గౌరవంగా ఉండాలి.
2. నీ గుండె ఎప్పుడూ క్షమించడానికి తెరిచి ఉండాలి.
3. నీ చేతులు ఎప్పుడూ సహాయానికి, ఓదార్పుకు సిద్ధంగా ఉండాలి.

ఈ మూడు సూత్రాలను పాటిస్తే నీ స్నేహితులు నిన్ను ఎన్నటికీ మరచిపోరు. నీ కుటుంబం నిన్ను ఆరాధిస్తుంది. నీ సమాజం నిన్ను గౌరవిస్తుంది.

గౌరవం సంపాదించు, క్షమాగుణంతో మెరుగుపడు, కష్టాల్లో తోడుగా నిలుచు, అదే నిజమైన వ్యక్తిత్వ వికాసం. అదే నిజమైన సంబంధాల రహస్యం.

ప్రారంభించు. ఈ క్షణం నుండి. ఒక గౌరవప్రద మాటతో, ఒక నిజాయితీగల క్షమాపణతో, లేదా ఒకరికి ఇచ్చే ఒక చిన్న సహాయంతో. నీ చేతిలోనే ఉంది సంబంధాలను స్వర్గంధామం గా మార్చే బలం.

భారత దేశం గొప్ప వ్యక్తుల తావు. వారి జీవితాలు మనకు ఎంతో స్ఫూర్తినిస్తాయి.గౌరవప్రద మాటలు, క్షమాగుణం, కష్టాల్లో తోడుగా ఉండడం, సామాజిక బాధ్యత, సంబంధాల ప్రాముఖ్యత, వీటన్నింటికీ నిజ జీవిత ఉదాహరణలుగా నిలుస్తారు.

1. స్వామి వివేకానంద – గౌరవంగా మాట్లాడటం మరియు ఆత్మవిశ్వాసం:

   స్వామి వివేకానంద అమెరికాలో ఉపన్యాసం ఇస్తున్నారు. ఒక వ్యక్తి లేచి, 'మీ దేశంలో నీళ్లు లేవు, రోడ్లు లేవు, మీరంతా బీదలు. మీకేం తెలుసు?' అని ప్రశ్నించాడు.

   వివేకానంద 'సర్, మీరు ఇండియా గురించి చెప్పింది నిజమే. కాని మా దేశంలో ఒక గొప్పతనం ఉంది, మేము ఆధ్యాత్మికంగా ధనవంతులం. మీరు బట్టలు ఇస్తే ధరిస్తాం, డబ్బు ఇస్తే తీసుకుంటాం, కాని మా సంస్కారాన్ని, మా గౌరవాన్ని ఎవరూ తీసేయలేరు'

   వివేకానంద ఎంత కఠినమైన ప్రశ్నకైనా గౌరవంగా, ధైర్యంగా సమాధానం ఇచ్చారు. ఆయనకు కోపం రాలేదు, అవమానం అనిపించలేదు. గౌరవప్రదమైన మాటలతో ఎదుటివారిని ఎలా గెలవాలో నేర్పించారు.

   నీ మాటలో వినయం ఉంటే, ప్రపంచం నీ ముందు మోకరిస్తుంది.

3. మదర్ థెరిసా – కష్టాల్లో తోడుగా ఉండడం:

   కోల్కతాలో ఒక వృద్ధురాలు రోడ్డుపై పడి ఉంది. ఆమెకు కుటుంబం లేదు, డబ్బు లేదు, ఆశ్రయం లేదు. ఆమె మీద పురుగులు పడుతున్నాయి. మదర్ థెరిసా ఆమెను ఆసుపత్రికి తీసుకెళ్లారు. ఆమెకు స్నానం చేయించారు, గాయాలకు మందు వేశారు, ప్రేమగా పక్కన కూర్చున్నారు.

   ఆ వృద్ధురాలు చనిపోయే ముందు చెప్పింది 'నేను జీవితంలో ఎప్పుడూ ప్రేమను పొందలేదు. మీరు నాకు ఇచ్చిన ప్రేమ నేను స్వర్గానికి తీసుకెళ్తున్నాను.'

   మదర్ థెరిసాకు అంత డబ్బు లేదు. కాని ఆమె వద్ద సమయం, ప్రేమ, సేవాభావం ఉన్నాయి. ఆమె కష్టాల్లో ఉన్నవారికి తోడుగా నిలిచింది. ఆమెయే నిజమైన 'సంపన్నురాలు'.

   కష్టాల్లో ఉన్నవారి కోసం నువ్వు పడే ఒక్క చెమట బొట్టు కూడా స్వర్గంలో నీకు స్థానం కల్పిస్తుంది.

4. ఏ.పీ.జే. అబ్దుల్ కలామ్ – గౌరవంగా మాట్లాడటం మరియు బాధ్యత:

డాక్టర్ కలామ్ ఒక స్కూలుకు వెళ్లారు. అక్కడ ఒక చిన్న బాలుడు లేచి, 'సార్, నేను చాలా బీదవాడిని. చదువుకోలేను. నేను ఏమి చేయాలి?' అని అడిగాడు.

కలామ్ ఆ బాలుడి చేయి పట్టుకుని, 'నువ్వు బీదవాడివి కాదు. నీవు ఒక సంపన్నుడివి, ఎందుకంటే నీలో కలలు ఉన్నాయి. ఏ రోజు కలలను వదులుకోకు. చదువు కొనసాగిస్తే, నేను నీకు ఖర్చులు భరిస్తాను.'

ఆ బాలుడు నేడు ఒక ఇంజనీర్ అయ్యాడు.

కలామ్ ఎంత గొప్ప శాస్త్రవేత్త? కాని ఆయన మాటల్లో గౌరవం, ప్రోత్సాహం, ప్రేమ ఉండేది. ఆయన తన సామాజిక బాధ్యతను నిర్వర్తించారు – ఒక పేద బాలుడి చదువుకు సహాయం చేశారు.

గొప్పవారు తాము పెద్దయ్యాక, తమ చేతిని వెనక్కి ఉన్నవారి వైపు చాపుతారు.

5. సచిన్ టెండూల్కర్ – కుటుంబ విలువలు మరియు సంబంధాల ప్రాముఖ్యత:

సచిన్ క్రికెట్ ప్రపంచంలో రారాజు. కాని అతను ఎన్నటికీ తన కుటుంబాన్ని విస్మరించలేదు. ప్రతి మ్యాచ్ తర్వాత, మొదటగా తన తల్లి నుదుట ముద్దు పెట్టుకుంటాడు. తన భార్య, పిల్లలతో సమయం గడపడానికి ప్రత్యేక శ్రద్ధ తీసుకుంటాడు.

ఒకసారి విజయం తర్వాత, ఆయన చెప్పాడు 'నేను ఎంత పెద్ద ఆటగాడిని అయినా, నా తల్లి ముందు నేను చిన్న బిడ్డనే. నా కుటుంబ ప్రేమే నాకు బలం'

సచిన్ మనకు నేర్పే పాఠం సంపద, పేరు, ప్రతిష్టలు వచ్చి పోవచ్చు, కాని కుటుంబమే శాశ్వతం. అతను ఎంత బిజీగా ఉన్నా, తన సంబంధాలను పోషించుకున్నాడు.

సంబంధాలు నీకు కావాలంటే, సమయం నీవు ఇవ్వాలి. అదే సచిన్ బాట.

6. ఆర్.కె. లక్ష్మణ్ – సమయం ఇవ్వకపోవడం మరియు అహంకారం ను ఎలా అధిగమించారు:

ప్రఖ్యాత కార్టూనిస్ట్ ఆర్.కె. లక్ష్మణ్ ఒకసారి ఒక యువ కార్టూనిస్టును కలిశారు. ఆ యువకుడు చాలా అహంకారంగా 'నేను గొప్ప కార్టూనిస్టుని అవ్వాలి, నన్ను ఎవరూ దారి చూపాల్సిన అవసరం లేదు' అన్నాడు.

లక్ష్మణ్ నవ్వుతూ 'నేను కూడా ఒకప్పుడు అలానే అనుకున్నాను. కాని నేను నేర్చుకున్న పాఠం ఎవరికీ అహంకారం అక్కరలేదు, వినయమే నిన్ను పైకి తీసుకెళ్తుంది.' అన్నారు.

ఆ యువకుడు తర్వాత గొప్ప కార్టూనిస్ట్ అయ్యాడు మరియు ఎప్పుడూ లక్ష్మణ్ ను 'తన గురువు' అని పిలుచుకున్నాడు. అహంకారం ఎంత అడ్డుగోడ అని లక్ష్మణ్ మనకు చూపించారు. వినయం, నేర్చుకోవడానికి సిద్ధపడే గుణం, ఇవే నిజమైన వ్యక్తిత్వానికి నాంది.

నేర్చుకోవడానికి సిద్ధపడే హృదయం ఎప్పటికీ పెద్దది.

మీలోని మహనీయుడిని మేల్కొల్పండి:

మీరు ఎవరిని స్ఫూర్తిగా తీసుకుంటారో, వార గుణాలు మీలో ప్రతిబింబిస్తాయి. మంచి గుణాలు ఎన్నుకోండి, అదే నిజమైన వ్యక్తిత్వ వికాసం.

ప్రారంభించండి. ఈ క్షణం నుండి. ఈ ఏ గుణాలలో కనీసం ఒక్కటైనా మీలో పెంచుకోండి. అదే మిమ్మల్ని ఒక సామాన్య వ్యక్తి నుండి అసాధారణ వ్యక్తిగా మారుస్తుంది.

మైక్రో సాఫ్ట్ వ్యవస్థాపకుల్లో ఒకరైన బిల్ గేట్స్ విద్య, ఆరోగ్యం, పేదరిక నిర్మూలన కోసం కోట్లాది డాలర్లు ఖర్చు చేస్తున్నారు.

బిల్ మరియు మెలిందా గేట్స్ ఫౌండేషన్ ద్వారా ప్రపంచవ్యాప్తంగా సేవా కార్యక్రమాలు చేస్తున్నారు.

నిజమైన విజయం మనం ఎంత సంపాదించామనే కాదు సమాజానికి ఎంత ఉపయోగపడ్డామనేదే. ఈరోజు చాలామంది విజయం, సంపాదన, కెరీర్ వెంట పరుగెత్తుతూ కుటుంబంతో మాట్లాడటానికి కూడా సమయం కేటాయించడం మర్చిపోతున్నారు. కాని వ్యక్తిత్వ వికాసానికి మూలం కుటుంబమే. దాన్ని బలోపేతం చేసుకోవడమే నిజమైన విజయానికి మార్గం.

సమయం లేకపోవడం కాదు, ప్రాధాన్యతలు తప్పడమే సమస్య.

ఒక వ్యక్తి రోజూ 24 గంటలు ఎంత విజయవంతమైనా, డబ్బు సంపాదించినా, ఆ సమయంలో కుటుంబానికి దూరమైతే, ఆకలి తీరినా రుచి తెలియని భోజనంలా జీవితం మారిపోతుంది.

మీరు ఆఫీసులో రిప్లేస్ అవ్వొచ్చు, ప్రాజెక్ట్ వేరొకరు చేయొచ్చు. కాని ఇంట్లో మీ స్థానం, మీ ప్రేమ, మీ స్పర్శ దానికి ప్రత్యామ్నాయం లేదు.

పిల్లలు మీ సమయాన్నే తమ భద్రతగా భావిస్తారు. వారితో మాట్లాడే ప్రతి నిమిషం వారి ఆత్మవిశ్వాసానికి పునాది. వృద్ధుల ఆశీర్వాదం ఒక దీపం అది మీ జీవితంలో ఎన్ని చీకట్లను తొలగిస్తుందో మీరు ఊహించలేరు.

వ్యక్తిత్వ వికాసం అంటే పబ్లిక్ స్పీకింగ్ లేదా బాడీ లాంగ్వేజ్ మాత్రమే కాదు. అది ప్రారంభమవుతుంది, మీరు ఇంట్లో ఎలా స్పందిస్తారు అనే దాంతో.

1. కుటుంబంతో భోజనం – ఫోన్ లేకుండా

   ఒక్క భోజనం సమయం కూడా మీ ఫోన్ బద్దలు కొట్టేయండి. కనీసం 20 నిమిషాలు మాట్లాడండి. ఇది మీలో చెవిలోయు నైపుణ్యం, సహనం, ప్రశ్నించే శక్తి పెంచుతుంది.

2. రోజూ 10 నిమిషాలు పిల్లలతో 'నాణ్యమైన సమయం'

   వారి ఇష్టాలను అడగండి, వారు చెప్పేది ఆసక్తిగా వినండి. అలా వినడం వల్ల మీకు సృజనాత్మకత, తాజా దృక్పథం లభిస్తాయి.

3. వృద్ధులను గౌరవించండి – ఆశీర్వచనం పొందండి

   వారి అనుభవాలు మీకొక బ్లూప్రింట్. వారి మాటల్లో తెలివి ఉంటుంది. కేవలం 'నమస్కారం' కాదు, వారి ఆరోగ్యం, సౌకర్యం గురించి అడగండి. అది మీలో వినయం, దయ, ఓర్పు పెంచుతుంది.

మీ నిజమైన వ్యక్తిత్వం మీ ఇంటి తలుపు దాటిన తర్వాత కాదు, మీరు ఇంట్లోకి అడుగు పెట్టిన తర్వాత ఎలా ప్రవర్తిస్తారో దానిలో కనిపిస్తుంది. కుటుంబం మీకు అద్దం. వారిలో మీరు చూసే ప్రతిస్పందనలు మీ వ్యక్తిత్వంలోని నిజాలు. కాబట్టి, ఈరోజు నుంచీ సమయం కేటాయించండి ప్రేమకు, మాటకు, చిరునవ్వుకు.

మీ పేరును ప్రపంచం గుర్తించకపోవచ్చు కాని మీ కుటుంబ సభ్యుల నవ్వుల్లో మీరు అమరులవుతారు. అదే నిజమైన విజయం. కుటుంబంతో గడిపిన ప్రతి క్షణం వ్యక్తిత్వ నాణ్యతకు డిపాజిట్.

మీరు కృతజ్ఞత అనే గొప్ప భావాన్ని ఎంచుకున్నారు. నిజంగా, 'థ్యాంక్యూ' చెప్పడం కేవలం మర్యాద కాదు అది ఒక శక్తివంతమైన వ్యక్తిత్వ లక్షణం. ఇది మన సంబంధాలకు బలం చేకూరుస్తుంది, మనసులో ప్రేమను రోజురోజుకూ పెంచుతుంది. వ్యక్తిత్వ వికాసం కోణంలో కృతజ్ఞతను ప్రేరణాత్మకంగా, స్ఫూర్తిదాయకంగా అర్థం చేసుకోండి.

కృతజ్ఞత అనేది గొప్ప హృదయానికి గుర్తు. ఎవరికైనా 'ధన్యవాదాలు' చెప్పడానికి బలం కావాలి, బలహీనత కాదు.

మనం తరచూ అనుకుంటాం నాకు ఎవరి సహాయం అవసరం లేదు, నేను స్వయంసమృద్ధుడిని. కాని నిజమైన వ్యక్తిత్వం గల వ్యక్తి తన చుట్టూ ఉన్న ప్రతి చిన్న సహాయాన్ని, ప్రేమను, శ్రద్ధను గుర్తించి, దానికి కృతజ్ఞతలు చెప్పడంలో సంకోచించడు. మీరు ధన్యవాదాలు అనే రెండు పదాలు చెప్పినప్పుడు, మీరు ఎదుటి వ్యక్తికి గౌరవం ఇస్తున్నారు. మీరు వారి సహాయాన్ని అంగీకరిస్తున్నారు.

ఆ చిన్న మాట ఒక వ్యక్తి రోజంతా అలసటను మరిపిస్తుంది. ఒక తల్లి మీకు వంట చేసి పెడుతుంది, ఆఫీసులో సహాయకుడు నీళ్ళు ఇస్తాడు, డ్రైవర్ వెయిట్ చేస్తాడు, టీచర్ బాగా చదివిస్తుంది – వీరందరికీ ధన్యవాదాలు అంటే, మీరు ఉన్నతమైన మానవుడిగా ఎదుగుతున్నారు.

వ్యక్తిత్వ వికాసంలో కృతజ్ఞత అనేది ఒక సూపర్ పవర్. ఎందుకంటే అది మిమ్మల్ని:

1. అహంకారం లేని వ్యక్తిగా మారుస్తుంది– ధన్యవాదాలు చెప్పడం వల్ల మీలో వినయం పెరుగుతుంది. వినయం ఉన్నవారిని అందరూ ప్రేమిస్తారు.
2. సంబంధాలను లోతుగా చేస్తుంది – ఒకసారి 'థ్యాంక్యూ' చెప్పండి, ఎదుటి వ్యక్తి మీరు మరింత సహాయం చేయడానికి ముందుకొస్తాడు. ఇది నమ్మకాన్ని పెంచుతుంది.
3. మీ మానసిక ఆరోగ్యాన్ని బలపరుస్తుంది – కృతజ్ఞత ఉన్నవారిలో ఒత్తిడి, కోపం, అసూయ తక్కువగా ఉంటాయి. వారు ప్రశాంతంగా ఉంటారు. ఆ ప్రశాంతతే ఆకర్షణీయమైన వ్యక్తిత్వం.

ప్రాక్టికల్ గా ఎలా పెంచుకోవాలి:

1. ప్రతిరోజూ ఒకరికి ధన్యవాదాలు చెప్పండి – అది క్యాంటీన్ లో టీ ఇచ్చిన వ్యక్తి అయినా సరే.
2. కృతజ్ఞతా డైరీ రాయండి – ప్రతి రాత్రి 3 విషయాలు రాయండి, దేనికి మీరు కృతజ్ఞులో.
3. థ్యాంక్యూ ను స్పెషల్ గా చెప్పండి – కళ్ళలోకి చూస్తూ, చిరునవ్వుతో, గట్టిగా చెప్పండి. అది ఒక వరం లా ఉంటుంది.

కృతజ్ఞత వల్ల సంబంధాలకు ఎలా బలం: మీరు భార్యకు 'కాఫీ తెచ్చినందుకు థ్యాంక్యూ' అంటే ఆమె ఇష్టంగా మళ్ళీ తెస్తుంది. పిల్లలు చిన్న పని చేస్తే 'థ్యాంక్యూ' అంటే వారికి ఆత్మగౌరవం వస్తుంది.

వృద్ధులు మీకు సలహా ఇస్తే 'థ్యాంక్యూ' అంటే వారి మనసు ఆనందంతో నిండిపోతుంది. కృతజ్ఞత అనేది ప్రేమను పెంచే సారవంతమైన నేల. మీరు ఎంత ఎక్కువ 'ధన్యవాదాలు' చెప్తారో, అంత ఎక్కువ ప్రేమ, గౌరవం, సహాయం మీ వైపు ఆకర్షితులవుతాయి. కృతజ్ఞత లేని విజయం ఒంటరిది. కృతజ్ఞత ఉన్న వ్యక్తి మాత్రమే నిజమైన నాయకుడు.

ప్రపంచంలోని గొప్ప వ్యక్తులు నెల్సన్ మండేలా నుండి డాక్టర్ కలాం వరకు అందరూ చాలా కృతజ్ఞతా భావం కలిగి ఉండేవారు. వారు ప్రతి సహాయానికి, ప్రతి అవకాశానికి థ్యాంక్యూ చెప్పేవారు. రేపు ఉదయం లేచిన వెంటనే, అద్దంలో మీరు మీకు కనిపించండి మీ శరీరానికి, మీ కళ్ళకు, మీకు లభించిన ఈ జీవితానికి ఒకసారి 'థ్యాంక్యూ' చెప్పుకోండి. ఆ రోజు మొత్తం మీ స్వరం, మీ చూపు, మీ ప్రవర్తనలో ఒక తేజస్సు వస్తుంది. అదే కృతజ్ఞత మహత్యం.

నేటి నుంచీ ప్రారంభించండి, ఒకరికి 'ధన్యవాదాలు' చెప్పండి ఉచ్ఛరించండి, అనుభూతి చెందండి, మీ వ్యక్తిత్వంలో మార్పు చూడండి.

సామాజిక బాధ్యతలో యువత పాత్ర అనేది ఒక దేశాన్ని, సమాజాన్ని మార్చగల అతిపెద్ద శక్తి. యువతలోని ఉత్సాహం, శక్తి, ఆలోచనలు సరైన దారిలో పడితే అవి ఒక క్రాంతిని సృష్టించగలవు. మనిషి చనిపోయిన తర్వాత అతని డబ్బు కాదు, అతని మంచితనం గుర్తుండిపోతుంది. యువత అంటే కేవలం వయసు కాదు అది ఒక ఆలోచనా స్థితి. మార్పు తీసుకురావాలనే తపన.

ఈ సమాజంలో ప్రతి సమస్యకు సాధన డబ్బు కాదు, యువతరం యొక్క సమయం, శ్రమ, సహృదయతే. పర్యావరణం క్షీణిస్తుంటే, ఒంటరిగా మిగిలిపోతున్న వృద్ధులు, రక్తం కోసం తపించే రోగి, చదువు లేక చీకటిలో ఉన్న బిడ్డ వీరందరికీ అండగా నిలవడం యువతరం చేతుల్లోనే ఉంది.

మీరు చేసే ఒక చిన్న సాయం ఒక చెట్టు నాటడం, ఒకసారి రక్తదానం చేయడం, ఒక నిరక్షరాస్యునికి అక్షరాలు నేర్పడం అది మీ జీవితానికి శాశ్వతమైన అర్థాన్ని ఇస్తుంది.

వ్యక్తిత్వ వికాస కోణంలో యువత బాధ్యత:

సామాజిక బాధ్యతలు మీ వ్యక్తిత్వాన్ని ఎలా మారుస్తాయో చూడండి:

1. నాయకత్వ గుణం పెరుగుతుంది: సమాజం కోసం ముందుకు దూకే యువకుడు సహజంగా నాయకుడవుతాడు.
2. సహానుభూతి మరియు దయ పెరుగుతాయి: వృద్ధులకు, నిరుపేదలకు సహాయం చేస్తే మీ మనసు మృదువుగా, సున్నితంగా మారుతుంది.
3. ఆత్మవిశ్వాసం వస్తుంది: మీరు ఎవరికైనా ఉపయోగపడుతున్నారనే భావనే గొప్ప ఆత్మవిశ్వాసాన్ని ఇస్తుంది.
4. సమాజంలో గౌరవం లభిస్తుంది: ఇతరుల కోసం పనిచేసే వ్యక్తిని అందరూ గౌరవిస్తారు.

యువత నిర్వహించవలసిన కార్యక్రమాలు – ఆచరణాత్మక సూచన:

1. పర్యావరణ పరిరక్షణ: నెలకు ఒక మొక్క నాటండి. దాన్ని 'మీ బాధ్యతగా' పెంచండి.ప్లాస్టిక్ నివారణ, చెత్తను వేరు చేయడం, నీటిని ఆదా చేయడం నేర్చుకోండి. మీలో సహజ ప్రేమ, ఓర్పు, క్రమశిక్షణ పెరుగుతాయి.
2. రక్తదానం: సంవత్సరానికి ఒకసారైనా రక్తదానం చేయండి. అది ఒకరి ప్రాణం కాపాడుతుంది. నిస్వార్థత, ధైర్యం, దానగుణం పెరుగుతాయి.
3. విద్యా సేవ: వారానికి రెండు గంటలు నిరుపేద పిల్లలకు చదువు చెప్పండి. పాత పుస్తకాలు, నోట్బుక్లు, పెన్నులు దానం చేయండి. మీకు తెలిసిన జ్ఞానాన్ని పంచుకోవడం వల్ల మీరు మరింత నేర్చుకుంటారు. విద్యా దృక్పథం విశాలమవుతుంది.
4. వృద్ధులకు సహాయం: మీ పక్కింటి వృద్ధుడికి కూరలు తీసుకివ్వండి, మాట్లాడటానికి సమయం కేటాయించండి. వారి వైద్య పరీక్షలకు తోడుగా వెళ్ళండి. వృద్ధుల అనుభవజ్ఞానం మీకు దొరుకుతుంది. వినయం, గౌరవం, ఓర్పు పెరుగుతాయి.

మీరు సంపాదించిన డబ్బు మీరు పోయిన తర్వాత ఎవరో ఖర్చు చేస్తారు. కాని మీరు చేసిన మంచి పనులు నాటిన చెట్లు, దానం చేసిన రక్తం, చదివించిన పిల్ల, ఆదుకున్న వృద్ధుడు అవి మీరు లేకపోయినా

మిమ్మల్ని బతికించి ఉంచుతాయి. ప్రపంచం గుర్తుంచుకునేది మీ ఇంటి పరిమాణాన్ని కాదు, మీ హృదయ విశాలతను. మీ బ్యాంకు బ్యాలెన్సును కాదు, మీ బాధ్యతను.

మార్పు కోసం ఎదురుచూడకండి. మీరే ఆ మార్పు అవ్వండి. నేటి నుంచీ ఏదైనా ఒక చిన్న సామాజిక పని ఎంచుకోండి. ఒక చెట్టు నాటండి ఒక యూనిట్ రక్తం దానం చేయండి ఒక పిల్లవాడికి అక్షరాలు నేర్పండి ఒక వృద్ధుడికి చిరునవ్వు తెచ్చండి. ఇవే మిమ్మల్ని నిజమైన మానవుడిగా, నిజమైన విజేతగా నిర్మిస్తాయి.

చివరికి గుర్తుండేది డబ్బు కాదు, మంచితనమే.ప్రేమ, గౌరవం, సంబంధాలు, సేవాభావం ఇవే నిజమైన సంపద. డబ్బు, బంగారం, ఆస్తులు కోల్పోవచ్చు. కానీ ఈ నాలుగు గుణాలు ఒక వ్యక్తిని చిరస్మరణీయుడిగా, అమూల్యమైన వ్యక్తిగా చేస్తాయి. సంపద అంటే నీ దగ్గర ఎంత డబ్బు ఉంది అనేది కాదు. సంపద అంటే ప్రేమించేందుకు ఎంతమంది ఉన్నారు, గౌరవించేందుకు ఎందరు తలవంచుతారు, సంబంధాల ఊయలలో ఎంత మురిపిస్తున్నావు, సేవ చేస్తూ ఎంత అనందిస్తున్నావు.

డబ్బు ఇస్తే ప్రపంచం మీ చుట్టూ తిరుగుతుంది కాని అది నిజమైన అనుబంధం కాదు. ప్రేమ, గౌరవం, ఆప్యాయత, సేవాభావం కలిగిన మనిషి వెనుక ప్రపంచం పరుగెత్తుకుంటూ వస్తుంది. ఎందుకంటే అలాంటి వ్యక్తి దీపం లాంటివాడు చుట్టూ వెలుగునిస్తాడు, చీకటి పోతుంది.

1. ప్రేమ – వ్యక్తిత్వానికి ప్రాణం:

   ప్రేమ అంటే కేవలం భావోద్వేగం కాదు. అది ఇవ్వడం, అర్థం చేసుకోవడం, ఓర్చుకోవడం. మీరు ప్రేమగా మాట్లాడితే మీ మాటలకు తీయదనం వస్తుంది. మీరు ప్రేమగా చూస్తే మీ కళ్ళలో దయ కనిపిస్తుంది. మీరు ప్రేమగా ప్రవర్తిస్తే మీ వైపు అందరూ ఆకర్షితులవుతారు. ప్రేమ లేని విజయం శ్మశానం వంటిది. విజయం కోసం ప్రేమను త్యాగం చేసిన వారు ఒంటరిగా మరణిస్తారు. ప్రేమను నిలుపుకున్న వారి చుట్టూ చివరి వరకు మనుషులు ఉంటారు. ప్రేమించే వ్యక్తిలో ఆకర్షణ, సానుకూలత, ప్రశాంతత సహజంగా వస్తాయి.

2. గౌరవం– వ్యక్తిత్వానికి కిరీటం:

   గౌరవాన్ని ఆజ్ఞతో రాబట్టలేరు, భయంతో సంపాదించలేరు. గౌరవాన్ని సంపాదించుకోవాలి. మీరు ముందుగా ఇతరులను గౌరవిస్తే, వారు మిమ్మల్ని గౌరవిస్తారు. పెద్దలను, చిన్నలను, సేవకులను, సహాయకులను సమానంగా గౌరవించే వ్యక్తి అందరి మనసుల్లో దేవునిగా నిలుస్తాడు.

   గౌరవం కూడా ఒక బూమరాంగ్ లాంటిది. మీరు ఎంత విసురుతారో, అంతే తిరిగి వస్తుంది. గౌరవం ఉన్న వ్యక్తి మాటలకు బరువు ఉంటుంది. అతని సలహాలను ప్రజలు తీసుకుంటారు.

3. సంబంధాలు – వ్యక్తిత్వానికి ఆధారం:

   మంచి సంబంధాలు లేని జీవితం ఎడారి వంటిది. అక్కడ ప్రేమ అనే వర్షం కురవదు. తల్లి, తండ్రి, భార్య, భర్త, పిల్లలు, స్నేహితులు వీరి నుండి మనకు భద్రత, ప్రోత్సాహం, ఆనందం లభిస్తాయి. కాని సంబంధాలను పెంచుకోవాలంటే సమయం కావాలి, సహనం కావాలి, అంగీకారం కావాలి. ఫోన్లో మెసేజ్ చేయడం మాత్రమే సంబంధం కాదు పక్కన కూర్చోవడం, చెప్పింది వినడం, స్పందించడం నిజమైన సంబంధం. సంబంధాలను నిలబెట్టుకోగల వ్యక్తి బాధ్యతాయుతంగా, విశ్వసనీయంగా ఉంటాడు.

4. సేవాభావం – వ్యక్తిత్వానికి కాంతి:

   సేవాభావం అంటే తక్కువగా చేయడం కాదు. అది మానవత్వం యొక్క అత్యున్నత స్థాయి. ఒక ఆకలిగొన్న వ్యక్తికి అన్నం పెట్టే చేయి మహా పవిత్రమైనది. రోడ్డు మీద పడిపోయిన వ్యక్తికి సహాయం చేసే వ్యక్తి నిజమైన ధనవంతుడు.

   సేవ చేసినప్పుడు మీ అహం తగ్గుతుంది, గర్వం రాలిపోతుంది, దయ పెరుగుతుంది, దేవుడు దగ్గరౌతాడు. ప్రపంచం ఎవరిని గుర్తుంచుకుంటుంది? ఎవరికి ఎంత సేవ చేశారో ఆ మంచిని మాత్రమే. సేవాభావం మీ ముఖంలో తేజస్సును, మీ స్వరంలో వెచ్చదనాన్ని, మీ హృదయంలో శాంతిని నింపుతుంది.

ప్రేమ ద్వారా మీరు సంపాదిస్తారు. గౌరవం ద్వారా నిలబడతారు. సంబంధాల ద్వారా బతుకుతారు. సేవాభావం ద్వారా చిరస్థాయిగా మారతారు. బ్యాంకు బ్యాలెన్స్ తగ్గవచ్చు. సంపద పోవచ్చు. కాని ప్రేమ, గౌరవం, సంబంధాలు, సేవాభావం ఎప్పటికీ ఉంటాయి అవి మీ జీవితానికి నిజమైన స్థిరాస్తి.

నేటి నుండి మార్పు తీసుకురండి:

1. ప్రేమ కోసం: కుటుంబ సభ్యులందరికీ ఈరోజు ఒక్కసారి గట్టిగా 'నేను నిన్ను ప్రేమిస్తున్నాను' చెప్పండి.
2. గౌరవం కోసం: మీ ఇంటి పనివారికి, డ్రైవర్ కు, సహాయకులకు 'మీరు గొప్పవారు' అనండి.
3. సంబంధాల కోసం: ఒక పాత స్నేహితుడికి, బంధువుకి ఫోన్ చేసి క్షేమం అడగండి.
4. సేవాభావం కోసం: ఒక చిన్న దానం చేయండి – అన్నం, బట్టలు, లేదా సమయం.

ఈ నాలుగు రత్నాలు మిమ్మల్ని నిజమైన వ్యక్తిత్వవంతునిగా, నిజమైన సంపన్నుడిగా మారుస్తాయి. ప్రపంచం గొప్ప పదవులు మరిచిపోవచ్చు. గొప్ప లెక్కలు మరిచిపోవచ్చు. కాని మంచి హృదయం ఉన్న వ్యక్తిని ఎప్పటికీ మరిచిపోదు. అదే నిజమైన వ్యక్తిత్వం. మానవత్వం లేని అభివృద్ధి సమాజానికి ప్రమాదం అనే మాటలు ఒక గొప్ప సత్యాన్ని చెప్పాయి. నిజమైన వ్యక్తిత్వం మానవత్వమే మూలం

ప్రారంభం – ఒక ప్రశ్న:

మనం రోజూ ఏం చేస్తున్నాం? డబ్బు సంపాదిస్తున్నాం. కెరీర్ నిర్మిస్తున్నాం. పేరు ప్రతిష్ఠలు సాధిస్తున్నాం. కాని ఒక్క క్షణం ఆగి ఆలోచించండి. ఈ పరుగులో మనుషులు ఎక్కడ మిగిలిపోతున్నారు? సంబంధాలు ఎక్కడ విరిగిపోతున్నాయి? మన చుట్టూ ఉండే వారికి మన దగ్గర సమయం లేదు. ప్రేమ లేదు. వినే చెవి లేదు. అలా అయితే, ఆ డబ్బు, ఆ పదవి, ఆ అభివృద్ధి నిజంగా విజయమేనా? మానవత్వం లేని అభివృద్ధి సమాజానికి ప్రమాదం.

అభివృద్ధి మనుషులను దగ్గరకు తీసుకురావాలి, దూరం చేయకూడదు. సాంకేతికత మనుషులను కలపాలి, విడదీయకూడదు. విజయం మనల్ని వినయం నేర్పాలి, గర్వం కాదు.మనం డబ్బు సంపాదించాలి అవును. విజయం సాధించాలి ఖచ్చితంగా. కాని ఈ మార్గంలో మనుషులను మర్చిపోవద్దు. సంబంధాలను కోల్పోవద్దు. సమాజానికి ఉపయోగపడే వ్యక్తిగా మారండి.

మీ వ్యక్తిత్వం నిజంగా మెరవాలంటే ఈ 5 దశలు గుర్తుంచుకోండి:

1. కళ్ళలో దయను నింపుకోండి – ప్రతి మనిషిలోనూ మానవుణ్ణి చూడండి.
2. చేతుల్లో సేవను పెంచుకోండి – చిన్న సహాయం అయినా చేయడానికి వెనుకాడకండి.
3. నాలుకపై ప్రేమను ఉంచుకోండి – మాటలతో గాయపరచకండి, నయం చేయండి.
4. హృదయంలో కృతజ్ఞతను నిలుపుకోండి – ఎవరి సహాయాన్నీ చిన్నచూపు చూడకండి.
5. సంబంధాలను సమయంతో పోషించండి. ఫోన్లో సందేశాలు చాలు, కూర్చోండి, మాట్లాడండి.

ప్రపంచంలో గొప్ప సంపద బ్యాంకులో ఉండదు మన కోసం నిలబడే మనుషుల హృదయాల్లో ఉంటుంది. మీ జీవితంలో ఒకసారి ఆలోచించండి. మీకు కష్టం వచ్చినప్పుడు ఎవరు పక్కన నిలబడతారు? మీరు ఏడిస్తే ఎవరి భుజం మీరు వెతుకుతారు? మీ విజయానికి ఎవరు నిజంగా సంతోషిస్తారు? వారే నిజమైన సంపద. వారిని సంపాదించుకోవడానికి డబ్బు అవసరం లేదు, మంచితనం అవసరం.

మనిషి గొప్పతనం అతని స్థాయిలో కాదు అతని మానవత్వంలో ఉంటుంది. పెద్ద ఇల్లు, ఖరీదైన కారు, హోదా ఇవన్నీ ఒకరోజు మిగిలిపోతాయి. కాని మీరు ఒక ఆకలిగొన్న వ్యక్తికి అన్నం పెట్టిన చేయి ఆ చేతిని ప్రపంచం గుర్తుంచుకుంటుంది.

చివరికి, మీరు ఎంత డబ్బు సంపాదించారు అనేది కాదు, ఎంత మంది హృదయాల్లో మీ కోసం ప్రేమ, గౌరవం, కృతజ్ఞత మిగిల్చారు అనేదే నిజమైన విజయం. మీరు లేనప్పుడు మిమ్మల్ని గుర్తు చేసుకునే వారి కళ్ళలో నీళ్లు ఉంటే, మీరు గొప్ప వ్యక్తి.

మీరు లేనప్పుడు మిమ్మల్ని దీవిస్తున్న మనుషులు ఉంటే మీరు ధన్యులు. డబ్బు మనుషులను కొనుగోలు చేయగలదు కాని ప్రేమను కొనలేదు. పదవి భయాన్ని సృష్టించగలదు కాని గౌరవాన్ని సృష్టించలేదు. విజయం ప్రశంసలు తెచ్చిపెట్టగలదు కాని నిజమైన స్నేహితులను తేలేదు.

అభివృద్ధి కట్టడాలు నిర్మించగలదు కాని మానవత్వం లేకపోతే ఆ కట్టడాలు శుష్క భావనాలవుతాయి. నాయకుడిగా, విద్యార్థిగా, ఉద్యోగిగా, వ్యాపారస్తుడిగా, తల్లిగా, తండ్రిగా ఏ పాత్రలో ఉన్నా ముందు మనిషిగా ఉండండి.

మీ లోపలి మానవత్వం మీదే గొప్ప వ్యక్తిత్వం. డబ్బు రాకపోవచ్చు, పేరు రాకపోవచ్చు కాని 'మంచి మనిషి' అనే ముద్ర ఒక్కసారి పడితే అది శాశ్వతం. మానవత్వమే మతం, సేవయే పూజ, ప్రేమయే సంపద, సంబంధాలే బలం.ప్రతి మనిషి నిజమైన వ్యక్తిత్వవంతుడిగా ఎదగాలని, సమాజానికి దీపంగా మారాలని, తన చుట్టూ ప్రేమను, గౌరవాన్ని, మానవత్వాన్ని నింపుకోవాలని హృదయపూర్వకం గా కోరుకుంటున్నాను.

మీ మాటలు ఇతరుల్లో మానవత్వాన్ని మేల్కొల్పాలి. అదే నిజమైన వ్యక్తిత్వం.

11. సానుకూల ఆలోచన మరియు విజయ దృక్పథం

మనిషి జీవితాన్ని నిర్మించేది అతని పరిస్థితులు కాదు అతని ఆలోచనలు. ఒకే పరిస్థితిలో ఇద్దరు మనుషులు ఉంటారు. ఒకరు అవకాశాలను చూస్తారు మరొకరు సమస్యలను మాత్రమే చూస్తారు. ఇద్దరిలో తేడా పరిస్థితుల్లో కాదు దృక్పథంలో ఉంది. సానుకూల ఆలోచన అంటే ఏమిటి? ఏ పరిస్థితిలోనైనా ఆశతో ఆలోచించడం, పరిష్కారం కోసం ప్రయత్నించడం, మనపై విశ్వాసం కలిగి ఉండడం. ఇదే సానుకూల ఆలోచన. సానుకూల ఆలోచన అంటే సమస్యలు రావనే కాదు. సమస్యలను ధైర్యంగా ఎదుర్కోవడం.

మన ఆలోచనలు మన భవిష్యత్తును నిర్మిస్తాయి. ఒక విద్యార్థి నేను చేయలేను అనుకుంటే ముందడుగు వేయలేడు. నేను ప్రయత్నిస్తాను అనుకుంటే అవకాశాలు కనిపిస్తాయి. మనసులో నాటిన ఆలోచన జీవితంలో ఫలితంగా మారుతుంది. ప్రతికూల ఆలోచనల ప్రమాదం. ఈరోజు చాలామంది భయంతో, అసూయతో, కోపంతో, ద్వేషంతో జీవిస్తున్నారు. ఇవి కేవలం మనసును కాదు వ్యక్తిత్వాన్ని కూడా నాశనం చేస్తాయి.

అసూయ మనసును కాల్చే అగ్ని. ఇతరుల విజయాన్ని చూసి బాధపడటం అసూయ. అసూయ వల్ల మనశ్శాంతి పోతుంది, సంబంధాలు దెబ్బతింటాయి, అభివృద్ధి ఆగిపోతుంది. ఇతరులను చూసి బాధపడే బదులు వారిని చూసి ప్రేరణ పొందాలి. కోపం వల్ల నష్టాలు

ఒక క్షణం కోపం సంవత్సరాల సంబంధాన్ని చెడగొట్టవచ్చు, జీవితాంతం పశ్చాత్తాపాన్ని మిగల్చవచ్చు, అందుకే కోపం వచ్చినప్పుడు స్పందించే ముందు ఆలోచించాలి.

ఒక గురువు తన శిష్యుడికి ఒక కాగితాన్ని ఇచ్చి దీనిని మడత పెట్టు అన్నాడు. తర్వాత ఇప్పుడు మళ్లీ సరిచేయి అన్నాడు. శిష్యుడు ప్రయత్నించాడు. కాని మడతల గుర్తులు పోవలేదు. అప్పుడు గురువు చెప్పాడు కోపంలో మాట్లాడిన మాటలు కూడా ఇలానే గాయాలు మిగులుస్తాయి.

సానుకూల దృక్పథం విజయానికి ఎలా దారి తీస్తుంది? సానుకూలంగా ఆలోచించే వ్యక్తి అవకాశాలను గుర్తిస్తాడు, అపజయాల నుంచి నేర్చుకుంటాడు, ఇతరులను ప్రోత్సహిస్తాడు, సమస్యలను పరిష్కరిస్తాడు.

హెలెన్ కెల్లర్ చూడలేకపోయింది, వినలేకపోయింది, అయినా ప్రపంచానికి ప్రేరణగా నిలిచింది. ఆమె శరీర పరిమితులు ఆమె విజయాన్ని ఆపలేకపోయాయి. ఎందుకంటే ఆమె ఆలోచనలు సానుకూలంగా ఉన్నాయి.

సానుకూల ఆలోచన పెంపొందించడానికి మార్గాలు:

మంచి పుస్తకాలు చదవాలి

సానుకూల వ్యక్తులతో ఉండాలి

ప్రతిరోజూ మంచి విషయాలపై దృష్టి పెట్టాలి

కృతజ్ఞత భావం పెంచుకోవాలి

యోగా చేయాలి

ఇతరులను ప్రోత్సహించాలి

మీరు ఏమి ఆలోచిస్తారో అదే మీరు అవుతారు. సానుకూల ఆలోచన అనేది విజయానికి తలుపులు తెరచే తాళం చెవి. చీకటిని తిడుతూ కూర్చోకండి ఒక దీపం వెలిగించండి.

ఒక్క క్షణం ఆగి మనిషిని మనిషిగా ఆలోచించండి. తీర్చిదిద్దేది ఏమిటి? చాలామంది అంటారు 'నాకు అవకాశాలు లేవు, నా పరిస్థితులు బాగాలేవు, నాకు నుదుట గీత సరిగ్గా లేదు అదృష్టం లేదు' కాని నిజం ఏంటంటే మనిషి జీవితాన్ని నిర్మించేది పరిస్థితులు, సంపద, లేదా మరొకటో మాత్రం కాదు. అది అతని ఆలోచనలు. ఆలోచనలే మూలధనం, మన మనస్సులో ఏ ఆలోచన ఉంటుందో, అదే మన మాటలుగా, మాటలే చర్యలుగా, చర్యలే మన అలవాట్లుగా, అలవాట్లే మన జీవితంగా మారతాయి.

మీరు నేడు ఎక్కడ ఉన్నారంటే అది మీ గత ఆలోచనల ఫలితం. రేపు మీరు ఎక్కడ ఉండబోతున్నారంటే అది నేటి మీ ఆలోచనల నిర్మాణం. ఒకే తుఫాను రెండు దృక్పథాలు, ఒకే పరిస్థితిని తీసుకోండి. ఒక వ్యక్తి దానిలో సమస్యలు మాత్రమే చూస్తాడు. అతనికి ప్రతి అడుగు అడ్డంకే. రెండో వ్యక్తి దానిలో అవకాశాలను చూస్తాడు.

అతనికి ప్రతి సవాలులో ఒక పాఠం, ప్రతి అడ్డంకిలో ఒక ద్వారం. ఉద్యోగం పోయింది అనుకోండి. ఒకడు నేను 'పూర్తిగా విఫలమయ్యాను, ఇక లేవలేను' రెండోవాడు 'ఇదే నాకు నచ్చిన పని చేసుకునే స్వతంత్రం. కొత్త నైపుణ్యాలు నేర్చుకోవడానికి, నా స్వంత మార్గం సృష్టించుకోవడానికి ఇదొక గొప్ప అవకాశం' తేడా పరిస్థితుల్లో కాదు మన ఆలోచనా దృక్పథంలో.

వ్యక్తిత్వ వికాసానికి ఈ ఆలోచనలే బీజం. మీరు మీ ఆలోచనలను ఎలా నిర్మించుకుంటారు అనేదే మీ వ్యక్తిత్వాన్ని నిర్వచిస్తుంది. సానుకూల ఆలోచనలు – ధైర్యాన్ని ఇస్తాయి.

రచనాత్మక ఆలోచనలు – సృజనాత్మకతను పెంచుతాయి.

లక్ష్యబద్ధ ఆలోచనలు – దిశను చూపిస్తాయి.

కృతజ్ఞతతో కూడిన ఆలోచనలు – మనశ్శాంతిని ఇస్తాయి.

మీరు రోజూ ఉదయం లేచిన వెంటనే మీ మనస్సును ఏ విధంగా నింపుకుంటారు? భయాలతోనా లేదా సాధ్యాసాధ్యాలపట్ల విశ్వాసంతోనా? ఆలోచనలను మార్చుకోవడం ఎలా? మీ ఆలోచనలను పరిశీలించండి మీరు తరచుగా ఏమి ఆలోచిస్తారు? ప్రతికూలతా లేక పెరుగుదలా?

పుస్తకాలు చదవండి మహానుభావుల ఆలోచనలు మీ ఆలోచనలను ఉత్తేజపరుస్తాయి. సానుకూల వ్యక్తులతో స్నేహం చేయండి మీరు ఎవరితో కలిసి ఎక్కువ సమయం గడుపుతారో, మీరు అలాంటి వారిలా ఆలోచించడం మొదలు పెడతారు.

రోజూ మనస్సును శుద్ధి చేసుకోండి. ప్రతి రాత్రి 'నేడు నేను నా భవిష్యత్తు కోసం ఏ సానుకూల ఆలోచన నాటుకున్నాను?' అని ప్రశ్నించుకోండి. కష్టాలు వచ్చినప్పుడు 'నేను దీని నుండి ఏమి నేర్చుకోగలను?ఇందులో నాకు ఏమి అవకాశం ఉంది?' అని అడగండి.

మనం గుర్తుంచుకోవాలసింది 'మన ఆలోచనలే మన భవిష్యత్తును నిర్మిస్తాయి' మీరు ఈ రోజు నుండి ఒక సానుకూల, నిర్మాణాత్మక ఆలోచనను ఎంచుకుంటే అది రేపు ఒక మంచి నిర్ణయంగా, ఒక సంవత్సరంలో ఒక మంచి అలవాటుగా, పదేళ్లలో ఒక గొప్ప జీవితంగా మారుతుంది.

మీ పరిస్థితులు మారవచ్చు, సంపద రావచ్చు, పోవచ్చు, కాని ఒక్కటి మాత్రం ఎప్పటికీ మీ వెంట ఉంటుంది. అదే మీ ఆలోచనా విధానం. కాబట్టి నేడే నిర్ణయించుకోండి, నేను సమస్యల మనిషినా లేక అవకాశాల మనిషినా? మీ ఆలోచనలను ఉన్నతంగా నిర్మించుకోండి.

మీ వ్యక్తిత్వం స్వయంగా ఒక ప్రేరణగా మారుతుంది. సాగండి, సాధించండి ఆలోచనల సేనతో!

నిజమైన వ్యక్తిత్వ వికాసానికి సానుకూల ఆలోచన అనేది పునాది. దీన్ని మనం తరచుగా వినే మాటగా కాక, ఒక జీవన దర్శనంగా అర్థం చేసుకోవాలి.

సానుకూల ఆలోచన అంటే – అసలు అర్థం ఏమిటి?

సానుకూల ఆలోచన అంటే కళ్ళు మూసుకుని 'అంతా బాగుంటుంది' అని జపం చెయ్యడం కాదు. ఏ పరిస్థితిలోనైనా, ఎంత కష్టమైనా మూడు విషయాలు చేయడం ఆశతో ఆలోచించడం 'ఈ సమస్య నన్ను ఎంతగా దెబ్బతీస్తుంది?' అని భయపడకుండా, 'ఈ సమస్య నాకు ఏమి నేర్పుతుంది? నేను ఎలా బయటపడగలను?' అని ఆలోచించడం. పరిష్కారం కోసం ప్రయత్నించడం ఫిర్యాదు చేస్తూ కూర్చోకుండా, 'నా చేతుల్లో ఇప్పుడు ఏమి ఉంది? నేను ఏ ఒక్క చిన్న అడుగు వేయగలను?' అని వెతకడం.

మనపై విశ్వాసం కలిగి ఉండడం నేను బలహీనుణ్ణి అనే భావనను వదిలి, నాకు ఎదగడానికి, నేర్చుకోవడానికి, మారడానికి శక్తి ఉంది అనే విశ్వాసం.

ఒక సారి ఒక పెద్ద వ్యాపార వైఫల్యం ఎదురైనా, ఆ వ్యక్తి చెప్పాడు 'నేను నా డబ్బు కోల్పోయాను, కాని నా నేర్చుకునే శక్తిని, నా విశ్వాసాన్ని కోల్పోలేదు. ఇది నా పాఠశాల.'

ఇదే నిజమైన సానుకూల ఆలోచన. సానుకూల ఆలోచన అంటే సమస్యలు రాకపోవడం కాదు ఎదుర్కొనే తీరు! చాలామంది అనుకుంటారు. సానుకూలంగా ఆలోచిస్తే జీవితంలో చిక్కులు రావు. అది అవాస్తవం. సమస్యలు అందరికీ వస్తాయి.

విజయం, వైఫల్యం వీటిని నిర్ణయించేది సమస్యలు రావడమో, రాకపోవడమో కాదు, వాటిని ఎలా ఎదుర్కొంటాం అనేదే ప్రధానమైంది. ఇద్దరు మనుషులు ఒకే పెద్ద సంక్షోభంలో ఉంటారు.

ఒకడు తల దించుకుని, 'నేను చచ్చిపోయాను. ఇక నా దారి లేదు' అని నిరాశతో కూర్చుంటాడు. రెండోవాడు లేచి నిలబడి, 'నేను నేర్చుకుంటాను. ఒక మార్గం కనిపిస్తుంది. ఒక్క చిన్న మెట్టు వేస్తే రేపు రెండు వేయగలను' అంటాడు. తేడా ఏమిటి? దృక్పథం. మొదటివాడు సమస్యలో సమాధిని చూస్తాడు. రెండోవాడు సమస్యలో సాధనను చూస్తాడు.

వ్యక్తిత్వ వికాసంలో సానుకూలత ఎందుకు అవసరం?

మీరు ప్రతికూలంగా ఆలోచిస్తే → మీకు ధైర్యం తగ్గుతుంది → చర్య తీసుకోరు → అవకాశాలు చేజారుతాయి → మీరు బలహీనంగా భావిస్తారు → వ్యక్తిత్వం కుంచించుకుపోతుంది.

మీరు సానుకూలంగా ఆలోచిస్తే → మీలో శక్తి పుంజుకుంటుంది → చిన్న చిన్న చర్యలు తీసుకుంటారు → ఒక చర్య రెండో చర్యకు దారి తీస్తుంది → మీకు మీరు గౌరవించుకుంటారు → వ్యక్తిత్వం ఎత్తుగా, దృఢంగా పెరుగుతుంది.

ప్రాక్టికల్ గా ఎలా మనల్ని మనం ఎలా మార్చుకోవాలి?

ప్రతి సమస్యనూ ఒక ప్రశ్నగా మార్చండి 'ఇది ఎందుకు నాకు జరిగింది?' బాధ కాకుండా, 'దీనివల్ల నేను ఏమి నేర్చుకోగలను? ఇప్పుడు చేయదగినది ఏమిటి? సాధికారత అని అడగండి.

'సాధ్యతల డైరీ' ఇది వ్యక్తిత్వ వికాసంలో అత్యంత శక్తివంతమైన సాధనం. సాధ్యతల డైరీ మీ జీవితాన్ని మార్చే 5 నిమిషాల అలవాటు.

ఈ డైరీ ఎందుకు?

మనలో చాలామంది రాత్రి పూట ఏమి తిన్నాము? ఏం చూశాము? ఎవరితో మాట్లాడాము? ఎంత సేపు ఫోన్ చూశాము? ఇలా పనికిమాలిన విషయాలు గుర్తుంచుకుంటారు. కాని మన ఎదుగుదలకు సంబంధించిన ప్రశ్నలు ఎప్పుడూ వేసుకోము.ఈ డైరీ ఆ ఖాళీని పూరించడానికి.

డైరీలో రాయవలసిన మూడు ప్రశ్నలు, ప్రతిరోజూ రాత్రి, నిద్రపోయే ముందు కేవలం 5 నిమిషాలు కేటాయించండి. ఒక నోట్బుక్ లేదా డైరీలో ఈ మూడు ప్రశ్నలకు సమాధానాలు రాయండి:

1 ఈ రోజు నేను ఒక సమస్యను ఎదుర్కొన్న తీరు ఎలా ఉంది? మీ ప్రస్తుత ప్రవర్తనను గుర్తించడం.

2 ఆ సమస్యలో నేను చూసిన ఒక అవకాశం ఏమిటి? ప్రతికూలత నుండి సానుకూలతను వెలికితీయడం.

3 ఈ అనుభవం నాకు ఇచ్చిన ఒక బలం ఏమిటి? మీ లోపలి శక్తిని గుర్తించడం.

ప్రతి ప్రశ్నకు వివరణాత్మక మార్గదర్శి:

ప్రశ్న 1: ఈ రోజు నేను సమస్యను ఎదుర్కొన్న తీరు ఎలా ఉంది?

దీని అర్థం: మీరు ఈ రోజు ఒక కష్టమైన పరిస్థితిని ఎదుర్కొన్నప్పుడు మీ ప్రతిచర్య ఏమిటి? మీరు భయపడ్డారా? కోపం వచ్చిందా? నిశ్శబ్దంగా ఆలోచించారా? పరిష్కారం వెతికారా? లేక తప్పించుకున్నారా?

ఎలా రాయాలి?

స్పష్టంగా ఆ సమస్యను రాయండి (1 వాక్యం) మీ ప్రతిచర్యను రాయండి (2-3 వాక్యాలు) నిజాయితీగా రాయండి – తప్పు చేస్తే చేశాను అని రాయండి.

ఉదాహరణలు:

సమస్య నేను ఎదుర్కొన్న తీరు: 'ఈ ఉదయం బస్సు తప్పిపోయింది, నేను చాలా కోపంగా ఉన్నాను. డ్రైవర్ ని తిట్టాను. ఆ తర్వాత ఒంటరిగా కూర్చుని బాధపడ్డాను.' 'ఆఫీసులో సహాయకుడు నా పనిని తప్పుగా చేశాడు, నేను అరిచాను. తర్వాత నేను చేతులెత్తేశాను. అతన్నే మార్చమని బాస్ కి చెప్పాను.' 'రోడ్డుపై ఎవరో నన్ను తిట్టారు, నేను వెనక్కి తిట్టలేదు. నిశ్శబ్దంగా వెళ్ళిపోయాను. కాని లోపల కుమిలిపోయాను.'

గమనిక: ఇందులో తప్పు లేదు – ఏది జరిగిందో అది రాయండి. డైరీ మిమ్మల్ని న్యాయమూర్తి కాదు, అది మీ దర్పణం.

ప్రశ్న 2: ఆ సమస్యలో నేను చూసిన ఒక అవకాశం ఏమిటి?

ప్రతి సమస్యలో ఒక నిగూఢ అవకాశం దాగి ఉంటుంది.

మనం సమస్యను మాత్రమే చూస్తే – అది మనల్ని క్రుంగదీస్తుంది.

మనం అవకాశాన్ని చూస్తే – మనం ఎదుగుతాం.

ఎలా రాయాలి?

సమస్యలోని సానుకూల కోణాన్ని కనుగొనండి. ఈ సమస్య వల్ల నేను ఏమి నేర్చుకోగలను? అని ఆలోచించండి . కేవలం ఒక అవకాశం రాస్తే చాలు కాని నిజాయితీగా. సమస్య ఆ సమస్యలో నేను చూసిన అవకాశం 'బస్సు తప్పిపోయింది, నేను నడిచి వెళ్ళాలి. అది నాకు శారీరక వ్యాయామం అయింది.

ఇకపై టైము మేనేజ్మెంట్ నేర్చుకోవాలి.' 'సహాయకుడు తప్పు చేశాడు, నేను నేరుగా చేయడం నేర్చుకుంటాను లేదా అతనికి సరైన ట్రైనింగ్ ఇవ్వడం నా బాధ్యత అని గ్రహించాను.' 'రోడ్డుపై తిట్టారు, నా సహనశక్తి ఎంతుందో తెలిసింది. నేను రెచ్చగొట్టబడలేదు. అది నా బలం.'

సూత్రం: సమస్య అనే పదంలోనే 'సా' (సహ – తో) + 'మస్య' (మసి – నలుపు) ఉంటుంది. అంటే 'నలుపు నుండి వెలుగు వైపు' అనే అర్థం వస్తుంది.

ప్రశ్న 3: ఈ అనుభవం నాకు ఇచ్చిన ఒక బలం ఏమిటి?

దీని అర్థం: ప్రతి అనుభవం మంచైనా, చెడైనా మనలో ఏదో ఒక బలాన్ని దాచి ఉంచుతుంది. ఆ బలాన్ని గుర్తించడం నేర్చుకోవాలి. అదే నిజమైన వ్యక్తిత్వ వికాసం.

ఎలా రాయాలి?

ఈ అనుభవం తర్వాత మీరు మునుపటి కంటే ఏ విషయంలో బలంగా ఉన్నారు? ఒక్క బలాన్ని రాయండి 'నేను ఇంకా... అయ్యాను' అనే వాక్యంలో. ప్రతి రోజు ఒక్క బలం చొప్పున 30 రోజులలో 30 బలాలు మీ సొంతం.అనుభవం, నాకు ఇచ్చిన బలం, బస్సు తప్పిపోవడం, 'నేను ఇంకా సమయం పట్ల అప్రమత్తంగా ఉండాలి ఇది నాకు ఒక గుణపాఠం. బలం 'టైమ్ మేనేజ్మెంట్' పై దృష్టి'. సహాయకుడి తప్పు, 'నేను ఇంకా ఓపికగా, శాంతంగా ఉండాలి. అరవడం వల్ల పరిష్కారం రాదు.

బలం 'సహనం' పెరిగింది'. రోడ్డుపై తిట్లు, 'నేను ఇంకా నా మీద ఆత్మవిశ్వాసం పెంచుకోవాలి. ఇతరుల మాటలు నా విలువను నిర్ణయించవు. బలం 'స్వీయ గౌరవం' పెరిగింది' పరీక్షలో తక్కువ మార్కులు 'నేను ఇంకా ప్రణాళికగా చదవాలి. బలం 'పద్ధతి' ప్రాముఖ్యం నేర్చుకున్నాను'. స్నేహితుడు నన్ను దూరం పెట్టుకున్నాడు 'నేను ఇంకా నిజమైన స్నేహితులను గుర్తించగలను. బలం 'సంబంధాలలో వివేచన' పెరిగింది'.

ఒక రోజు సాధ్యతల డైరీ ఎంట్రీ (నమూనా) :

తేదీ: 04-06-2026 (బుధవారం)

సమస్యను ఎదుర్కొన్న తీరు:

ఈ రోజు ఉదయం ఆఫీసు మీటింగ్‌లో నా ప్రెజెంటేషన్ మధ్యలో నెట్‌వర్క్ పోయింది. నేను చాలా ఇబ్బందిపడ్డాను. కొంతమంది సహాయకులు నవ్వారు. నాకు చాలా కోపం వచ్చింది. నేను మధ్యలోనే ప్రెజెంటేషన్ ఆపేశాను.

సమస్యలోని అవకాశం:

ఈ సమస్య వల్ల నేను 'ఎల్లప్పుడూ బ్యాకప్ ప్లాన్' ఉంచుకోవడం ఎంత ముఖ్యమో నేర్చుకున్నాను. ఆఫ్‌లైన్ కాపీ ఉంచుకోవడం వలన ఇది జరిగేది కాదు. అవకాశం ఇకపై టెక్నాలజీ మీద 100% ఆధారపడకూడదు.

అనుభవం నాకు ఇచ్చిన బలం:

ఈ అనుభవం నాకు 'స్థితిస్థాపకత' అనే బలాన్ని ఇచ్చింది. నేను ఇంకా ఇబ్బందికరమైన పరిస్థితులను కూడా ప్రశాంతంగా ఎదుర్కోగలననే విశ్వాసం వచ్చింది. మరలా అలాంటి పరిస్థితి వస్తే నేను నవ్వుతూ, 'బ్యాకప్ తీసుకొస్తాను' అంటాను.

సాధ్యతల డైరీ – నమూనా ఫార్మాట్:

|| సాధ్యతల డైరీ (Possibility Diary)

|| తేదీ: _______________

||

|| 1. ఈ రోజు నేను సమస్యను ఎదుర్కొన్న తీరు:

||

||

||

||

|| 2. ఆ సమస్యలో నేను చూసిన ఒక అవకాశం:

||

||

||

|| 3. ఈ అనుభవం నాకు ఇచ్చిన ఒక బలం:

||

||

||

|| రేపటి కోసం ఒక చిన్న లక్ష్యం (ఐచ్ఛికం):

||

||

ఈ డైరీ వల్ల కలిగే 10 ప్రయోజనాలు:

1. స్వీయ అవగాహన, మీ ప్రవర్తనలను మీరే గుర్తించుకుంటారు.
2. సానుకూల దృక్పథం, ప్రతి సమస్యలో అవకాశం వెతకడం అలవాటవుతుంది.
3. ఆత్మవిశ్వాసం, మీ బలాలను గుర్తించుకుంటే ఆత్మవిశ్వాసం పెరుగుతుంది.
4. సమస్యా పరిష్కారం, పునరావృత తప్పులను గుర్తించి సరిదిద్దుకుంటారు.
5. మానసిక ప్రశాంతి, రాయడం వల్ల మనసు తేలికపడుతుంది.
6. నిద్ర మెరుగుపడుతుంది, ఆలోచనలను క్రమబద్ధీకరిస్తే నిద్ర బాగుంటుంది.
7. కృతజ్ఞత, ప్రతి రోజు ఒక బలాన్ని గుర్తించడం వలన కృతజ్ఞత పెరుగుతుంది.
8. నిరంతర అభ్యాసం, ప్రతిరోజు ఒక పాఠం – నేర్చుకోవడం ఆగదు .
9. భావోద్వేగ నియంత్రణ, కోపం, నిరాశను నియంత్రించుకోవడం నేర్చుకుంటారు
10. వ్యక్తిత్వ వికాసం, ఇవన్నీ కలిపి మీ వ్యక్తిత్వాన్ని తీర్చిదిద్దుతాయి

నిజ జీవిత అనుభవం – ఒక విద్యార్థి మాటల్లో:

'నేను ఎప్పుడూ ఆత్మవిశ్వాసం లేని అమ్మాయిని. ప్రతి చిన్న తప్పుకు నేను రోజంతా బాధపడేదాన్ని. 'సాధ్యతల డైరీ' రాయడం మొదలుపెట్టిన తర్వాత మొదటి వారం నాకు ఏమీ కనిపించలేదు. రెండో వారంలో, నేను ప్రతి సమస్యలో ఒక అవకాశం చూడగలుగుతున్నాను. ఒక రోజు లైబ్రరీలో నా సీట్ ఎవరో తీసేసుకున్నారు నేను కోప్పడకుండా, వేరే సీటులో కూర్చుని ఒక కొత్త స్నేహితురాలిని సంపాదించుకున్నాను. ఇది నాకు నేర్పిన బలం 'సర్దుబాటు'. ఈ డైరీ నా జీవితాన్ని మార్చేసింది.'

గుర్తుంచుకోవలసిన 5 ముఖ్య సూత్రాలు

1. ఇది పోటీ కాదు – మీతో మీరు మాట్లాడుకోవడం. ఎవరికీ చూపించాల్సిన అవసరం లేదు.
2. నిజాయితీ ముఖ్యం – మంచిగా రాయాలి అని అనుకోకండి. ఏం జరిగిందో అలాగే రాయండి.
3. కనీసం 21 రోజులు– ఒక అలవాటు రావడానికి 21 రోజులు పడుతుంది. వదలకండి.
4. రోజుకు 5 నిమిషాలు మాత్రమే – ఎక్కువ సేపు రాయవద్దు. క్లుప్తంగా, స్పష్టంగా.
5. తప్పులు తప్పు కాదు– నేర్చుకోని రోజు మాత్రమే తప్పు. ఏదైనా రాయండి, ఖాళీగా వదలకండి.

మీరు ప్రతిరోజూ ఒక సమస్యను ఎదుర్కొంటారు. ఆ సమస్యను ఒక అవకాశంగా మార్చగలిగితే మీరు ప్రతిరోజూ ఒక బలాన్ని సంపాదించుకుంటారు.ఆ బలమే ఒక రోజు మిమ్మల్ని విజేతగా నిలబెడుతుంది.

'నేను నిన్నను కాదు. నేను నేటిని మారుస్తాను. నా డైరీ నాకు అద్దం పడుతుంది నేను నా ప్రతిబింబాన్ని నిర్మించుకుంటాను.' ప్రారంభించండి. నేటి రాత్రి నుండి. ఒక పెన్ను, ఒక నోట్బుక్, మూడు ప్రశ్నలు. మీ విజయం మీ చేతుల్లో. సాధ్యతల డైరీ – మీ జీవితంలో అతి చిన్న పెట్టుబడి, అతి పెద్ద రాబడి.

3. ధైర్యంగా ఎదుర్కొనే వారి కథలు చదవండి – విక్టర్ ఫ్రాంక్ల్,

నిక్ వుజిచిచ్, ఏ.పీ.జే. అబ్దుల్ కలాం, ఈశ్వర చంద్ర విద్యాసాగర్, సుభాస్ చంద్ర బోస్, వీరి జీవితాలు నేర్పే పాఠం: సమస్యలు మిమ్మల్ని వేధించవు, అవి మిమ్మల్ని కొత్తగా రూపొందిస్తాయి. సానుకూల ఆలోచన అంటే సూర్యుడు ఎప్పుడూ ఉంటాడనుకోవడం కాదు. కాని, వర్షం వచ్చినా నేను గొడుగు పట్టుకుని నడవగలను అనే విశ్వాసం.

మీ ముందు రెండు దారులు:

ఒకటి – కృంగిపోవడం దీని వల్ల బలహీనత మిగులుతుంది.

రెండోది – ధైర్యంగా ఎదుర్కొని, నేర్చుకొని, ఎదగడం దీనివల్ల బలమైన వ్యక్తిత్వం జన్మిస్తుంది. మీరు ఎంచుకోండి. ప్రతి చిన్న ఎంపిక, ప్రతి ఆలోచన మిమ్మల్ని నిర్మిస్తుంది. సానుకూలంగా ఆలోచించండి. సాహసంగా ఎదుర్కోండి. నిరంతరం అభివృద్ధి చెందుతూ ఉండండి.

రెండో ప్రపంచ యుద్ధం తర్వాత హిరోషిమా, నాగసాకి నగరాలు పూర్తిగా నాశనం అయ్యాయి. అయినా జపాన్ ప్రజలు నిరాశపడలేదు, కష్టపడి పనిచేశారు, క్రమశిక్షణ పాటించారు, సానుకూల దృక్పథంతో ముందుకు సాగారు. జపాన్ సాంకేతికంగా, విద్యలో, పరిశ్రమల్లో ప్రపంచ అగ్రదేశాలలో ఒకటిగా నిలిచింది.

పరిస్థితులు ఎంత కఠినమైనా సానుకూల దృక్పథం ఉంటే పునర్నిర్మాణం సాధ్యమే.మన ఆలోచనలు మన భవిష్యత్తును నిర్మిస్తాయి, ఆలోచనే మొదటి సృష్టి మనిషి మనస్సు ఒక తోటలాంటిది. మీరు దానిలో

విజయపు విత్తనాలు నాటితే, విజయపు పంట పండుతుంది. మీరు వైఫల్యపు కలుపు మొక్కలు పెంచితే, చివరికి నిరాశే మిగులుతుంది.

పరీక్ష ముందు రోజు – ఇద్దరు విద్యార్థులు.

మొదటి విద్యార్థి మనసులో 'నేను చేయలేను. ఇంత పెద్ద సిలబస్, నాకు ఏమీ రాదు. నేను ఫెయిల్ అవుతాను.'

ఫలితం: అతను పుస్తకం కూడా సరిగ్గా తెరవడు. నిద్ర పోతాడు. మనసు నిండా భయం. మర్నాడు పరీక్ష హాలులో సమాధానాలు రాయలేక విఫలమవుతాడు.

రెండో విద్యార్థి మనసులో 'నేను ప్రయత్నిస్తాను. కష్టమే అయినా, నేను ఒక్కొక్క టాపిక్ గెలవగలను. నా తెలివిని, కష్టాన్ని నమ్ముతున్నాను.'

ఫలితం: అతను ఒక ప్రణాళికతో చదువుతాడు. ముఖ్యమైన విషయాలు గుర్తుంచుకుంటాడు. పరీక్ష హాలులో ప్రశాంతంగా సమాధానాలు రాస్తాడు. తేడా? పరిస్థితి ఒక్కటే. సిలబస్ ఒక్కటే. సమయం ఒక్కటే. తేడా వారి ఆలోచనలో! ఒక్క ఆలోచన 'నేను ప్రయత్నిస్తాను' ఆ విద్యార్థి జీవిత దిశను మార్చేస్తుంది.

మీరు మీ భవిష్యత్తు రోజును కాదు, మీ భవిష్యత్తు దశాబ్దాన్ని నిర్మిస్తున్నారు. ఈ రోజు మీరు ఎంచుకునే ప్రతి ఆలోచనతో మనసులో నాటిన ఆలోచన జీవితంలో ఫలితంగా మారుతుంది. ఇది విశ్వం నుండి మరలించలేని నియమం. ప్రతి చర్యకు ఒక బీజం ఉంటుంది అదే ఆలోచన. మీరు ఈ రోజు ఏ ఆలోచనను మనస్సులో నాటుకుంటారో, రేపు దాని కొమ్మలు, దాని నీడ, దాని పండ్లను మీ జీవితంలో చూస్తారు.

మంచి ఆలోచనలు :

1. ధైర్యాన్ని పెంచుతాయి:

నేను ఒక్కడినే ఈ పని చేయగలనా? అనే సందేహం నుండి, నేను చేయగలను. చాలామంది చేశారు. నేనెందుకు చేయలేను?

అనే నమ్మకానికి దారి తీస్తాయి. నిజ జీవితంలో మీరు ఒక క్లిష్టమైన ప్రసంగం ఇవ్వాల్సి వచ్చింది. మాటలు తడబడతాయేమో అనే భయం (ప్రతికూలత) మిమ్మల్ని నిలువరిస్తుంది. కాని 'నేను సాధన చేస్తే, ప్రేక్షకులను రంజింప చేసుకోగలను, నా ఉద్దేశం నిజాయితీగా చెప్పగలను' ఈ ఆలోచన మీకు ధైర్యాన్నిస్తుంది.

2. ఆత్మవిశ్వాసాన్ని పెంచుతాయి:

ప్రతి రోజూ ఉదయం నేను విలువైన వాడిని, నా సమయం విలువైనది అనుకోవడం అలవాటు చేసుకోండి. కొన్ని నెలల్లో మీలో ఒక నిశ్చలమైన ఆత్మవిశ్వాసం పెరుగుతుంది. ఎందుకంటే మీరు మీతో మాట్లాడుకునే విధానం మారింది.

3. విజయానికి దారి తీస్తాయి:

విజయం అనేది ఆకస్మికం కాదు. అది చిన్న చిన్న సానుకూల ఆలోచనల పరంపర. నేను నేర్చుకుంటాను → నేను చర్య తీసుకుంటాను → నేను తప్పులను సరిదిద్దుకుంటాను → చివరికి నేను గెలుస్తాను.

ప్రతికూల ఆలోచనలు – నాశనకారులు:

1. భయాన్ని పెంచుతాయి:

ఒకవేళ తిరస్కరణ వస్తే? ఒకవేళ నేను అవమానించబడితే? ఒక్కసారి ఈ ఆలోచనను మనస్సులో పట్టుకుంటే, అది పెద్దదై మిమ్మల్ని నిలువరిస్తుంది. మీరు చర్య తీసుకోకుండా కూర్చుంటారు. ఆ భయమే మీ జీవితాన్ని చిన్నదిగా చేస్తుంది.

2. నిరాశను పెంచుతాయి:

ఒకసారి నాకు ఎప్పటికీ రాదు అనే ఆలోచన మనస్సులో నాటుకుంటే, ప్రతి చిన్న వైఫల్యాన్ని మీరు ఒక పెద్ద అంతంగా చూస్తారు.

మీరు ప్రయత్నించడం మానేస్తారు. నిరాశ మీలో కలిసిపోతుంది.

3. అవకాశాలను దూరం చేస్తాయి:

మీరు ప్రతికూలంగా ఉన్నప్పుడు, మీ చుట్టూ ఎంత పెద్ద అవకాశం వచ్చినా మీరు దాన్ని చూడలేరు. ఎందుకంటే మీ మనసు 'లేదు, కుదరదు, అంత సులువు కాదు' అనే జల్లెడ తో పనిచేస్తుంది. అవకాశాలు మీ చేతుల్లోంచి జారిపోతాయి.

ఒక చిన్న ప్రయోగం చేసి చూడండి:

రేపటి నుండి కేవలం 21 రోజులు మీరు ఎదురైన ప్రతి సమస్యకు 'నేను ఏమి నేర్చుకోగలను?' అని ప్రశ్నించుకోండి. ప్రతి ఉదయం నిద్రలేచి 'ఈ రోజు నా విజయానికి నేను ఏమి చేయగలను?' అని అడగండి. 'నేను చేయలేను' అనే మాటను వెంటనే 'నేను ఒక మార్గం కనుక్కుంటాను' గా మార్చండి.

21 రోజుల తరువాత మీరు గమనించండి:

మీ వ్యక్తిత్వంలో ఒక ఊర్మి, ఒక కాంతి వస్తుంది. మీరు చిన్న చిన్న విజయాలు సాధిస్తారు. ప్రజలు మీలో ఒక ఆకర్షణను చూస్తారు.

గుర్తుంచుకోండి, ప్రతికూలత ఒక చిమ్నీలా దానిలో వేసే ప్రతి ఆలోచనా నల్లటి పొగగా బయటకు వస్తుంది, నల్లగా మిమ్మల్ని కప్పేస్తుంది. సానుకూలత ఒక దీపంలా దానిలో వెలిగించే ప్రతి ఆలోచనా వెలుగును విస్తరింపజేస్తుంది, ఎంత చీకటి ఉన్నా దాన్ని తరిమికొడుతుంది.

మీ ఆలోచనలను మీరే నియంత్రించండి. లేదంటే వాటిని వేరొకరు, వేరొక సంఘటన, పాత అనుభవాలు నియంత్రిస్తాయి. ప్రతి ఒక్క గొప్ప విజేతకూ, ఒక సామాన్య ఆలోచనే తొలి అడుగు. ఈ క్షణం నుండి మీ ఆలోచనలను గెలుపు వైపు తిప్పండి. మీ భవిష్యత్తు నేటి మీ మనస్సులోనే నిర్మితమవుతోంది.

ప్రతికూల ఆలోచనలు నిశ్శబ్దంగా మనల్ని లోపలి నుండి క్షీణింపజేస్తాయి. వాటి ప్రమాదాన్ని గుర్తించి, వాటి నుండి ఎలా బయటపడాలో తెలుసుకోవడమే నిజమైన వ్యక్తిత్వ వికాసం.

1. భయం – మనసును బంధించే గొలుసు:

   ఈ రోజు మనం చాలా వరకు మన ఊహలతో సృష్టించుకున్న భయాలతోనే బతికేస్తున్నాం. భౌతిక శత్రువు లేదు, నిజమైన ప్రమాదం లేదు, కాని మన మనస్సులో నిరంతరం ఒక హెచ్చరిక గంట మోగుతూనే ఉంటుంది.

మూడు ప్రధాన భయాలు మనల్ని కబళించేస్తాయి:

1. అపజయ భయం

   'నేను ప్రయత్నించి, ఒకవేళ విఫలమైతే? ప్రజలు ఏమనుకుంటారు?' ఈ భయం మనల్ని చర్య తీసుకోకుండా నిరోధిస్తుంది. ఫలితం? మనం ఎప్పుడూ ప్రయత్నించకుండానే ఓడిపోతాం. గుర్తుంచుకోవాల్సింది: ఓటమి ఒక సంఘటన, వ్యక్తిత్వం కాదు. ఓడిన వెంటనే మనం నిలబడే ధైర్యమే నిజమైన సాఫల్యానికి గుర్తు.

2. విమర్శల భయం

   'ఎవరైనా నన్ను తప్పు పడతారేమో?' దీని వలన మనం మన స్వంత నిజాయితీని, మన స్వరాన్ని దాచుకుంటాం. గుర్తుంచుకోవాల్సింది: ప్రతి గొప్ప వ్యక్తిని విమర్శించారు. విమర్శ అంటే మీరు ఏదో ముఖ్యమైన పని చేస్తున్నారనడానికి సానుకూల సంకేతం.

   నిశ్శబ్దంగా ఉండేవారిని ఎవరూ విమర్శించరు.

3. భవిష్యత్తు భయం

   'రేపు ఏమి జరుగుతుందో? నా ఉద్యోగం? నా ఆరోగ్యం? నా సంబంధాలు? మనల్ని ఈ భయం ప్రస్తుతాన్ని ఆస్వాదించకుండా, నిరంతరం ఆందోళనలో నిమగ్నం చేస్తుంది.

గుర్తుంచుకోవాల్సింది: భవిష్యత్తు ఇంకా రాలేదు. మీ వద్ద ఉన్నది ఇప్పుడు మాత్రమే. 'ఇప్పుడు' లో మీ చేతుల్లో శక్తి ఉంది.

భయం వల్ల నష్టాలు:

ఆలోచనను బలహీనపరుస్తుంది. భయం మనస్సును స్తంభింపజేస్తుంది. మనకు స్పష్టంగా ఆలోచించే, సృజనాత్మకంగా సమస్యలను పరిష్కరించుకునే శక్తి తగ్గిపోతుంది.

ఉదాహరణకు: ఇంటర్వ్యూకి ముందు భయపడే వ్యక్తి అతనికి సాధారణ ప్రశ్నలకు కూడా జవాబు రాదు, అతని నైపుణ్యాలు ఏమాత్రం కనిపించవు. అవకాశాలను అడ్డుకుంటుంది. భయం గుడ్డిది. అది మీ ముందు ఉన్న బంగారు గడియను చూడనీయదు. ఒక ప్రమోషన్, ఒక కొత్త ప్రాజెక్ట్, ఒక కొత్త స్నేహం, ఇవన్నీ మీ ముందు ఉండొచ్చు, కాని భయం మీ కళ్ళకు గంతలు కడుతుంది.

అసూయ – మనసును కాల్చే అగ్ని:

అసూయ చాలా సూక్ష్మమైన కాని అత్యంత విషపూరితమైన భావం. ఇది మనల్ని మనమే ఆందోళన అనే చీకటి లోకి నెట్టేస్తుంది.

మన శత్రువు మన పొరుగువాడు కాదు; మనలోని అసూయే మనకు పెద్ద శత్రువు. అసూయ ప్రభావం, దాని పర్యవసానాల గురించి విదురుని

బోధనల్లో చాలా స్పష్టమైన ప్రస్తావనలు ఉన్నాయి.

మహాభారతంలోని ఉద్యోగ పర్వంలో విదుర నీతి ధృతరాష్ట్రునికి విదురుడు చేసిన ఉపదేశంగా ప్రసిద్ధి చెందింది. ఈ నీతిసూత్రాల్లో ఈర్ష్యను ఒక ప్రాథమిక దుర్గుణంగా మరియు వ్యక్తి పతనానికి కారణంగా వివరించారు. ముఖ్యంగా, దుర్యోధనుని ప్రవర్తన, పాండవుల పట్ల అతనికున్న అసూయను విదురుడు తన బోధనలకు ప్రత్యక్ష ఉదాహరణగా చూపించాడు .

విదుర నీతి ప్రకారం అసూయ గురించి ముఖ్యాంశాలు:

నిద్ర లేమికి కారణం: విదురుని ప్రకారం, దొంగ, పరస్త్రీ సంగం చేసేవాడు, ధనం కోల్పోయిన వ్యక్తి, విఫలుడు మరియు బలహీనుడితో పాటు అసూయ, దురాశ కలిగిన వ్యక్తి కూడా నిద్రపోలేడు .

వ్యక్తి వినాశనానికి మూలం: విదురుడు ధృతరాష్ట్రునికి చేసిన ఉపదేశంలో 'అసూయ పరమైన ధర్మాన్ని నాశనం చేస్తుంది'. అహంకారం మరియు అసూయతో ఉబ్బిపోయే వ్యక్తి ఎల్లప్పుడూ కష్టాలను అనుభవిస్తాడు .

సుఖ సంతోషాలకు అడ్డంకి: అసూయ మరియు అహంకారం నుండి విముక్తి పొందిన వ్యక్తి మాత్రమే నిరాటంకంగా సుఖంగా జీవించగలడు . అసూయ పరుడు ఎప్పటికీ సంతోషంగా ఉండలేడు .

తులనలో ప్రాముఖ్యతలు: విదురుని ప్రకారం, ఒక వ్యక్తి ఇతరుల ధనం, అందం, గృహం, యశస్సు, పదవి మరియు సుఖాల పట్ల అసూయపడకూడదు. ఇవన్నీ తాత్కాలికమేనని, వీటితో అసూయపడే వ్యక్తిని విదురుడు 'నయం చేయలేని రోగి' గా అభివర్ణించాడు .

మహాభారత యుద్ధానికి మూలకారణమే దుర్యోధనునికి పాండవులపై ఉన్న అసూయ అని విదురుడు ఎత్తిచూపాడు. ఇతరుల సంపదల పట్ల ఈర్ష్య మనిషిని క్రమంగా నాశనం చేస్తుంది .

విదుర నీతి ప్రకారం, అసూయ అనేది ఒక వ్యక్తి యొక్క వివేకాన్ని మరుగుపరిచి, అతనిని దుష్కార్యాల వైపు నడిపించే ప్రమాదకరమైన దుర్గుణం. దీనికి పూర్తి విరుద్ధంగా, సంతృప్తిని జీవితంలో పొందదగిన అత్యున్నతమైన వస్తువుగా విదురుడు పేర్కొన్నాడు .

అసూయ వల్ల కలిగే నష్టాలు:

1. మనశ్శాంతి పూర్తిగా పోతుంది:

   ఇతరుల విజయాలు చూసి మనం బాధపడుతున్నంతసేపు మన స్వంత ప్రయాణం, మన స్వంత విజయాలు మనకు కనిపించవు.

   అసూయ అంటే ఒక చిన్న దీపాన్ని చూసి, 'వాడి దీపం నా కంటే పెద్దది' అని మన స్వంత దీపాన్ని ఊదేసుకోవడంలాంటిది.

2. సంబంధాలు దెబ్బతింటాయి:

   అసూయ నుండి చిన్న చిన్న మాటలు, విమర్శలు, దూషణలు పుడతాయి. స్నేహితులు దూరమవుతారు. కుటుంబంలో వాతావరణం విషమిస్తుంది. కార్యాలయంలో సహకారం ఆగిపోతుంది.

3. అభివృద్ధి పూర్తిగా ఆగిపోతుంది:

   ఒక వ్యక్తి అసూయలో మునిగితే, అతనికి తన స్వంత బలాలపై దృష్టి ఉండదు. ఇతరుల ప్రగతిని చూసి 'అతను ఎలా పైకి వచ్చాడు?' అని మాత్రమే యోచిస్తాడు. తన నైపుణ్యాలు పెంచుకోవడం, తనలో మార్పు తీసుకురావడం మరిచిపోతాడు.

అసూయకు విరుగుడు – ప్రశంస మరియు ఆత్మస్థిరత:

మీరు అసూయగా భావించినప్పుడు, ఆ భావనను ఇలా మార్చండి, అతను సాధించాడు. నేను కూడా నా ప్రయత్నం చేస్తాను. అతను నాకు స్ఫూర్తి. మీరు మరొకరి విజయాన్ని ప్రశంసించగలిగితే, ఆ సానుకూలత మీ వైపు కొత్త అవకాశాలను ఆకర్షిస్తుంది. ఒక మార్పు కోసం చిన్న ప్రయత్నం.

భయాన్ని గుర్తించండి మీరు దేనికి భయపడుతున్నారు? ఒక కాగితంపై రాయండి. ఆ భయం ఎంతవరకు నిజమైనది? చాలా వరకు ఊహాత్మకమేనని తెలుస్తుంది. రేపు నుండి అసూయ బదులు ప్రేరణగా మార్చండి. ఎవరైనా గొప్పగా చేస్తే, నేను కూడా నా మార్గంలో నేర్చుకుంటాను అనుకోండి.

ప్రతి ఉదయం ఈ రోజు నేను నా బలాలతో ఏమి సృష్టించగలను? అనే దృష్టితో మొదలు పెట్టండి. భయం మిమ్మల్ని బంధిస్తుంది. అసూయ మిమ్మల్ని దహిస్తుంది. సానుకూలత మిమ్మల్ని ఎగురవేస్తుంది. మీరు భయాన్ని అధిగమించిన ప్రతిసారీ, మీరు ఒక కొత్త ఎత్తును తాకుతారు. మీరు అసూయను విడిచిపెట్టిన ప్రతిసారీ, మీ వ్యక్తిత్వంలో ఒక తేజస్సు పెరుగుతుంది.

ఈ రోజే నిర్ణయించుకోండి: భయాన్ని కాదు, అసూయను కాదు, నేను సాహసాన్ని, ప్రేరణను, సృజనను నా ఆలోచనలుగా ఎంచుకుంటాను. అప్పుడే మీరు నిజమైన వ్యక్తిత్వ వికాసం వైపు అడుగు వేసినట్లు.

దక్షిణ కొరియాలో తీవ్రమైన పోటీ, సోషల్ మీడియా ప్రభావం, ఇతరులతో పోలికల వల్ల యువతలో ఒత్తిడి పెరిగింది. కాని అక్కడ చాలా మంది యువత ధ్యానయోగం, సానుకూల మనస్తత్వ శిక్షణ, మానసిక ఆరోగ్య కార్యక్రమాలు లేదా మానసిక క్షేమ కార్యక్రమాలు ద్వారా మానసిక బలాన్ని పెంచుకుంటున్నారు.

పోలికలు మనశ్శాంతిని దెబ్బతీస్తాయి. ప్రేరణ మాత్రం మన జీవితాన్ని మార్చుతుంది.కోపం, ద్వేషం ఇవి కేవలం భావోద్వేగాలు మాత్రమే కాదు, ఇవి మన వ్యక్తిత్వాన్ని క్షణాల్లో బూడిద చేసే అగ్నిజ్వాలలు. వీటిని అర్థం చేసుకోవడం, నియంత్రించడం ఆత్మసాధన.

కోపం వల్ల నష్టాలు – ఆగ్రహమే అజ్ఞానానికి మూలం:

కోపం ఒక విషపూరితమైన పొగలాంటిది. మీరు దాన్ని ఎవరిపైనైనా వదిలినా, మొదట మీ స్వంత ఊపిరి మీకు తగులుతుంది.

కోపంలో ఉన్న వ్యక్తి తాత్కాలికంగా పిచ్చివాడవుతాడు అతని బుద్ధి, సానుభూతి, దూరదృష్టి ఇవన్నీ అగ్నికి ఆహుతి అవుతాయి. ఒక క్షణం కోపం అనంతమైన నష్టం. సంవత్సరాల సంబంధాన్ని, అనుబంధాన్ని క్షణాల్లో చెడగొట్టవచ్చు, ఒక తండ్రీకొడుకుల మధ్య చిన్న అపార్థం.

ఒక్క క్షణం కోపంలో కొడుకు నాకు నీ అవసరం లేదని అరిచాడు. ఆ మాట గాయంగా మారి, సంవత్సరాల ప్రేమ, ఆప్యాయతను పూడ్చలేని నిశ్శబ్దంగా మార్చేసింది. నిజ జీవితంలో, కోపంలో చెప్పిన ఒక్క మాట 'నువ్వు ఎప్పటికీ విలువ లేనిదానివి, నేను నిన్ను ద్వేషిస్తున్నాను' ఎన్నో రోజుల ప్రేమను, నమ్మకాన్ని నాశనం చేస్తుంది.

జీవితాంతం పశ్చాత్తాపాన్ని మిగల్చవచ్చు:

కోపంలో చేసిన పనికి తరువాత అయ్యో, నేను అలా ఎందుకు చేశాను? అని ప్రతి రాత్రి నిద్రపట్టని రాత్రులు ఉంటాయి. ఒక వ్యక్తి తన స్నేహితుడిపై కోపంతో చేయి చేసుకున్నాడు. స్నేహం పోయింది. సంవత్సరాలు గడిచినా, ఆ క్షణం జ్ఞాపకం వచ్చిన ప్రతిసారీ అతను బాధపడతాడు. కోపం మనకు మనమే శిక్ష వేసుకోవడం.

కోపాన్ని జయించడం ఎలా?

6 సెకన్ల నియమం: కోపం వచ్చినప్పుడు 6 సెకన్లు లోతుగా శ్వాస తీసుకోండి. ఆ 6 సెకన్లలో మీ మెదడు ప్రశాంతంగా ఆలోచించ గలుగుతుంది. 'నేను కోపంగా ఉన్నాను' అని గుర్తించండి. ఆ గుర్తింపు వలన మీరు ఆ కోపాన్ని నియంత్రించగలరు, ప్రతిస్పందించే ముందు తటస్థపరచుకోగలరు. 'ఈ సంఘటన 5 సంవత్సరాల తర్వాత ఇంకా ముఖ్యమా?' ఈ ప్రశ్న వేసుకోండి. 99% సార్లు సమాధానం కాదు.

ద్వేషం మరియు ప్రతికూలత – మనసును ముండ్లకంపలా చేసే భావం:

ద్వేషం అంటే విషాన్ని తాగి, ఇతరుడు చనిపోవాలని ఆశించడం. అది మిమ్మల్ని మీరు నాశనం చేసుకోవడమే. ద్వేషం మిమ్మల్ని బలహీనపరుస్తుంది. ఎందుకంటే ద్వేషంలో మీ శక్తి మొత్తం ఎదుటివ్యక్తిపై కేంద్రీకృతమవుతుంది మీ స్వంత అభివృద్ధికి, ఆనందానికి, శాంతికి ఏమీ మిగలదు.

ద్వేషం వల్ల నష్టాలు:

మనసును బలహీనపరుస్తుంది, ద్వేషం మీ మానసిక శక్తిని నిరంతరం హరిస్తుంది. మీరు క్రియేటివ్గా ఆలోచించలేరు, సమస్యలను చక్కగా పరిష్కరించుకోలేరు. శాంతిని పూర్తిగా దూరం చేస్తుంది, ద్వేషం ఉన్న చోట ప్రశాంతతకు చోటు లేదు. మీరు ఎంత డబ్బు సంపాదించినా, ఎంత విజయం సాధించినా, ద్వేషం ఉంటే మీలో ఒక అశాంతి మండుతూనే ఉంటుంది.

సానుకూల ఆలోచన – ప్రేమ మరియు ఆకర్షణకు మూలం:

ప్రేమను పెంచుతుంది, మీరు ఎవరినైనా హృదయపూర్వకంగా ప్రేమించగలిగితే, ఆ ప్రేమ మీలో వెచ్చదనాన్ని, కరుణను, విశాలతను పెంచుతుంది. ప్రేమ మిమ్మల్ని పైకి ఎత్తుతుంది. ప్రేమ అంటే ఎదుటివ్యక్తి ఎలాంటివాడైనా 'నేను నీలో మంచిని చూస్తాను, నీ విజయంలో నా సంతోషం ఉంది' అనే భావం.

మనుషులను దగ్గర చేస్తుంది. ప్రేమ మరియు దయ ఉన్న వ్యక్తి చుట్టూ ప్రజలు ఆకర్షితులవుతారు. సహాయం చేయడానికి, సలహా తీసుకోవడానికి, సమయం గడపడానికి వారు ఆసక్తి చూపిస్తారు. ఎందుకంటే ప్రతి ఒక్కరికీ ప్రేమ, స్వీకారం, సానుకూలత కావాలి.

ఒక చిన్న మార్పు, గొప్ప పరిణామం:

రేపటి నుండి కాదు ఈ క్షణం నుండి ఎవరైనా మీపై కోపం తెచ్చుకున్నా, ద్వేషంగా ప్రవర్తించినా మీరు వారి ప్రతిబింబం కాకండి. నిశ్శబ్దంగా ఉండండి. నిస్పృహ చెందకండి. మీరు చెప్పేది 'నాకు నీతో సమస్య లేదు. నేను నా శాంతిని కోల్పోను.' ఇదే నిజమైన బలం. కోపం ఉప్పొంగినా, మీరు ప్రశాంతంగా ఉండగలిగితే, మీరు గెలిచినట్లే. ద్వేషం ఎదురైనా, మీరు ప్రేమతో ప్రతిస్పందిస్తే, మీరు గెలిచినట్లే.

మీ భావోద్వేగాలు మీకు సేవకులా లేక యజమానులా?

కోపం, ద్వేషం, ప్రతికూలతలను యజమానులుగా మీ జీవితంలోకి రానీయకండి. వాటిని సేవకులుగా మార్చండి, వచ్చినప్పుడు గుర్తించండి, స్పందించకండి, వెళ్ళనివ్వండి. ప్రేమ ఉంటే ప్రతి సంబంధం పుష్పిస్తుంది. సానుకూలత ఉంటే ప్రతి అడుగు విజయమవుతుంది.

మీరు కోపాన్ని దాటి, ద్వేషాన్ని వదిలి, ప్రేమతో ఎదగండి. ఆలోచనలను మార్చుకోండి, వ్యక్తిత్వం మారుతుంది. వ్యక్తిత్వం మారితే జీవితమే మారుతుంది.

సానుకూల దృక్పథం విజయానికి ఎలా దారి తీస్తుంది?

చాలా సంతోషంగా ఉంది. ఇప్పుడు మనం నిజమైన సానుకూల వ్యక్తి ఎలా ఉంటాడో అతని లక్షణాలు, అతని జీవన విధానం గురించి లోతుగా, ప్రేరణాత్మకంగా అర్థం చేసుకుందాం. ఎందుకంటే సానుకూలత అనేది ఒక యాదృచ్ఛిక భావం కాదు అది ఒక క్రమశిక్షణ, ఒక తపన, ఒక వ్యక్తిత్వ లక్షణం.

సానుకూలంగా ఆలోచించే వ్యక్తి లక్షణాలు – ఇవి నిజమైన బంగారు మనుషుల గుర్తులు:

సానుకూలత అంటే ఎప్పటికప్పుడు నవ్వుతూ ఉండటం కాదు. కష్టాల్లో కూడా నిలబడగలిగే శక్తి. విఫలమైనా మళ్ళీ ప్రయత్నించే ధైర్యం. ప్రపంచం చీకటిగా ఉన్నా, తనలో ఒక వెలుగును రగిలించుకోగలిగే నేర్పు. అవకాశాలను గుర్తిస్తాడు, సాధారణంలో అసాధారణాన్ని చూడడు. సానుకూల వ్యక్తికి ఒక ప్రత్యేకమైన చూపు ఉంటుంది.

ఇతరులు చీకటిని చూసిన చోట, అతను ఒక దీపాన్ని చూస్తాడు. ఇతరులు 'సమస్య' అని పారేసిన చోట, అతను 'అవకాశం' అని ముందుకు సాగుతాడు. ఒక కంపెనీలో వేతనాలు తగ్గించారు. చాలామంది నిరాశతో 'ఇప్పుడు ఏం చేయడం?' అంటున్నారు.

సానుకూల వ్యక్తి ఆలోచిస్తాడు 'నేను ఈ సమయంలో నా నైపుణ్యాలు పెంచుకుంటే, కంపెనీ కోలుకున్నప్పుడు నేను ముందు ఉంటాను. ఇది నాకు నేర్చుకోవడానికి సమయం.' మీ ముందు ఒక తలుపు మూసుకుంటే, వేరే తలుపు తెరుచుకుంటుందని నమ్మండి. ఆ తలుపు వెతకడమే సానుకూల వ్యక్తి పని.

అపజయాల నుండి నేర్చుకుంటాడు – ఓటమిని గురువుగా మార్చుకుంటాడు:

సానుకూల వ్యక్తికి వైఫల్యం ఒక ముగింపు కాదు, అది ఒక పాఠశాల. అతను ప్రశ్న వేసుకుంటాడు 'ఈ వైఫల్యం నాకు ఏమి నేర్పుతుంది? నేను మరింత బాగా ఎలా చేయగలను?

థామస్ ఎడిసన్ విద్యుత్ బల్బు కోసం 10, 000 ప్రయోగాలు చేశాడు. అతను విఫలమయ్యాను అనుకోలేదు. 'నేను పనిచేయని 10, 000 మార్గాలను కనుగొన్నాను. విజయం ఇప్పుడు దగ్గరలో ఉంది' అన్నాడు. అదే సానుకూల ఆలోచనలు కలిగిన విజయవంతమైన వ్యక్తి.

మీరు నేడు ఓడిపోతే, రేపు మరింత బలంగా, మరింత జ్ఞానంతో నిలబడండి. ప్రతి తప్పు ఒక మెట్టు పైకి ఎక్కడానికి.

ఇతరులను ప్రోత్సహిస్తాడు – చుట్టూ ఉన్నవారిని ఎగురవేస్తాడు:

సానుకూల వ్యక్తి వద్ద ఒక అద్భుత శక్తి ఉంటుంది. అతను చూపించే నమ్మకం మరొకరిలో ఆత్మవిశ్వాసాన్ని నింపుతుంది. అతను ఎప్పుడూ అణచడు, ఎత్తి చూపడు. బదులుగా, చేయి ఇచ్చి నిలబెట్టడానికి ప్రయత్నిస్తాడు.

ఒక చిన్నారి సైకిల్ తొక్కడానికి ప్రయత్నిస్తూ పడిపోతుంది. ప్రతికూల వ్యక్తి 'నీకు రాదు, వదిలేయ్' అంటాడు. సానుకూల వ్యక్తి 'లేచిరా, నేను వెనక ఉన్నాను, మళ్ళీ ప్రయత్నించు' అంటాడు. ఈ ఒక్క మాటే ఒక జీవితాన్ని మార్చగలదు. మీరు ఆ వ్యక్తిలా ఉండండి. మీ పదాలు ఎదుటివారి మనసులో ఒక దీపంలా వెలగాలి. మీ ప్రోత్సాహంతో ఒకరు తమ గమ్యాన్ని చేరుకుంటే, ఆ విజయంలో మీ వాటా ఉంటుంది.

సమస్యలకు పరిష్కారాలు వెతుకుతాడు – ఫిర్యాదు చేయడు, చర్య తీసుకుంటాడు.

చాలామంది సమస్యను చూసి అరిచేస్తారు, ఒకరిపై ఒకరు నిందలు వేసుకుంటారు. సానుకూల వ్యక్తి కొంచెం నిశ్శబ్దంగా ఉండి, ఆలోచిస్తాడు 'నేను ఏమి చేయగలను? ఇప్పుడు చేతిలో ఏముంది?' ప్రతి సమస్యకు ముందు ఒక ప్రశ్న వేసుకోండి దీన్ని నేను ఎలా మార్చగలను?

ఫిర్యాదు చేసే బదులు, ప్రణాళిక వేయండి. నిందలు వేసే బదులు, మార్పు తీసుకురండి.

సానుకూల వ్యక్తి యొక్క లక్షణం దాని ప్రభావం :

అవకాశాలను గుర్తించడం ప్రతి పరిస్థితిలో విలువను కనుగొంటాడు. అపజయం నుండి నేర్చుకోవడం ప్రతి పతనాన్ని పునాదిగా మార్చుకుంటాడు. ఇతరులను ప్రోత్సహించడం స్నేహం, గౌరవం, కృతజ్ఞతను పొందుతాడు. పరిష్కారాలను వెతకడం ప్రతి సమస్యను ఎదుర్కొని గెలుస్తాడు. మీరు కూడా ఈ లక్షణాలను ఎలా పెంచుకోవాలి?

1. ప్రతి ఉదయం ఒక ప్రశ్న వేసుకోండి: ఈ రోజు నేను ఎక్కడ అవకాశం చూడగలను?
2. తప్పులు చేసినప్పుడు: నేను నేర్చుకున్నాను, ముందుకు సాగుతాను. అనే భావనను అలవర్చుకోండి.
3. కనీసం రోజుకు ఒక్క వ్యక్తికి ప్రోత్సాహకరమైన మాట చెప్పండి. 'నీవు చేయగలవు, నీ ప్రయత్నం బాగుంది'

4. సమస్య వచ్చినప్పుడు: 5 నిమిషాలు మాత్రమే ఫిర్యాదు చేయండి, ఆ తర్వాత 'పరిష్కారం ఏమిటి?' అని అడగండి.

సానుకూలంగా ఆలోచించే వ్యక్తి ప్రపంచాన్ని మార్చడు, అతను తనను తాను మార్చుకుంటాడు. కాని అతను తనను తాను మార్చుకోగానే, అతని చుట్టూ ప్రపంచం మారినట్లు కనిపిస్తుంది.

మీరు రేపు కాదు, ఈ రోజు, ఇప్పటి నుండే సానుకూల వ్యక్తిలా ఆలోచించడం ప్రారంభించండి. ఒక్కో ఆలోచన ఒక్కో విత్తనం.

మీరు ఈ నాలుగు లక్షణాలను నాటుకుంటే, మీ వ్యక్తిత్వం స్వయంగా ఒక తోటలోని పుష్పాల వలె పరిమళిస్తుంది. సానుకూలతను ఎంచుకోండి. ప్రతిరోజు, ప్రతి సంఘటనలో, ప్రతి మనిషిలో. అదే నిజమైన వ్యక్తిత్వ వికాసానికి మార్గం.

హెలెన్ కెల్లర్ (1880–1968) అమెరికాకు చెందిన ప్రముఖ రచయిత్రి, రాజకీయ కార్యకర్త, ఉపన్యాసకురాలు. ఆమె ప్రపంచంలోనే చెవిటి మరియు అంధురాలిగా ఉండి బ్యాచిలర్ ఆఫ్ ఆర్ట్స్ డిగ్రీని సంపాదించిన తొలి వ్యక్తి. చిన్న వయస్సులోనే ఒక వ్యాధి కారణంగా ఆమె చూపు మరియు వినికిడి శక్తిని కోల్పోయినా, తన గురువు అన్నే సలివన్ సహాయంతో సంభాషించడం మరియు విద్యను అభ్యసించడం నేర్చుకుంది.

అన్నే సలివన్:

ప్రపంచ ప్రసిద్ధ విద్యావేత్త, గురువు. ఆమె హెలెన్ కెల్లర్ జీవితాన్ని మార్చిన మహోన్నత ఉపాధ్యాయురాలిగా గుర్తింపు పొందారు. చిన్న వయస్సులోనే దృష్టి సమస్యలను ఎదుర్కొన్నప్పటికీ, విద్యపై ఆసక్తిని కోల్పోలేదు.

చూడలేని, వినలేని, మాట్లాడలేని హెలెన్ కెల్లర్‌కు భాష, జ్ఞానం, ఆత్మవిశ్వాసం నేర్పి ప్రపంచ ప్రఖ్యాత రచయిత్రిగా, వక్తగా ఎదగడానికి మార్గదర్శకురాలిగా నిలిచారు. ఆమె సహనం, ప్రేమ, అంకితభావం గురువు ప్రభావం ఎంత గొప్పదో ప్రపంచానికి చాటిచెప్పాయి.

వ్యక్తిత్వ వికాస దృక్కోణంలో:

సహనం

అంకితభావం

ప్రేమతో కూడిన బోధన

విద్య ద్వారా జీవితాలను మార్చగల శక్తి

ఇతరుల సామర్థ్యాలపై విశ్వాసం

ప్రతి మనిషిలో దాగి ఉన్న సామర్థ్యాన్ని గుర్తించి వెలికితీయగలవారే నిజమైన గురువులు. ఒక విద్యార్థి జీవితాన్ని మాత్రమే కాదు, ప్రపంచ చరిత్రను మార్చిన ఆదర్శ ఉపాధ్యాయురాలు:

జ్ఞానం అందించడం గొప్ప పని, కాని ఒక వ్యక్తిలో ఆత్మవిశ్వాసాన్ని నింపడం అంతకంటే గొప్ప సేవ.

హెలెన్ కెల్లర్ వికలాంగుల హక్కుల కోసం ప్రపంచవ్యాప్తంగా పోరాడిన ప్రముఖ నాయకురాలిగా గుర్తింపు పొందింది. అంతేకాకుండా, మహిళల ఓటు హక్కు, కార్మికుల హక్కులు మరియు సామ్యవాద భావజాలానికి కూడా ఆమె మద్దతు తెలిపింది.

'శారీరక పరిమితులు మనిషి విజయాన్ని అడ్డుకోలేవు; దృఢ సంకల్పం, పట్టుదల, ఆత్మవిశ్వాసం ఉంటే అసాధ్యాన్ని కూడా సుసాధ్యం చేయవచ్చు' హెలెన్ కెల్లర్ జీవితం మనకు అందించే గొప్ప పాఠం.

ఎందుకంటే ఆమె ఆలోచనలు సానుకూలంగా ఉన్నాయి, ఆమె ఆత్మవిశ్వాసం బలంగా ఉంది. శరీర బలహీనత కంటే మనసు బలహీనత ప్రమాదకరం.

సింగపూర్ క్రమశిక్షణ, సానుకూల ఆలోచన, దీర్ఘకాల ప్రణాళిక వల్ల ప్రపంచంలో అత్యంత అభివృద్ధి చెందిన దేశాలలో ఒకటిగా ఎదిగింది.

లీ క్వాన్ యూ (1923–2015) సింగపూర్ దేశపు వ్యవస్థాపక నాయకుడు, తొలి ప్రధానమంత్రి మరియు ఆధునిక సింగపూర్ నిర్మాణ శిల్పిగా ప్రసిద్ధి పొందారు.

1959 నుండి 1990 వరకు సింగపూర్ ప్రధానమంత్రిగా పనిచేశారు. స్వాతంత్ర్యం పొందిన తర్వాత సహజ వనరులు లేని చిన్న దేశమైన సింగపూర్‌ను ప్రపంచంలోనే అత్యంత అభివృద్ధి చెందిన దేశాలలో ఒకటిగా తీర్చిదిద్దారు. అవినీతిని కఠినంగా అరికట్టి, పారదర్శక పాలనను అమలు చేశారు.

విద్య, పరిశ్రమలు, విదేశీ పెట్టుబడులు, సాంకేతికత మరియు మౌలిక సదుపాయాల అభివృద్ధికి అత్యంత ప్రాధాన్యత ఇచ్చారు. సింగపూర్‌ను ప్రపంచ వ్యాపార, ఆర్థిక మరియు నౌకాశ్రయ కేంద్రంగా మార్చడంలో కీలక పాత్ర పోషించారు.

'ఒక దేశం లేదా వ్యక్తి విజయం సాధించాలంటే క్రమశిక్షణ, కృషి, నిజాయితీ మరియు దీర్ఘకాలిక దృష్టి అవసరం.'

లీ క్వాన్ యూ జీవితం మనకు ఒక గొప్ప పాఠాన్ని నేర్పుతుంది: సహజ వనరులు కాకుండా మానవ వనరులు, విద్య, క్రమశిక్షణ మరియు సమర్థ నాయకత్వమే నిజమైన సంపద. అందుకే ఆయనను 'ఆధునిక సింగపూర్ పితామహుడు' అని గౌరవిస్తారు. సానుకూల ఆలోచనను పెంపొందించుకోవడం అంటే కేవలం ఒక పద్ధతి కాదు, అదొక జీవన తత్వం. ఇప్పుడు ప్రతి మార్గాన్నీ మన హృదయంలోకి ఆహ్వానిద్దాం.

సానుకూల ఆలోచన పెంపొందించడానికి మార్గాలు – ఇవీ మీ వ్యక్తిత్వానికి శాశ్వత వెలుగు తెచ్చే దారులు:

1. మంచి పుస్తకాలు చదవాలి – జ్ఞానంతో మనసును నింపుకోవడం:

పుస్తకాలు మనకు సమయ ప్రయాణం చేసే శక్తినిస్తాయి. ప్రేరణాత్మక జీవిత చరిత్రలు మనకు ఒక అద్దం పట్టినట్లుంటాయి: అతను చేశాడు, నేనెందుకు చేయలేను? మీరు నెల్సన్ మండేలా జీవితం చదివితే, 27 ఏళ్ల జైలు జీవితం కూడా మనిషిని ఎలా ఎత్తుగా నిలబెడుతుందో తెలుస్తుంది. ఏ పుస్తకమైనా ప్రతి పేజీ మీలో ఒక నూత్న ఆలోచనను నాటుతుంది.

వ్యక్తిత్వ వికాసంలో పుస్తక పఠనం విలువ 'పుస్తకాలు మనకు కొత్త ప్రపంచాలను చూపడమే కాదు, మనలో దాగి ఉన్న శక్తిని మేల్కొలుపుతాయి. ఒక మంచి పుస్తకం వందమంది గురువులు చెప్పలేని జీవిత పాఠాలను నేర్పుతుంది. పుస్తక పఠనం ఆలోచనలను పదును పెడుతుంది, వ్యక్తిత్వాన్ని పరిపక్వం చేస్తుంది, విజయానికి మార్గదర్శకంగా నిలుస్తుంది. ప్రపంచాన్ని మార్చగల అత్యంత శక్తివంతమైన ఆయుధం విద్య. విద్యకు మూలాధారం పుస్తక పఠనే.

పుస్తకాలు చదివే వ్యక్తి తన జ్ఞానాన్ని విస్తరించుకోవడమే కాకుండా, ఆత్మవిశ్వాసం, నాయకత్వ లక్షణాలు, సమస్య పరిష్కార నైపుణ్యాలు, సానుకూల దృక్పథం వంటి వ్యక్తిత్వ వికాసానికి అవసరమైన గుణాలను అభివృద్ధి చేసుకుంటాడు. పుస్తకం ఒక మౌన గురువు దానిని చదివే ప్రతి వ్యక్తి తన జీవితానికి తానే శిల్పిగా మారుతాడు.

రోజుకు కొన్ని పేజీలు చదవడం అలవాటు చేసుకోండి, సంవత్సరాల తరువాత మీ వ్యక్తిత్వంలో వచ్చిన మహత్తర మార్పు మీకే ఆశ్చర్యం కలిగిస్తుంది. నేటి నుంచి నెలకు ఒక ప్రేరణాత్మక పుస్తకం చదవండి. మీ ఆలోచనల సరిహద్దులు విస్తరిస్తాయి.

2. సానుకూల వ్యక్తులతో ఉండాలి – మీ స్నేహితులే మీ భవిష్యత్తు:

మీరు ఎవరితో ఎక్కువ సమయం గడుపుతారో, వారిలో ఒకరిలా మారడం సహజం. ప్రతికూల వ్యక్తులతో ఉంటే మీరు కూడా ఫిర్యాదు, విమర్శ, నిరాశ నేర్చుకుంటారు. సానుకూల వ్యక్తులతో ఉంటే ఆశ, ధైర్యం, సృజనాత్మకత మీలో చేరుతాయి.

3. ప్రతిరోజూ మంచి విషయాలపై దృష్టి పెట్టాలి – చిన్న సంతోషాలను సేకరించండి:

రోజంతా ఎన్ని కష్టాలు వచ్చినా, సాయంత్రం నిద్రపోయేముందు 'ఈ రోజు నాకు ఏ మూడు మంచి విషయాలు జరిగాయి?' అని మీరే ప్రశ్నించుకోండి. ఎవరైనా చేసిన ఒక చిన్న సహాయం, మీరు చేసిన ఒక మంచి పని, ప్రకృతిలో ఒక సుందర దృశ్యం. ఈ చిన్న చిన్న విషయాలను గుర్తుంచుకోవడం అలవాటు చేసుకోండి. క్రమంగా మీ మనసు తానుగా మంచిని వెతకడం నేర్చుకుంటుంది.

4. కృతజ్ఞత భావం పెంచుకోవాలి – ఉన్నదాన్ని చూస్తే అన్నీ చాలు:

   కృతజ్ఞత లేని మనిషి ఎంత సంపద ఉన్నా ఖాళీగా ఉంటాడు. కృతజ్ఞత ఉన్న మనిషి కొద్దిలోనూ సంతృప్తిని కనుగొంటాడు. కృతజ్ఞత మిమ్మల్ని నమ్రతతో, సానుకూలతతో నింపుతుంది.

5 మనసును స్థిరపరచడం:

   మనస్సు ఒక కోతిలా ఎప్పుడూ గంతులేస్తుంది. విపస్యనా ధ్యానం దాన్ని మెల్లగా, ప్రేమగా ఒక చోట నిలుపుతుంది. రోజూ కేవలం పది నిమిషాలు కళ్ళు మూసుకుని, శ్వాసపై దృష్టి పెట్టండి. ప్రతికూల ఆలోచనలు వచ్చినా, వాటిని తీర్పు లేకుండా గమనించండి. క్రమంగా అవి తగ్గిపోతాయి. ధ్యానం మనసును బలపరుస్తాయి. శరీరం దృఢంగా ఉంటే మనసు కూడా స్థిరంగా ఉంటుంది. ఒక ఆరోగ్యకరమైన శరీరంలోనే ఒక ఆరోగ్యకరమైన ఆలోచన నివసిస్తుంది. ఇది శారీరక మరియు మానసిక ఆరోగ్యాల మధ్య సమతుల్యతను చాటుతుంది.

6. ఇతరులను ప్రోత్సహించాలి – ప్రోత్సహించడం వలన మీ స్వంత సానుకూలత పెరుగుతుంది

   మీరు ఒకరికి చేయి ఇస్తే, ఆ చేయి ఎత్తుతోంది మీ మనసును కూడా పైకి లేపుతుంది. మీరు 'నీవు గెలవగలవు' అని చెప్పిన ప్రతిసారీ, ఆ మాటల శక్తి మీలో కూడా ప్రతిధ్వనిస్తుంది. ప్రోత్సహించే వ్యక్తి ఎప్పుడూ ఒంటరిగా ఉండడు. ప్రజలు అతని చుట్టూ చేరతారు. ఎందుకంటే ప్రతి ఒక్కరికీ ఆ ప్రోత్సాహం కావాలి.

జీవితాన్ని మార్చే ఐదు సానుకూల సూత్రాలు – ఇవే మీ నిత్య సహచరులు:

1. ప్రతి సమస్యకు పరిష్కారం ఉంటుంది. చీకటి ఎంత గాఢమైనా, ఒక చిన్న దీపం దాన్ని తరిమికొడుతుంది. సమస్య ఎంత పెద్దదైనా, ఒక మార్గం ఉంటుంది. మీరు దాన్ని వెతకడంలో విశ్వాసం ఉంచాలి.

2. అపజయం శాశ్వతం కాదు. నేడు మీరు పడిపోవచ్చు. రేపు మీరు లేస్తారు. పడటం అనేది మీ కథ ముగింపు కాదు, అది మీ కథలోని ఒక అధ్యాయం మాత్రమే. అపజయాన్ని గోడగా కాక, మెట్టుగా ఉపయోగించండి.

3. మనపై మనకు విశ్వాసం ఉండాలి.

   బయటి ప్రపంచం మిమ్మల్ని ఎంతగా నమ్మినా, మీరు మిమ్మల్ని మీరు నమ్మకపోతే ఏమీ ప్రయోజనం లేదు. మీరు మీలో విశ్వాసం ఉంచుకోండి. 'నేను చేయగలను' అనే విశ్వాసం మీ మొదటి విజయం.

4. పోలికలు తగ్గించాలి.

   ఇతరుల ప్రయాణాన్ని చూసి మీ ప్రయాణాన్ని కొలవకండి. ప్రతి మనిషికి వేరే గడియారం ఉంటుంది. ఎవరో త్వరగా రావచ్చు, మీరు కొంచెం ఆలస్యంగా రావచ్చు, కాని మీరు చేరుకుంటారు. మీతో మీరు పోల్చుకోండి. నిన్నటి మీకంటే నేడు మీరు ఎంత మెరుగైనారు?

5. ప్రతి రోజు కొత్త అవకాశం.

   నిన్న మీరు ఓడిపోయారు. సరే, నిన్న పోయింది. ఈ రోజు ఉదయం సూర్యుడు మీ కోసం ఒక కొత్త కాన్వాస్ తీసుకువస్తాడు. దానిపై మీరు మీ కలలను చిత్రించవచ్చు. ప్రతి ఉదయం మీకు ఒక కొత్త జీవితం ఇస్తుంది. దాన్ని పూర్తిగా ఉపయోగించుకోండి.

ఒక గొప్ప సత్యం, ఇదే మీ ప్రతిబింబం. మీరు ఏమి ఆలోచిస్తారో అదే మీరు అవుతారు.

మీ ఆలోచనలను మార్చుకోండి, మీ జీవితం మారుతుంది. మీరు నిరంతరం భయం, అసూయ, కోపం ఆలోచిస్తే మీ చుట్టూ భయం, అసూయ, కోపమే కనిపిస్తుంది. మీరు ప్రేమ, స్ఫూర్తి, సేవ గురించి ఆలోచిస్తే అదే మీ జీవితంలో ప్రతిఫలిస్తుంది. మీ ఆలోచన మీ దృక్పథాన్ని నిర్మిస్తుంది. మీ దృక్పథం మీ చర్యలను నిర్మిస్తుంది. మీ చర్యలు మీ వ్యక్తిత్వాన్ని నిర్మిస్తాయి. మీ వ్యక్తిత్వం మీ విధిని నిర్మిస్తుంది.

నేటి నుండి ఒక సంకల్పం చేసుకోండి:

'నేను సానుకూల ఆలోచనను నా ఆయుధంగా, కృతజ్ఞతను నా కవచంగా చేసుకుంటాను. నేను పుస్తకాలను చదువుతాను, సానుకూల మనుషులతో ఉంటాను, ధ్యానం చేస్తాను, ఇతరులను ప్రోత్సహిస్తాను. ఎందుకంటే నా ఆలోచనలే నేను మరియు నేను విజయానికి, శాంతికి, సానుకూలతకు పాత్రుడిని.' సానుకూలంగా ఆలోచించండి. సానుకూలంగా జీవించండి. మీ జీవితం మారుతుంది. మీ చుట్టూ ఉన్న ప్రపంచం మారుతుంది. ఇది కేవలం మాటల సమాహారం కాదు, ఇది ప్రతి మనిషి హృదయంలో మారుమ్రోగవలసిన నిజం.

జీవితం ఎప్పుడూ ఒకేలా ఉండదు, అది రుతువుల్లాంటిది. ప్రతి జీవితంలోనూ వేసవి ఉంటుంది, వర్షముంటుంది, చలికాలం ఉంటుంది. ఎవరి జీవితం మాత్రం సమస్యలు లేకుండా ఉంటుంది? ఎవరు ఎప్పుడూ పతనం చూడలేదు? మీరు ఒంటరిగా లేరు.

ప్రతి గొప్ప వ్యక్తి జీవితంలోనూ చీకటి రాత్రులు ఉన్నాయి. చీకటి వస్తుంది, కొన్ని రోజులు సర్వం అంధకారమయంగా అనిపించవచ్చు. దారి కనిపించక పోవచ్చు. సమస్యలు వస్తాయి, ఆర్థిక ఇబ్బందులు, సంబంధాలలో చీలికలు, కెరీర్ లో స్తంభన ఇవి అందరికీ వస్తాయి. అపజయాలు వస్తాయి, మీరు ఎంత కష్టపడినా, ఒక్కోసారి జయం దూరంగా పారిపోతుంది.

కాని ఇదే నిజం: చీకటి శాశ్వతం కాదు. సమస్యలు శాశ్వతం కాదు. అపజయాలు శాశ్వతం కాదు. కాని ఇక్కడే విజేత మరియు ఓటమిని నిర్ణయించే గెరటి ఉంది. చీకటి వచ్చినప్పుడు కొందరు ఆ చీకటిని దూషిస్తూ కూర్చుంటారు.

మరికొందరు ఒక చిన్న దీపం వెలిగించడానికి ప్రయత్నిస్తారు. మీరు ఏమి చేస్తారు?చీకటిని తిట్టడం వలన ఏమీ మారదు. కాని మీరు ఒక కర్రను రుద్ది అగ్నిని సృష్టించవచ్చు. ఒక కొవ్వొత్తిని చేరుకోవచ్చు. ఒక దీపాన్ని నింపి వెలిగించవచ్చు.ఆ దీపమే మీ సానుకూల ఆలోచన. సానుకూల ఆలోచన అంధకారాన్ని చీల్చుకొనే వెలుగు.

గుర్తుంచుకోండి: సానుకూల ఆలోచన అనేది విజయానికి తలుపులు తెరచే తాళం చెవి. ఒక తాళం చెవి ఎంత చిన్నదైనా, ఎంత పెద్ద తలుపు అయినా దాన్ని తెరుస్తుంది. మీ సానుకూల ఆలోచన కూడా అంతే. అది మీ ముందు మూసిన అన్ని తలుపులను ఒక్కొక్కటిగా తెరుస్తుంది. ఆశ కోల్పోవద్దు, ఆశ మీ చేతిలోని దారం. అది వదలకండి. చివరి శ్వాస వరకూ ఆశ చావదు. నేడు పరిష్కారం కనిపించకపోవచ్చు, రేపు ప్రభాతంలో ఒక కొత్త మార్గం తెరుచుకోవచ్చు.

సానుకూల ఆలోచనను వదులుకోవద్దు, అదే మీ రక్షణ. అదే మీ ఆయుధం. ప్రపంచం మీకు వ్యతిరేకంగా ఉన్నా, మీ మనస్సులో ఒక చిన్న సానుకూల ఆలోచన మీకు గెలుపు తలుపులు చూపిస్తుంది.

స్టీవ్ జాబ్స్ ను తన స్వంత కంపెనీ నుండి తొలగించారు. ఆ చీకటి రోజుల్లో అతను ఆశ కోల్పోలేదు. అతను ఆ చీకటిలో ఒక దీపం వెలిగించాడు NeXT మరియు Pixar కంపెనీలను ప్రారంభించాడు. చివరికి ఆపిల్ మళ్ళీ అతనిని పిలిచింది. ఆ తర్వాత అతను iPhones, iPads తో ప్రపంచాన్ని మార్చాడు. చీకటి వచ్చినప్పుడు, అతను తిట్టలేదు, అతను ఒక దీపం వెలిగించాడు.

మీరు కూడా ఒక దీపం వెలిగించండి, నేడే ఎలా?

ఉదయం 5 నిమిషాలు: నేడు నేను చీకటికి భయపడను. నేను నా ప్రయత్నాలనే దీపంగా చేసుకుంటాను. సమస్య వచ్చినప్పుడు: ఇది నన్ను ఆపదు, నన్ను నిర్మిస్తుంది. పతనం అయినప్పుడు: లేచి నిలబడటానికి ఇదొక అవకాశం. ప్రతి చీకటి రాత్రి తెల్లవారుతుంది. ప్రతి తుఫాను తర్వాత మళ్ళీ ఎండ వస్తుంది.

మీరు నేడు ఓడిపోయి ఉండవచ్చు, కాని రేపు మీరు గెలుస్తారు. ఎందుకంటే మీలో సానుకూల ఆలోచన అనే అజేయమైన దీపం ఉంది. దాన్ని వెలిగించడం మీరు. దాన్ని ఆర్పడం ప్రపంచం కాదు, మీరు మాత్రమే. చీకటి వచ్చినప్పుడు దాన్ని ద్వేషించకండి. చీకటి వస్తుంది అది ప్రకృతి. కాని మీరు దానిలో నివసించాలా లేక దీపం వెలిగించి ముందుకు నడవాలా? అది మీ చేతిలో ఉంది.

చీకటిని తిడుతూ కూర్చోకండి, దాని వలన ఏమీ మారదు. ఒక దీపం వెలిగించండి. ఆ దీపమే మీ మార్గం, మీ విజయం, మీ వ్యక్తిత్వం. మీ ఆశ వదలకండి. మీ సానుకూల ఆలోచనను కాపాడుకోండి.

ఎందుకంటే ఆలోచనల నిర్మాణమే మీ జీవిత నిర్మాణం. సాగండి. మెరుస్తూ సాగండి. దీపంలా వెలుగుతూ సాగండి.

ప్రియమైన స్నేహితులారా, ఆత్మీయులారా!

మీరు నాతో ఈ ప్రయాణంలో దాదాపు చివరి అడుగు వరకు వచ్చారు. మనం కలిసి ఆలోచనల లోతుల్లోకి వెళ్ళాము, చీకటిని చూశాము, దీపాన్ని వెలిగించడం నేర్చుకున్నాము. ఒక మంచి ఆలోచన జీవితాన్ని మార్చగలదు, ఒక సానుకూల దృక్పథం ప్రపంచాన్నే మార్చగలదు. కేవలం ఒక మంచి ఆలోచన, అది ఒక చిన్న నదిలా మీ జీవితంలో ప్రవహించి, ఎండిపోయిన భూమిని సస్యశ్యామలం చేయగలదు.

ఒక తల్లి సానుకూల దృక్పథం ఆమె బిడ్డ భవిష్యత్తును నిర్మిస్తుంది. ఒక ఉపాధ్యాయుని సానుకూలత తరాలను మారుస్తుంది. ఒక నాయకుని దృక్పథం దేశాన్ని మారుస్తుంది. 'విజయం ముందుగా మనసులో జన్మిస్తుంది తర్వాత జీవితంలో కనిపిస్తుంది.' మీరు ఎప్పుడైనా ఒక విత్తనాన్ని చూశారా? అది ఎంత చిన్నది. కాని దాని లోపల ఒక పెద్ద వృక్షం నిద్రిస్తుంది. అదే విధంగా, మీ మనస్సులో నేడు మీరు ఒక విజయాన్ని గర్భం దాల్చినట్లయితే రేపు అది బయటికి వస్తుంది.

చాలా సార్లు మనం బయట పరిస్థితులు అనుకూలించడం లేదని నిరాశ చెందుతాం. కాని నిజమైన యుద్ధభూమి బయట లేదు, అది మీ మనస్సు లోపల ఉంది. విజయం మొదట మీ కళ్ళలో మెరవాలి, మీ మాటల్లో వినిపించాలి, మీ విశ్వాసంలో నిలవాలి. అప్పుడే అది బయట ప్రపంచంలో కనిపిస్తుంది.

మీరు ఎన్ని సార్లు నిరాశలో మునిగిపోయారు? ఎన్ని రాత్రులు కళ్ళు మూసుకుని, 'నేను ఎందుకు పుట్టాను?' అని ప్రశ్నించుకున్నారు?

ఎన్ని ఉదయాలు నిరుత్సాహంగా నిద్రలేచారు? మీరు ఒంటరిగా లేరు. నేను కూడా ఆ బాధను అనుభవించాను. ప్రతి మనిషి ఆ గాఢాంధకారంలో ఒక్కోసారి చిక్కుకుంటాడు.

కాని ఒక్కటి నిజం. ఆ చీకటిలో కూడా మీరు ఒక చిన్న మంచి ఆలోచనను పట్టుకుంటే ఆ చిన్న వెలుగు మిమ్మల్ని బయటకు నడిపిస్తుంది. మీరు మీ దృక్పథాన్ని సానుకూలంగా మార్చుకుంటే ఒక రోజు మీరు వెనుదిరిగి చూసుకున్నప్పుడు, నవ్వుతారు. దయచేసి మీ కళ్ళు మూసుకోండి. ఒక్కసారి లోతుగా శ్వాస తీసుకోండి. మీ హృదయంలో చేయి ఉంచుకోండి. మీరు మీకు మీరు ఒక వాగ్దానం చేసుకోండి:

నేను ఇకపై ప్రతికూల ఆలోచనలను నా మనస్సులో ఉంచుకోను. నేను భయాలను, అసూయను, ద్వేషాన్ని వదిలేస్తాను. నేను ఒక మంచి ఆలోచనతో ఈ రోజు ప్రారంభిస్తాను. నేను నా దృక్పథాన్ని సానుకూలంగా మారుస్తాను. నేను నా మనస్సులో విజయాన్ని జన్మింపజేస్తాను అది ఒక రోజు బయట కనిపిస్తుంది. ఎందుకంటే నేను ఒక మంచి వ్యక్తిని, ఒక బలమైన వ్యక్తిని, ఒక విజేతను.' నా నమ్మకం ఆ మార్పు చిన్నదైనా, అది మీ జీవితంలో ఒక అద్భుతాన్ని సృష్టిస్తుందనే నమ్మకం నాకు ఉంది.

మీ ఆలోచన మారిందంటే మీరు మారారు. మీరు మారారంటే మీ ప్రపంచం మారుతుంది. వాటిని మీ ప్రతి రోజు ఆలోచనగా మార్చుకోండి. మీ జీవితంలో ఆ విజయం కనిపించేవరకు వదలకండి.

మీ ఆలోచనలు మీ భవిష్యత్తును నిర్మించాలని, మీ దృక్పథం మీ ప్రపంచాన్ని మార్చాలని హృదయపూర్వకంగా కోరుకుంటున్నాను.

12. జీవిత లక్ష్యం మరియు నిరంతర అభ్యాసం

ఈ ప్రపంచంలో ప్రతి మనిషి ఒక ప్రత్యేకమైన శక్తితో జన్మిస్తాడు. కాని ఆ శక్తిని గుర్తించినవారే జీవితంలో గొప్ప స్థాయికి చేరుకుంటారు. లక్ష్యం లేని జీవితం దిశలేని పడవ వంటిది. గాలి ఎటు వీచినా అటే వెళ్లిపోతుంది. అలాగే జీవితానికి ఒక స్పష్టమైన లక్ష్యం లేకపోతే మనిషి తన శక్తిని వృథా చేసుకుంటాడు.

జీవిత లక్ష్యం అంటే ఏమిటి? మన జీవితానికి ఒక దిశ, ఒక ఉద్దేశ్యం, ఒక సాధించాల్సిన గమ్యం ఉండటం. లక్ష్యం ఉన్నవారు సమయాన్ని విలువైనదిగా భావిస్తారు, కష్టపడతారు, దారితప్పరు. ఈరోజు యువతలో ప్రధాన సమస్య చాలామంది ఇతరులను అనుకరిస్తున్నారు, ట్రెండ్స్‌ను ఫాలో అవుతున్నారు, తమ అసలు ప్రతిభను గుర్తించలేకపోతున్నారు. ఫలితంగా అయోమయం, నిరాశ, అసంతృప్తి.

ఒక విద్యార్థి డాక్టర్ కావాలనుకున్నాడు. కాని కష్టాలు వచ్చాయని మధ్యలో వదిలేశాడు. మరో విద్యార్థి ఎన్నో అపజయాలు ఎదురైనా తన లక్ష్యాన్ని వదలలేదు. చివరకు విజయం సాధించాడు. తేడా తెలివిలో కాదు లక్ష్యంపై ఉన్న పట్టుదలలో ఉంది.

నిరంతర అభ్యాసం ఎందుకు అవసరం? ప్రపంచం ప్రతి రోజూ మారుతోంది. కొత్త సాంకేతికత, ఉద్యోగాలు, నైపుణ్యాలు, అవకాశాలు వస్తున్నాయి. అందుకే నేర్చుకోవడం ఆపినవాడు ఎదగడం ఆపినట్టే. వయస్సుతో సంబంధం లేకుండా నేర్చుకోవాలి. కొంతమంది ఇప్పుడు మా వయస్సు అయిపోయింది అంటారు. కాని జ్ఞానానికి వయస్సు లేదు.

డాక్టర్ అబ్దుల్ కలాం చివరి వరకు నేర్చుకుంటూనే ఉన్నారు.పుస్తకాలు జీవితాన్ని మార్చగలవు, ఒక మంచి పుస్తకం మన ఆలోచనలను మార్చగలదు, మన దృక్పథాన్ని విస్తరించగలదు, మన జీవితానికి దిశ చూపగలదు. అందుకే ప్రతి రోజు కొంత సమయం చదువుకు కేటాయించాలి.

లక్ష్యాన్ని ఎలా నిర్ణయించుకోవాలి?

మీ ఆసక్తిని గుర్తించండి

మీ బలాలను తెలుసుకోండి

చిన్న లక్ష్యాలతో ప్రారంభించండి

సమయపట్టిక రూపొందించండి

క్రమం తప్పకుండా మీ పురోగతిని పరిశీలించండి

అపజయాలు వచ్చినప్పుడు?

లక్ష్యం ఉన్నవారికి అడ్డంకులు సహజం. కాని గుర్తుంచుకోండి అపజయం అనేది గమ్యానికి ముగింపు కాదు మార్గంలో వచ్చే పరీక్ష.

రైట్ బ్రదర్స్ విమానం తయారు చేయాలనే లక్ష్యంతో ఎన్నోసార్లు విఫలమయ్యారు. ప్రపంచం వారిని వెక్కిరించింది. కాని వారు ఆగలేదు. చివరకు ప్రపంచ చరిత్రను మార్చేశారు. సమాజానికి లక్ష్యంతో ఉన్న యువత అవసరం.

లక్ష్యం లేని యువత వ్యసనాలకు బానిసవుతుంది, సమయాన్ని వృథా చేస్తుంది. లక్ష్యంతో ఉన్న యువత కుటుంబానికి గర్వకారణం అవుతుంది, దేశాభివృద్ధికి తోడ్పడుతుంది. కలలు కనేవారంతా విజయవంతులు కారు ఆ కలల కోసం కష్టపడేవారే విజయవంతులు.

జీవితం ఒక ప్రయాణం లక్ష్యం దానికి దిశను ఇస్తుంది. నిరంతర అభ్యాసం దానికి శక్తిని ఇస్తుంది. ప్రతి రోజు ఒక కొత్త విషయం నేర్చుకోండి ప్రతి సంవత్సరం ఒక కొత్త వ్యక్తిగా మారండి.

మన అంతర్గత శక్తిని గుర్తించే మార్గం. ప్రతి మనిషీ ఒక ప్రత్యేకమైన శక్తితో పుడతాడు. ఇది కేవలం కవి మాట కాదు, ఇది ప్రకృతి సూత్రం. ఒక చెట్టు గింజలో భారీ వృక్షం దాగి ఉంటుంది. అలాగే, మనలో కూడా ఏదో ఒక ప్రతిభ, ఏదో ఒక ప్రత్యేకత దాగి ఉంది. కాని చాలా మంది దానిని గుర్తించలేరు.

ఎలా గుర్తించాలి? మనకు ఆనందం ఏ పనిలో వస్తుంది? అలసిపోయినా, విశ్రాంతి అవసరం లేదనిపించే పనే మీ లక్ష్యం కావచ్చు. మనం ఏ విషయం మీద ఇతరులకన్నా ఎక్కువ సమయం గడపగలరు? నేర్చుకోవడానికి, చర్చించడానికి, ఆవిష్కరించడానికి ఆసక్తి చూపే అంశమే మన బలం. మనం ప్రపంచానికి ఏమివ్వగలం?

మన సమస్య, పరిష్కార శక్తి, సృజనాత్మకత, సేవా భావన ఇవే మనల్ని ప్రత్యేకంగా నిలబెడతాయి. దిశలేని జీవితం ఎందుకు ప్రమాదకరం? పడవకు చుక్కాని లేదంటే, ప్రవాహం ఎక్కడికి తీసుకెళ్లినా అక్కడికి వెళ్తుంది. కాని చుక్కాని ఉన్నా, తెరచాపను సర్దుబాటు చేసుకోగలిగితే ప్రతికూల గాలిని కూడా అనుకూలంగా మనం మార్చుకోవచ్చు.

లక్ష్యం లేనప్పుడు మరిన్ని నష్టాలు:

1. ఆత్మవిశ్వాసం కుంటుపడుతుంది. ఏ పని పూర్తిగా సాధించలేని అనుభవం మనల్ని 'నేనేమీ చేయలేను' అనే భ్రమలోకి నెడుతుంది.
2. అవకాశాలు గుర్తించలేము. లక్ష్యం ఉన్నవాడు ప్రతి సవాలును మెట్టుగా మార్చుకుంటాడు. లక్ష్యం లేనివాడు ఆ సవాలును కేవలం క్లిష్టంగానే చూస్తాడు.
3. మానసిక ఒత్తిడి పెరుగుతుంది. ఎక్కడికి వెళ్తున్నామో తెలియని ప్రయాణం మనసుకు అలసటనిస్తుంది.

లక్ష్యం + నిరంతర అభ్యాసం ఈ రెండూ కలిస్తే అదే విజయ సూత్రం లక్ష్యం దిశనిస్తుంది, నిరంతర అభ్యాసం శక్తినిస్తుంది. ఈ రెండూ విడదీయరానివి. రెండూ కలిస్తే జీవితం అందమైన నాట్యం అవుతుంది.

వ్యక్తిత్వ వికాసంలో ఈ సూత్రాన్ని ఎలా అమలు చేసుకోవాలి?

లక్ష్యాన్ని SMART గా నిర్ణయించుకోండి. నిర్దిష్టం మంచి ఉద్యోగం కాదు, మూడేళ్లలో సాఫ్ట్ వేర్ ఇంజనీర్ గా స్థిరపడటం, కొలవగలిగేది నేర్చుకోవాల్సిన నైపుణ్యాలు, కోర్సులు, ప్రాజెక్ట్ లు సాధించదగినది, కష్టమైనా అసాధ్యం కానిది, సమర్థమైనది మీ ప్రతిభకు, స్థితికి తగినది, సమయ పరిమితి కలది, ఒక రోజు కాదు, ఈ సంవత్సరం డిసెంబర్ నాటికి.

నిరంతర అభ్యాసం కోసం అలవాట్లు, ప్రతిరోజూ ముప్పై నిమిషాలు. మీ లక్ష్యానికి సంబంధించినదే ఏదైనా చదవండి, ప్రాక్టీస్ చేయండి. తప్పులను స్వీకరించండి నేర్చుకోవడమంటే తప్పులు చేయడమే. మీ తప్పులు మీ బలహీనతలను చూపిస్తాయి, వాటిని అధిగమించండి.

మెంటార్ లేదా గురువును వెతుక్కోవాలి ఇప్పటికే ఆ లక్ష్యాన్ని చేరుకున్న వారి అనుభవం మీకు చాలా సమయాన్ని ఆదా చేస్తుంది. నేర్చుకున్నది వెంటనే ఆచరణలో పెట్టండి మీరు సమయం నిర్వహణపై ఈ రోజు నుంచే టైం టేబుల్ తయారు చేసుకోండి.

ప్రేరణ ఎప్పుడు తగ్గినా మిమ్మల్ని మీరు గతంలోని విజయాలను గుర్తుచేసుకోండి. ప్రతి రోజు చిన్న చిన్న లక్ష్యాలు పెట్టుకోండి అవి పూర్తయినప్పుడు వచ్చే సంతృప్తి మిమ్మల్ని ముందుకు నడిపిస్తుంది. విజయవంతుల బయోగ్రఫీలు చదవండి వారి ఆటుపోట్లు, వారి అభ్యాసం ఎలా సాగిందో తెలుసుకోండి.

లక్ష్యం లేని మనిషి, చేతిలోని బంగారాన్ని రాళ్లలో విసిరేస్తాడు ఎందుకంటే దాని విలువ అతనికి తెలియదు. నిరంతరం నేర్చుకునే మనిషి, రాళ్లలో నుంచే బంగారాన్ని వేరు చేయగలడు.

మీకు లక్ష్యం ఉండి, నేర్చుకోవడాన్ని వదలకపోతే, మీ వ్యక్తిత్వం ఒక అయస్కాంతంలా మారిపోతుంది మీ వైపు సందర్భాలు, మనుషులు, విజయాలు సహజంగా లాగబడతాయి. నేటి నుంచి మొదలుపెట్టండి. రేపటి కలను నేటి నేర్చుకోవడంతో మలచుకోండి. లక్ష్యం జీవితానికి దిశను ఇస్తుంది నిరంతర అభ్యాసం దానికి శక్తిని ఇస్తుంది.

దిశ + శక్తి = అద్భుతమైన వ్యక్తిత్వం. మీరు ఆ అద్భుతానికి సర్వస్వం అర్హులు. నిరంతర అభ్యాసం దానికి శక్తిని ఇస్తుంది.

1. జీవిత లక్ష్యం – ఒక కొత్త కోణం:

   జీవిత లక్ష్యం అంటే కేవలం ఉద్యోగం లేదా డబ్బు సంపాదించడం మాత్రమే కాదు. అది మీ అస్తిత్వానికి ఒక నక్షత్రంలాంటిది. చీకటి గదిలో వెలుగుతున్న దీపం లాగా మీరు ఎక్కడికి వెళ్తున్నారో స్పష్టంగా చూపిస్తుంది. ఎన్ని అడ్డంకులు వచ్చినా, మీ దృష్టి ఆ దిశలోనే ఉంటుంది.

నేను ఎందుకు మేల్కొంటున్నాను? అనే ప్రశ్నకు సమాధానం. ఉద్దేశ్యం ఉన్నవాడు ప్రతి పనిని అర్థంతో చేస్తాడు. అతను కేవలం బ్రతకడు, జీవించడానికి ఒక కారణంతో ఉంటాడు.

పర్వతారోహకుడు శిఖరాన్ని చూస్తూ నడుస్తాడు. ఆ గమ్యం అతనికి ప్రతి అలసటను సహించదగినదిగా మారుస్తుంది. లక్ష్యం లేని ప్రతిభ ఒక గట్టు లేని నది ప్రవహిస్తుంది కాని ఎక్కడా చేరదు. గమ్యాన్ని నిర్ణయించుకో, అప్పుడు నీ ప్రతి బిందువు సముద్రంలో కలవగలదు.

2. లక్ష్యం ఉన్నవారి లక్షణాలు – వారు మిగతా వారికంటే ఎలా భిన్నంగా ఉంటారు?

   లక్ష్యం ఉన్నవారు కేవలం కలలు కనేవారు కాదు, వారు కలలను కార్యాలుగా మార్చే శిల్పులు. సమయాన్ని విలువైనదిగా భావిస్తారు. వారికి తెలుసు సమయం తిరిగి రాని నాణెం. అందుకే ప్రతి నిమిషాన్ని ఒక పెట్టుబడిలా మార్చుకుంటారు. సోషల్ మీడియాలో గంటలు వృథా చేసేవారు కాదు, ఏదైనా నేర్చుకోవడానికి, మెరుగుపడటానికి ఆ సమయాన్ని వినియోగిస్తారు.

2. కష్టపడతారు (అలసటకు భయపడరు):

   వారికి నచ్చింది సుఖమే ముఖ్యం కాదు. కష్టాన్ని ఒక పాఠశాలగా చూస్తారు. ప్రతి సవాలును ఒక మెట్టుగా తీసుకుంటారు. నిద్రను త్యాగం చేస్తారు, ఆలస్యంగా మేల్కొనే అలవాటును వదులుతారు. ఎందుకంటే నేటి నా కష్టమే రేపటి నా గెలుపు.

3. దారితప్పరు:

   ప్రపంచం ఎన్ని మధ్యాహ్నాలను విసిరినా, లక్ష్యం ఉన్నవాడు ఒకే ట్రాక్ లో నడుస్తాడు. అతనికి నో అనే మాట వినిపించినా, ఆటంకాలు ఎదురైనా అతని చూపు గమ్యం మీదే. చుక్కాని చేతిలో ఉంటే తుఫాను కూడా దారిని మార్చదు.

4. క్రమశిక్షణతో జీవిస్తారు:

   ఇది వారి అతి పెద్ద ఆయుధం. ప్రేరణ తగ్గిన రోజుల్లో కూడా, క్రమశిక్షణ వారిని నిలబెడుతుంది. రోజూ ఒకే సమయానికి లేవడం, వ్యాయామం చేయడం, నేర్చుకోవడం ఇవి వారికి అలవాటు, బాధ్యత కాదు. క్రమశిక్షణ వారి జీవితాన్ని సరళమైన, స్థిరమైన ఛందస్సులా మలుస్తుంది.

లక్ష్యం ఉన్నవాడు సమయానికి దాసుడు కాదు సమయానికి యజమాని. అతను కష్టాలను ఎదుర్కొంటాడు కాని వాటికి లొంగిపోడు. అతని దారి తెలుసు, అడుగులు తెలుసు, విశ్రాంతి లేదు కాని ఒకసారి గమ్యాన్ని చేరుకుంటే, ఆ ప్రశాంతతే అతని నిజమైన విశ్రాంతి.

వ్యక్తిత్వ వికాసంలో ఈ లక్షణాలు ఎలా మార్పు తీసుకువస్తాయి? ఆత్మవిశ్వాసం పెరుగుతుంది, చిన్న చిన్న లక్ష్యాలు పూర్తిచేసుకుంటే, మీలో నేను చేయగలను అనే భావన బలపడుతుంది. నిర్ణయాధికారం మెరుగవుతుంది. స్పష్టమైన లక్ష్యం ఉంటే, ప్రతి ఎంపికను ఇది నా లక్ష్యానికి దగ్గర చేస్తుందా? అని

కొలవగలరు. ఒత్తిడి తగ్గుతుంది ఎక్కడికి వెళ్తున్నామో తెలిసిన ప్రయాణం మనసును శాంతపరుస్తుంది. లక్ష్యం కేవలం ఒక పదం కాదు అది మీ వ్యక్తిత్వానికి వెన్నెముక. దానితో మీరు సాధారణ మనిషి నుంచి ఒక అసాధారణ నాయకుడిగా మారతారు. నేటి నుంచి, మీ గమ్యాన్ని నిర్ణయించుకోండి మిగతా లక్షణాలు తామే మీలో వస్తాయి.

రోజువారీ రాస్తే మీ జీవితం మారుతుంది. ప్రతిరోజూ ఒక పేజీ అయినా రాయడం అలవాటు చేసుకోండి. ఎందుకంటే మీరు రాస్తున్నారంటే, ఆ సమయంలో ఆలోచిస్తున్నారని అర్థం. ఆ ఆలోచనల నుంచే మీ జీవిత గమనంపై అవగాహన, లక్ష్యాలపై స్పష్టత ఏర్పడుతుంది. ఆ రెండూ ఉన్నవారు జీవితంలో మిగతావారికన్నా ముందంజలో ఉంటారు.

యువతలో ప్రధాన సమస్య చాలామంది యువత ఇతరులను అనుకరిస్తున్నారు, ట్రెండ్స్‌ను ఫాలో అవుతున్నారు, సోషల్ మీడియా ప్రభావంలో జీవిస్తున్నారు. కాని తమ అసలు ప్రతిభను, తమ ఆసక్తులను గుర్తించలేకపోతున్నారు.ఫలితాలు అయోమయం, నిరాశ, అసంతృప్తి.

డాక్టర్ అబ్దుల్ కలాం చిన్న గ్రామం నుంచి వచ్చారు.పేదరికం ఉన్నా కలలు కనడం ఆపలేదు, విద్యను వదల్లేదు, లక్ష్యాన్ని మార్చుకోలేదు. ఆయన పేపర్లు అమ్మారు, కష్టపడి చదివారు, శాస్త్రవేత్తగా ఎదిగారు. భారత రాష్ట్రపతిగా నిలిచారు. పరిస్థితులు కాదు లక్ష్యంపై ఉన్న పట్టుదలే విజయాన్ని నిర్ణయిస్తుంది.

లక్ష్యం లేకపోతే వచ్చే ప్రమాదాలు, లక్ష్యం లేని యువత సమయాన్ని వృథా చేస్తుంది, వ్యసనాలకు బానిసవుతుంది, ఇతరులను అనుకరిస్తుంది. లక్ష్యం ఉన్న యువత కుటుంబానికి గర్వకారణం అవుతుంది, సమాజానికి ఉపయోగపడుతుంది, దేశాభివృద్ధికి తోడ్పడుతుంది.

ప్రపంచం నిరంతరం మారుతోంది కాబట్టి నిరంతర అభ్యాసం ఎందుకు తప్పనిసరి? నేటి ప్రపంచం నిశ్చల నది కాదు అది వేగంగా ప్రవహించే జలపాతం. రేపు కొత్త సాంకేతికత వస్తుంది, ఈ రోజు ఉన్న ఉద్యోగాల్లో సగం మారిపోతాయి. నేర్చుకోవడం ఆపిన క్షణమే, మీరు వెనుకబడటం మొదలుపెట్టారు. మార్పును ఆపలేరు కాని దానికి తగినట్లు మారడం నేర్చుకోవచ్చు.

వ్యక్తిత్వ వికాసానికి సూత్రం: ప్రతి రోజూ కనీసం ముప్పై నిమిషాలు కొత్తది నేర్చుకోండి అది ఒక యాప్ వాడటం, కొత్త పదం నేర్చుకోవడం లేదా ఒక చిన్న స్కిల్ అయినా సరే. ఈ అలవాటు మీలో అనుకూలత అనే గొప్ప వ్యక్తిత్వ లక్షణాన్ని పెంచుతుంది. వయస్సుతో సంబంధం లేదు అభ్యాసానికి వయస్సు ఒక సాకు మాత్రమే నాకు వయస్సయిపోయింది, ఇప్పుడేం నేర్చుకోవడం? ఇది వెనుకడుగు వేసే మనస్తత్వం.

వయసు పైబడితే మెదడు చురుగ్గా ఉండదనేది నిజం కాదు, మీరు కుతూహలంగా ఉన్న ప్రతిసారీ లేదా కొత్త విషయం నేర్చుకోవటానికి ప్రయత్నించినప్పుడల్లా, మీ మెదడు పదునెక్కుతుంది. కనుక మీరెప్పటికీ పెద్దవారు అవటం ఉండదు.

వృద్ధాప్యంలో స్ఫూర్తిదాయకమైన విజయాలు సాధించిన వ్యక్తులు:

ప్రధాని నరేంద్ర మోడి, ముఖ్య మంత్రి చంద్రబాబు నాయుడు వయసుతో సంబంధం లేకుండా పరిపాలన కొనసాగిస్తున్నారు. ఎనభై ఏళ్ల 'పాబ్లో పికాసో' కొత్త కళారూపాలు సృష్టించాడు. అరవై ఏళ్ల కే.ఆర్. నారాయణన్ (మాజీ రాష్ట్రపతి) నేర్చుకోవడం కొనసాగించారు. అమితబచ్చన్ 80 సంవతరాలవయసులో KCB వ్యాఖ్యాతగా రాణిస్తున్నాడు.

మాజీ ప్రధాని పీవీ నరసింహారావు దాదాపు 65 సంవత్సరాల వయసులో కేవలం టైపింగ్ మాత్రమే కాదు, కోబోల్ (COBOL), బేసిక్ (BASIC) వంటి ప్రోగ్రామింగ్ భాషలు మరియు యూనిక్స్ (Unix) ఆపరేటింగ్ సిస్టమ్లో కోడింగ్ కూడా నేర్చుకున్నారు. ప్రేరణ: ఒకసారి ప్రధాని రాజీవ్ గాంధీ చేసిన వ్యాఖ్య నరసింహారావుగారిని కంప్యూటర్లు నేర్చుకోవాలనే సవాలుగా తీసుకోవడానికి దారితీసిందని చెప్పబడుతుంది.

ఆయన తన కుమారుడి సహాయంతో అమెరికా నుండి కంప్యూటర్ తెప్పించుకుని, స్వయంగా మాన్యువల్ చదివి, ఒక ట్యూటర్ ను కూడా నియమించుకుని నేర్చుకున్నారు .

ప్రధానిగా ఉన్న సమయంలో కూడా ప్రతిరోజూ ఉదయం 5 గంటలకు లేచి కంప్యూటర్ పై పనిచేసేవారు. వారి చివరి దశలో, వేళ్లకు వ్యాయామం అవసరమని డాక్టర్లు చెప్పినప్పుడు, వారు స్ట్రెస్ బాల్ కు బదులుగా కీబోర్డ్ ను ఉపయోగించేవారు. ఆయన కేవలం టైపింగ్ మాత్రమే కాకుండా ప్రోగ్రామింగ్ కూడా నేర్చుకోవడం ఆయన నేర్చుకోవాలనే తపనకు మంచి ఉదాహరణ.

డాక్టర్ కర్రి రామారెడ్డి: 72 ఏళ్ల వయసులోనూ అభ్యసననిరతుడు: డెబ్బై ఏళ్లు దాటిన తర్వాత చాలా మంది విశ్రాంతి జీవితం గడుపుతుంటే, ఈ మనస్తత్వ వైద్య నిపుణుడు మాత్రం నిరంతర అధ్యయనంతో చరిత్ర సృష్టించారు. వీరికి ప్రస్తుతం 61 డిగ్రీలు ఉన్నాయి. వీటిలో మూడు పి. హెచ్. డి లు, 11 NPTEL సర్టిఫికేషన్లు ఉన్నాయి IIT ముంబై, IIT ఖరగ్పూర్ నిర్వహించే కోర్సులు. వయస్సు పెరిగిందని నేర్చుకోవడం ఆపకూడదు. ప్రతి రోజూ ఒక కొత్త అవకాశం. 'ఫిట్నెస్ మరియు అభ్యసన నా జీవితంలో స్థిరాంశాలు' అని ఆయన చెప్పడం విశేషం.

ఎన్టీ రామారావు: 60 ఏళ్ల వయసులో రాజకీయ విప్లవం: సినిమా సూపర్ స్టార్ నుంచి ఆంధ్రప్రదేశ్ ముఖ్యమంత్రి వరకు ఆయన ప్రయాణం వయస్సుకు అతీతమైన ఆత్మవిశ్వాసానికి నిదర్శనం. 1982 లో, తన 60 ఏళ్ల వయస్సులో తెలుగుదేశం పార్టీ ని స్థాపించారు. కేవలం 9 నెలల్లోనే ప్రజల్లోకి వెళ్లి, ప్రచండ విజయం సాధించి నేరుగా ముఖ్యమంత్రిగా ప్రమాణ స్వీకారం చేసి రికార్డు సృష్టించారు. నటనలోని కెరీర్ తర్వాత కూడా, సామాజిక బాధ్యతను గుర్తించి కొత్త రంగంలోకి అడుగుపెట్టడానికి వయస్సు ఎప్పటికీ ఆటంకం కాదు.

చర్లపల్లి గంగాధర్: దృష్టి లేకపోయినా, జ్ఞాన దీపం వెలిగించిన అద్భుత ఉపాధ్యాయుడు. చూపు లేదు కాని విద్యార్థుల్లో చదువు పట్ల ఆసక్తి పెంచడంలో ఆయనకు దర్శనమే ప్రత్యేకం. 61 ఏళ్ల వయస్సులో దృష్టి లోపం ఉన్నప్పటికీ జడ్పీహెచ్ఎస్, అమ్రాద్ పాఠశాలలో తెలుగు మాస్టారుగా పనిచేస్తూ, వరుసగా 100 శాతం పాస్ శాతం సాధించారు. రామాయణం వంటి కఠినమైన పాఠాలను కూడా సినిమా లాగా కథలా చెప్పి విద్యార్థులను ఆకట్టుకుంటారు. శారీరక పరిమితి సాధనకు అడ్డు కాదు. నిజమైన ఉపాధ్యాయుడు తన బోధనతోనే కంటికి కట్టినట్లు చూపించగలడు.

రావులపల్లి సత్యనారాయణ: స్వంత కోచింగ్ సెంటర్ తో వేలాది మందికి ఉపాధి: తనకున్న ఉద్యోగం సంతృప్తి ఇవ్వకపోవడంతో, టైపింగ్ నేర్పే ఒక చిన్న కేంద్రాన్ని ప్రారంభించి, నేడు ఆయన ఒక సంస్థగా ఎదిగారు.1974 లో ఉద్యోగంలో ఇష్టం లేని కారణంగా, రావులపల్లి సత్యనారాయణ 74 ఏళ్లు తన సొంత శిక్షణా కేంద్రం 'సత్యనారాయణ గారి ఇన్స్టిట్యూట్' ని ప్రారంభించారు. నేటికీ ఆయన చురుగ్గా బోధిస్తూ, ఇప్పటి వరకు 10, 000 మందికి పైగా విద్యార్థులకు టైపింగ్ నేర్పి వారిని నైపుణ్యం కలిగించారు.

94 ఏళ్ల చెరుకురసం వ్యాపారి చెప్పిన జీవిత సత్యాలు – వ్యక్తిత్వ వికాసానికి మార్గదర్శకం: నేటి సమాజంలో వేగం పెరిగింది. కాని విలువలు తగ్గుతున్నాయి. సంపాదన పెరిగింది. కాని సంతృప్తి కరువైంది. అవకాశాల కోసం పరుగులు తీస్తున్న మనిషి, జీవితానికి అర్థం ఇచ్చే నిజాయితీ, కరుణ, వినయం, సహనం వంటి మానవీయ విలువలను క్రమంగా మరచిపోతున్నాడు.

అయితే కాలం మారినా, పరిస్థితులు మారినా, జీవిత విలువలను వదలకుండా వాటినే తన విజయానికి పునాదులుగా చేసుకున్న వ్యక్తులు మన మధ్య ఇప్పటికీ ఉన్నారు. అలాంటి వారిలో ఒకరు 94 ఏళ్ల సాదిక్ పాల్.

ముంబైలోని ఖార్ స్టేషన్ ఎదురుగా ఉన్న ఒక చిన్న చెరుకురసం దుకాణం ఆయన జీవితానికి ప్రతీక. ఎనభై సంవత్సరాలకు పైగా ఆ దుకాణం ప్రజలకు సేవ చేస్తోంది. ఆయన తండ్రి ప్రారంభించిన ఆ చిన్న వ్యాపారాన్ని ఆయన కష్టపడి అభివృద్ధి చేశారు. ఇప్పుడు తన కుమారుడితో కలిసి అదే దుకాణాన్ని నిర్వహిస్తున్నారు. ఒక డిజిటల్ క్రియేటర్‌తో జరిగిన సంభాషణలో సాదిక్ పాల్ చెప్పిన మాటలు లక్షలాది మందిని ఆలోచింపజేశాయి.

ఆయన చెప్పిన గొప్ప సందేశం ఏమిటంటే 'ఎవ్వరూ గుర్తించకపోయినా నిజాయితీని విడిచిపెట్టవద్దు. ఎవరినీ మోసం చేయవద్దు.' ఈ ఒక్క వాక్యంలోనే వ్యక్తిత్వ వికాసానికి సంబంధించిన మహత్తర సూత్రం దాగి ఉంది. నిజాయితీ అనేది వెంటనే ఫలితాలను ఇవ్వకపోవచ్చు. కొన్నిసార్లు మన మంచితనాన్ని ప్రపంచం గుర్తించకపోవచ్చు. మన కష్టాన్ని ఎవరూ ప్రశంసించకపోవచ్చు. అయినప్పటికీ మన విలువలను వదిలిపెట్టకపోవడమే నిజమైన వ్యక్తిత్వం.

సాదిక్ పాల్ జీవిత అనుభవం మనకు మరో గొప్ప పాఠాన్ని నేర్పుతుంది. కష్టానికి ప్రత్యామ్నాయం లేదు. అదృష్టం, పరిచయాలు, అవకాశాలు కొంతవరకు సహాయపడవచ్చు. కానీ స్థిరమైన విజయాన్ని అందించేది కేవలం కృషి మాత్రమే. కష్టపడి పనిచేసే వ్యక్తిని కాలం ఒకరోజు తప్పకుండా గౌరవిస్తుంది. ఆయన మాటల్లో ధైర్యం ఉంది. ఆయన చిరునవ్వులో ఆత్మవిశ్వాసం ఉంది. ఆయన జీవన ప్రయాణంలో క్రమశిక్షణ ఉంది. ఆయన విజయానికి మూలం విద్య కాదు, విలువలు.

నేటి యువతకు సాదిక్ పాల్ జీవితం ఒక గొప్ప సందేశాన్ని ఇస్తోంది. నిజాయితీని కోల్పోవద్దు. ధైర్యాన్ని వదులుకోవద్దు. కష్టపడటాన్ని ఆపవద్దు. మనుషులను గౌరవించడం మర్చిపోవద్దు. విజయం కోసం షార్ట్‌కట్‌లను కాకుండా విలువలను ఎంచుకోండి. 94 ఏళ్ల వయస్సులో కూడా తన పనిని ప్రేమిస్తూ, తన అనుభవాన్ని సమాజంతో పంచుకుంటూ జీవిస్తున్న సాదిక్ పాల్ మనకు చెబుతున్నది ఒక్కటే. వ్యక్తిత్వం అంటే మాటలు కాదు, జీవితాంతం ఆచరించే విలువలు.

నిజమైన విజయం సంపదలో కాదు, పదవుల్లో కాదు, మనం సంపాదించిన మంచి పేరులో, నిలబెట్టుకున్న విలువల్లో, మన వల్ల స్ఫూర్తి పొందిన జీవితాల్లో ఉంటుంది. సాదిక్ పాల్ వంటి వారు మనకు గుర్తుచేస్తున్నారు. మనిషిని గొప్పవాడిని చేసేది అతని వయస్సు కాదు, అతని విలువలు.

వయస్సును అడ్డుగోడగా చేసుకోకుండా అసాధారణ విజయాలు సాధించిన వ్యక్తులు. ఇవి వ్యక్తిత్వ వికాసానికి, ప్రేరణకు నిలువెత్తు నిదర్శనాలు.

ప్రతిభ అభివృద్ధికి ఎప్పుడు ప్రారంభించినా తడవేమీ కాదు. ఒక వ్యక్తి సమాజానికి ఇచ్చే విరాళం ఎంతటిదైనా గొప్పదే. మనసు ఇస్తే మార్గం దొరుకుతుంది. వ్యక్తిత్వ వికాసానికి వయస్సుతో సంబంధం లేదు.

మన చుట్టూ లక్షల మంది పెద్దలు ఇంటర్నెట్ వాడటం నేర్చుకుంటున్నారు.

జ్ఞానం సూర్యుడిలాంటిది అది ఎవరిపైనా ప్రకాశిస్తుంది, ఎప్పుడూ ప్రకాశిస్తుంది. వయస్సు దాన్ని ఆపలేదు, మనస్తత్వం మాత్రమే ఆపగలదు.

వ్యక్తిత్వ వికాసానికి సూత్రం: మీరు ఈ రోజు ఒక విషయం నేర్చుకుంటే అది మీలో ఆసక్తి, ఉత్సుకత, వినయం అనే మూడు గొప్ప గుణాలను పెంచుతుంది. వయస్సు కాదు, మీ అభ్యాస దృక్పథమే మిమ్మల్ని యువకుడిగా ఉంచుతుంది. ప్రపంచం మారుతూ ఉంటే నిలబడి ఉండటం అంటే వెనక్కి పోవడమే. నేర్చుకోవడానికి వయస్సు కాదు, సుముఖత మాత్రమే కావాలి. ఈ రోజు ఒక చిన్న విషయం నేర్చుకోండి అదే మీ రేపటి బలం.

డాక్టర్ కలాం చివరి వరకు చదువుతూనే ఉన్నారు, విద్యార్థులతో మాట్లాడుతూనే ఉన్నారు, కొత్త విషయాలు నేర్చుకుంటూనే ఉన్నారు. అందుకే ఆయన శాస్త్రవేత్తగా, గురువుగా, ప్రేరణాత్మక వ్యక్తిగా ప్రపంచానికి ఆదర్శంగా నిలిచారు.

పుస్తకాలు జీవితాన్ని మార్చగలవు ఎలా? ఒక మంచి పుస్తకం కేవలం కాగితాల కట్ట కాదు, అది ఒక నిశ్శబ్ద గురువు, ఒక చేతిలోని టార్చి లైట్.

1. మన ఆలోచనలను మార్చగలదు:

   ప్రతి మనిషీ తన ఆలోచనల బానిస. పుస్తకం ఆ బంధాలను విడిపిస్తుంది. నీ ఆలోచనలే నీ జీవితాన్ని నిర్మిస్తాయి. ఒక మంచి పుస్తకం ఆలోచనలను మారుస్తుంది, అంటే జీవితాన్నే మారుస్తుంది.

   కొత్త ఆలోచనలు = కొత్త అవకాశాలు. పుస్తకం మీలో విమర్శనాత్మక చింతనను పెంచుతుంది.

2. మన దృక్పథాన్ని విస్తరించగలదు:

   చాలా మంది తమ ఇరుకైన ప్రపంచంలో (గూడుకట్టుక) పోతారు. పుస్తకం ఆ గోడలను తొలగించి, విశాల ప్రపంచాన్ని చూపిస్తుంది. ఒక్క పుస్తకం మిమ్మల్ని వేరే దేశానికి, వేరే కాలానికి, వేరే మనిషి అనుభవాలకు తీసుకెళ్ళగలదు. విస్తృత దృక్పథం మిమ్మల్ని మరింత సహనశీలిగా, అర్థం చేసుకునే శక్తిగా మారుస్తుంది.

3. జీవితానికి దిశ చూపగలదు:

   లక్ష్యం తెలియని వ్యక్తికి పుస్తకం ఒక నావికుడిలా దారి చూపుతుంది. ఎంత చీకటిగా ఉన్నా, ఒక మంచి పుస్తకంలో నీకు కావలసిన దారి ఉంటుంది. నీవు దానిని తెరవడమే తర్వాత. పుస్తకం మీకు దిశ, ఉద్దేశ్యం, స్ఫూర్తి ఇస్తుంది. అది మీ నిర్ణయాలను స్పష్టం చేస్తుంది. ఒక్క మంచి పుస్తకం నీ ఆలోచనలను, దృక్పథాన్ని, జీవితాన్ని మార్చగలదు, కాని నీవు దానిని తెరిచినప్పుడే. ప్రతిరోజూ 10 పేజీలైనా చదవండి. ఆ చిన్న అలవాటు మీ వ్యక్తిత్వాన్ని దీర్ఘకాలంలో బంగారంలా మారుస్తుంది.

   అంకర్ వారికీ, రచయిత తన మాటల్లో 'నేను 11 ఏళ్లుగా రోజూ 30–45 నిమిషాల పాటు పుస్తకాలు చదువుతున్నా. ఇలా ఇప్పటివరకూ 400 కు పైగా పుస్తకాలు చదివేశా. 'మీకింత సమయం ఎలా దొరుకుతుంది?' అని నన్ను చాలా మంది ప్రశ్నించారు. నా సమాధానం పుస్తకం చదవడాన్ని రోజులో అనివార్యమైన పనిగా నేను నిర్ణయించుకున్నా. అందుకే సాధ్యమయింది'

4. సాంకేతిక యుగంలో అభ్యాసం:

   ఈరోజు ఇంటర్నెట్ వల్ల ఆన్‌లైన్ కోర్సులు డిజిటల్ అభ్యాసం నైపుణ్యాభివృద్ధి: విజయవంతమైన భవిష్యత్తుకు మూడు స్తంభాలుగా అవకాశాలు పెరిగాయి. అందుకే యువత కేవలం డిగ్రీలపై కాక నైపుణ్యాలపై కూడా దృష్టి పెట్టాలి.

మనిషిగా మన మేలుకోలు: AI చెబుతున్న సవాల్, సాఫల్యానికి మెట్టు:

నేటి ప్రపంచం ఒక గొప్ప నిజాన్ని చూస్తోంది: AI తనకు తానే అభివృద్ధి చెందుకుంటోంది. అది ఒక కొత్త తరాన్ని సృష్టించుకుంటోంది. ఇది మనల్ని భయపెట్టే విషయమేమో, కానీ ఒక గొప్ప నేర్పరి ప్రతి సవాల్ను ఒక అవకాశంగా మార్చుకుంటాడు.

నిజమే, ఆంత్రోపిక్ చెబుతున్న హెచ్చరికలు రోబో సినిమాలకు తక్కువ కాదు. కాని మనం గ్రహించాల్సింది టెక్నాలజీ ఎంత అభివృద్ధి చెందినా, దాన్ని కంట్రోల్ చేసేది, దారి చూపేది ఇంకా మనుషులే. మనిషి లేని కోడింగ్ కూడా ఒక మనిషి మేధస్సుకు అద్దం పడుతుంది.

ఈ కాలాన్ని మనం భయంతో కాదు, ఆత్మవిశ్వాసంతో ఎదుర్కోవాలి. ఎందుకంటే ఇదే మన 'పర్సనాలిటీ డెవలప్మెంట్'కు సువర్ణావకాశం.

AI ఎంత పవర్ఫుల్ అయినా క్రిటికల్ థింకింగ్, క్రియేటివిటీ, ఎథికల్ డిసిజన్ మేకింగ్ ఇవి ఇప్పటికీ మనిషి సొంతం. మనలోని ఈ స్కిల్స్ను మనం ఇంకా పదును పెట్టుకుంటే, మనం వెనకబడలేదు ముందు నడిపిస్తాం.

నేర్చుకోవడంలో స్ఫూర్తి: AI నుండి పాఠం

AI తనకు తానే నేర్చుకుంటోంది, తన వారసుడిని సృష్టించుకుంటోంది. దానికంటే గొప్ప మనిషి ఆ లక్షణం తనను తాను ప్రతిరోజు అప్డేట్ చేసుకోవడం, కొత్త నైపుణ్యాలు నేర్చుకోవడం, మార్పును హత్తుకోవడం. కోడింగ్ రాకపోవచ్చు, కాని లాజికల్ థింకింగ్ నేర్చుకోవచ్చు. AI లాగా వేగంగా లెక్కలు వేయలేకపోవచ్చు, కాని ఎమోషనల్ ఇంటెలిజెన్స్, టీం వర్క్, లీడర్షిప్ వంటివి AI కెప్పుడూ రావు.

స్కిల్ డెవలప్మెంట్: ఇదే మన ఆయుధం

రాబోయే కాలంలో మనిషి అవసరం లేని టెక్నాలజీలు వస్తాయి అది భయానకం కాదు, ఒక మార్పు. ఈ మార్పుకు అనుగుణంగా మనం నేర్చుకుంటే, మన స్కిల్స్ని అప్డేట్ చేసుకుంటే మనం ఆపబడేవాళ్లం కాదు, నడిపించేవాళ్లం అవుతాం. ప్రాబ్లెమ్ సాల్వింగ్ స్కిల్ పెంచుకోండి. క్రిటికల్ అనాలిసిస్ నేర్చుకోండి. లైఫ్ లాంగ్ లెర్నింగ్ మన స్వభావంగా చేసుకోండి.

సహకారమే సమాధానం – మన చేతుల్లోనే భవిష్యత్తు:

AI కంపెనీలు ఒక తాటిపైకి రావాలని చెబుతున్నారు. అదెంతో అవసరం. కాని మనం కూడా వ్యక్తిగతంగా, సామూహికంగా మేల్కోవాలి. మన నైపుణ్యాల్ని ఒకరితో ఒకరు పంచుకోవాలి. మనతో మనం పోటీ పడకుండా, మార్పును అర్థం చేసుకుని, సహకరించుకోవడం నేర్చుకోవాలి.

భయం వద్దు – సిద్ధపడుదాం:

AI తయారుచేసే మోడల్స్ హెల్త్కేర్, సైన్స్ లాంటి రంగాల్లో అద్భుతాలు చేస్తాయి. మనం కూడా మనల్ని అద్భుతంగా తీర్చిదిద్దుకోవచ్చు. మనం టెక్నాలజీకి బానిసలం కాదు సృష్టికర్తలం.

మనిషి చేసే గొప్ప పని మరో మనిషికి స్ఫూర్తిగా నిలవడం, అది AI చేయలేని దైవీ గుణం.

ఇప్పుడు ప్రారంభించండి:

నేర్చుకోండి, ప్రశ్నించండి, మార్పుకు తయారవండి, AI ని టూల్గా వాడండి, థ్రెట్గా కాదు. మీ పర్సనాలిటీని ఒక ప్రొడక్ట్లా డిజైన్ చేసుకోండి. ఎందుకంటే ఫ్యూచర్ మనం తయారుచేసేదే మరెవరూ కాదు.

లక్ష్యాన్ని ఎలా నిర్ణయించుకోవాలి? ఒక హృదయ స్పర్శి మార్గదర్శి:

మీ ఆసక్తిని గుర్తించండి మీ హృదయాన్ని వినండి. మీకు ఏ పనిలో సమయం తెలియకుండా పోతుంది? ఏ చిన్న పని మీ కళ్ళలో వెలుగు నింపుతుంది? ప్రపంచం చెప్పేది కాదు మీ హృదయం గుసగుసలాడేదే మీ నిజమైన లక్ష్యం. గుర్తుంచుకోండి: ఆసక్తి లేని లక్ష్యం, ఇష్టం లేని పెళ్లిలా రోజురోజుకు భారంగా మారుతుంది.

మీ బలాలను తెలుసుకోండి ఇతరులు ఏమనుకుంటారో కాదు మీలో దాగి ఉన్న ఆ ఒక ప్రత్యేకతే మీ ఆయుధం. గుర్తుంచుకోండి: మీ బలాన్ని గుర్తించిన రోజు, మీ బలహీనతలు సైతం మెట్లుగా మారిపోతాయి.

చిన్న లక్ష్యాలతో ప్రారంభించండి చిన్న చుక్కలే పెద్ద సముద్రం. ఒక పెద్ద కొండను ఒకే మెట్టులో ఎక్కలేరు. కాని వెయ్యి చిన్న మెట్లు

ఎక్కితే శిఖరం నీ చేతుల్లో. రేపు ప్రపంచాన్ని మార్చాలనుకోకు. నేడు ఒక చిన్న మంచి పని చేయి అదే నీ పెద్ద లక్ష్యానికి మొదటి మెట్టు. గుర్తుంచుకోండి: చిన్న లక్ష్యం పూర్తయిన ప్రతిసారీ, నీలో నమ్మకం మరింత లోతుగా నాటుకుంటుంది.

సమయపట్టిక రూపొందించండి సమయం నీకోసం వేచి ఉండదు. సమయం లేదు అనేది సాకు మాత్రమే. నిజానికి, మనం సమయాన్ని నియంత్రించలేము కాని క్రమపట్టికతో దానితో నడవడం నేర్చుకోవచ్చు.

ప్రతి రాత్రి నిద్రకు ముందు, రేపటి మూడు అతి ముఖ్యమైన పనులు రాసుకోవాలి. అవే నిన్ను లక్ష్యానికి దగ్గరకు చేరుస్తాయి. సమయం లేకపోవడం కాదు సరైన దిశలో సమయాన్ని వాడలేకపోవడమే వెనకబాటుకు కారణం.

పురోగతిని పరిశీలించండి, అద్దంలో మిమ్మల్ని మీరు చూసుకోండి. ప్రతి నెల చివరి రోజు, నిశ్శబ్దంగా కూర్చోండి. మిమ్మల్ని మీరు

ఇలా అడగండి 'నేను నేర్చుకున్నది ఏమిటి? ఎక్కడ పెరిగాను? ఎక్కడ జారిపడ్డాను? పురోగతి చిన్నగా కనిపించినా అది నీ బాటను ప్రకాశింపజేసే వెలుగు. దానిని గుర్తించని వాడు, చీకట్లోనే తిరుగుతాడు.'

నెలకొకసారి మీ ప్రయాణాన్ని తిరిగి చూసుకోవడం మీకు మీరే ఇచ్చుకునే అతి పెద్ద బహుమతి.

అపజయాలు వచ్చినప్పుడు? అది ముగింపు కాదు, పునాది. అవును, మీరు తడబడతారు. మీరు విఫలమవుతారు. కన్నీళ్లు కూడా

వస్తాయి. అపజయం అంటే 'నేను విలువ లేనివాడిని' కాదు. అది ఒక పాఠం నేర్పే ఉపాధ్యాయుడు. అది నీ బలహీనతను చూపిస్తుంది నీవు ఆ బలహీనతను బలంగా మార్చుకోవడానికి. పడిపోవడం అవమానం కాదు. మళ్లీ లేవకపోవడమే అవమానం.

లక్ష్యం ఉన్నవాడికి ప్రతి పతనం ఒక ఉప్పందం. ప్రతి కన్నీరు ఒక మంచినీటి బిందువు అది పంటను పెంచుతుంది. నీవు లక్ష్యాన్ని నిర్ణయించుకోవడం అంటే నీ జీవితానికి ఒక దిశను ఇచ్చినట్లు. ప్రతి అడుగు ఒక నిబద్ధత, ప్రతి విఫలత్వం ఒక ప్రాయశ్చిత్తం, ప్రతి విజయం ఒక దీవెన.

నీలో ఉన్న ఆ ప్రత్యేకతను గుర్తించు. చిన్నగా మొదలుపెట్టు. క్రమంగా నడువు. అపజయాలను ఆలింగనం చేసుకో. ఎందుకంటే ఈ ప్రపంచంలో నీ లక్ష్యం నీకోసమే వేచి ఉంది. నీవు ఆగిపోకు, చేరుకోకు ముందు.

విమానాన్ని తయారు చేయాలనే లక్ష్యంతో ఎన్నోసార్లు విఫలమయ్యారు, ప్రపంచం వారిని వెక్కిరించింది. కాని వారు ప్రయత్నం ఆపలేదు, నేర్చుకోవడం ఆపలేదు. చివరకు ప్రపంచ చరిత్రను మార్చేశారు.

పట్టుదలతో కూడిన అభ్యాసం అసాధ్యాన్ని సాధ్యం చేస్తుంది. విజయవంతుల సాధారణ అలవాట్లు చాలా మంది విజయవంతులైన వ్యక్తులు, ప్రతిరోజూ చదువుతారు, కొత్త విషయాలు నేర్చుకుంటారు, తమ నైపుణ్యాలను మెరుగుపరుచుకుంటారు, సమయాన్ని వృథా చేయరు.

జీవితాన్ని మార్చే పది ముఖ్య సూత్రాలు:

పెద్ద కలలు కనండి

స్పష్టమైన లక్ష్యం పెట్టుకోండి

ప్రతిరోజూ నేర్చుకోండి

సమయాన్ని గౌరవించండి

అపజయాలకు భయపడకండి

మంచి పుస్తకాలు చదవండి

గురువుల సలహా తీసుకోండి

ఆరోగ్యాన్ని కాపాడుకోండి

క్రమశిక్షణ పాటించండి

పట్టుదలతో ముందుకు సాగండి

ఒక గొప్ప సత్యం ఏమిటంటే కలలు కనేవారంతా విజయవంతులు కారు. ఆ కలల కోసం కష్టపడేవారే విజయవంతులు. జీవితం ఒక ప్రయాణం అంటే భగవద్గీత 6.5 నిన్ను నీవే ఉద్ధరించుకో. నిన్ను నీవే క్రిందికి లాగుకోకు. నీవే నీకు నిజమైన బంధువు, నీవే నీకు నిజమైన శత్రువు. జీవితమంటే రాళ్ల బస్తా మోయడం కాదు, అది వికసించడం. ఒక గింజ నేలలో చీకటిని తట్టుకుని, చివరకు ఆకాశాన్ని తాకుతుంది. నీవు ఆ గింజవి.

1. లక్ష్యం – దిశను ఇస్తుంది:

   ఒక లక్ష్యం లేని బాణం గురి తెలియని లక్ష్యంలా వృధా. తస్య వాచా ప్రాణో వాచి ప్రాణః (ఐతరేయ బ్రాహ్మణం) ఉచ్ఛ్వాస నిశ్వాసలకు ఒక లయ ఉంది. అలాగే నీ ప్రతి ఊపిరికి ఒక లక్ష్యం ఉండాలి.

2. అభ్యాసం – శక్తిని ఇస్తుంది:

   విద్యయా అమృతమశ్నుతే (ఈశావాస్య ఉపనిషత్తు) విద్య ద్వారానే అమృతత్వం పొందుతారు. ప్రతి కొత్త విషయం నీలో ఒక కొత్త ప్రాణాన్ని పోస్తుంది. నేర్చుకోవడం అంటే నీ ఆత్మకు స్నానం చేయించడం, అది నిన్ను ఎప్పటికీ మురికిగా ఉండనివ్వదు.

3. పట్టుదల – విజయాన్ని ఇస్తుంది:

   సత్యమేవ జయతే నానృతం (ముండక ఉపనిషత్తు) సత్యమే గెలుస్తుంది. నీ పట్టుదలే నీ సత్యం. ఒక చుక్క నీరు రాయిని తొలిచినట్లు నిరంతరం ప్రయత్నిస్తే ఏ అడ్డంకి నిలువదు. ఉపనిషత్ బోధ అహరహర్నవం నవం ప్రతిరోజు కొత్తది, ప్రతిరోజు పాతది మరచిపో. ఒక కొత్త విషయం నేర్చుకోండి, కౌశీతకి ఉపనిషత్తు. విద్య లేని దేహం అలంకారం లేని భవనం.

ఒక మంచి ఆలోచన పెంచుకోండి, మన ఏవ మనుష్యాణాం కారణం బంధమోక్షయోః మనసే బంధానికి, మోక్షానికి కారణం. నీ మనసును స్వర్గంలా మార్చుకో. ఒక చిన్న అడుగు ముందుకు వేయండి 'ధైర్యం యస్య పితా, క్షమా మాతా, శాంతి పుత్ర, విద్య సహోదరి' ధైర్యంగా నడువు. చిన్న అడుగులు గొప్ప దూరాలను చేరుస్తాయి. కొన్ని సంవత్సరాల తర్వాత నీ జీవితమే ఒక ప్రేరణ.

'ఆచార్య దేవో భవ' నీవు బ్రతికిన విధమే ఇతరులకు వేదంగా మారాలి. నీ నిశ్శబ్ద నడక, నీ నేర్చుకోవడం, నీ పట్టుదల వేలాది మందికి దారి చూపే ఒక వెలుగు.

లెండి! మేల్కొలండి! గొప్పవారిని చేరుకుని, ఆ గురువు వద్ద నేర్చుకోండి. జీవితంలో ఎత్తుకు ఎదగాలంటే కలలు మాత్రమే కాదు, నిరంతర అభ్యాసం కూడా అవసరం. ప్రతి రోజు నేర్చుకునే వ్యక్తి ఎప్పటికీ వెనుకబడడు. ఎందుకంటే అతని నేటి అభ్యాసమే రేపటి అతని జ్ఞానం, రేపటి జ్ఞానమే ఇతరులకు వెలుగు.

'తమసో మా జ్యోతిర్గమయ' చీకటి నుండి వెలుగులోకి నడవండి. అదే నిజమైన వ్యక్తిత్వ వికాసం.

గత పది అంశాలుగా మనం కలిసి వ్యక్తిత్వ వికాసానికి సంబంధించిన అనేక ముఖ్యమైన అంశాలను చర్చించాము.

మన ప్రయాణంలో:

ఆత్మవిశ్వాసం విజయానికి తొలి మెట్టు అని తెలుసుకున్నాం.

కమ్యూనికేషన్ స్కిల్స్ మన వ్యక్తిత్వానికి అద్దమని గ్రహించాము.

సమయపాలన, క్రమశిక్షణ విజయానికి పునాది అని తెలుసుకున్నాం.

ఒత్తిడి, నిరాశలను ధైర్యంగా ఎలా ఎదుర్కోవాలో చర్చించాము.

నాయకత్వ లక్షణాలు మరియు సరైన నిర్ణయ సామర్థ్యం ఎంత ముఖ్యమో అర్థం చేసుకున్నాం.

ఆర్థిక నియంత్రణ, జీవిత ప్రణాళిక భవిష్యత్తును ఎలా స్థిరపరుస్తాయో తెలుసుకున్నాం.

సామాజిక బాధ్యత మరియు మానవ సంబంధాల విలువను గుర్తించాము.

సానుకూల ఆలోచన మన జీవితాన్ని ఎలా మార్చగలదో తెలుసుకున్నాం.

చివరిగా జీవిత లక్ష్యం మరియు నిరంతర అభ్యాసం మనలను ఉన్నత స్థాయికి ఎలా తీసుకెళ్తాయో చర్చించాము.

వ్యక్తిత్వ వికాసం అనేది ఒక్కరోజులో వచ్చే మార్పు కాదు. అది ఆలోచనలో మార్పు, అలవాట్లలో మార్పు, ప్రవర్తనలో మార్పు, జీవిత దృక్పథంలో మార్పు.

ఈ పది అంశాల ద్వారా మీరు ఒక మంచి మనిషిగా, ఒక బాధ్యతగల పౌరుడిగా, ఒక ఆత్మవిశ్వాసం గల వ్యక్తిగా, సమాజానికి ఉపయోగపడే నాయకుడిగా మారాలని మనస్ఫూర్తిగా కోరుకుంటున్నాను.

ఇప్పుడు ఈ అంశాలపై మీ అమూల్యమైన అభిప్రాయాలను తెలియజేయండి. మీకు ఏ అంశం ఎక్కువగా నచ్చింది? ఏ ఉదాహరణ మిమ్మల్ని ఎక్కువగా ప్రభావితం చేసింది? ఈ అంశాల ద్వారా మీలో ఏ మార్పు వచ్చింది? భవిష్యత్తులో ఇంకా ఏ అంశాలపై తరగతులు కావాలనుకుంటున్నారు? మీ ఫీడ్‌బ్యాక్ నాకు మరిన్ని మంచి కార్యక్రమాలు రూపొందించడానికి ప్రేరణగా ఉంటుంది.

చివరిగా గుర్తుంచుకోండి మనిషి జీవితాన్ని మార్చేది సరైన ఆలోచన మరియు నిరంతర సాధన.

(నూతలపాటి నాగేశ్వరరావు)

ప్రముఖ రచయిత, వ్యక్తిత్వ వికాస నిపుణుడు

మరియు

ప్రేరణాత్మక వక్త

13. అభిప్రాయ పేజీ

రచయిత గూర్చి పరిచయం

నూతలపాటి నాగేశ్వర రావు M. Sc (Botany)., M.A (Sociology)

రచనల వివరములు

క్రమ సంఖ్య	పుస్తక శీర్షిక – భాష	ISBN (13) మరియు ప్రచురణ సంవత్సరము	పుస్తక ప్రచురణ సంస్థ పేరు
1	కథల కదంబం – తెలుగు	978-9394088504 2nd March 2022	Instant Publication
2	ప్రేమ అక్షయం – తెలుగు	978-9390719532 30th May 2022	Sankalp Publication
3	హృదయ గీతికలు – తెలుగు	978-9391176457 18th August 2022	Instant Publication
4	అమృత కలశం – తెలుగు	978-8196056261 4th January 2023	Kasturi Vijayam

5	The Beating Heart – English	978-8196383541 15th September 2023	Kasturi Vijayam
6	జీవన కేళి – తెలుగు	978-8196611613 30th December2023	Kasturi Vijayam
7	మిష్టర్ డేవిడ్ – తెలుగు	978-8197447594 29th	Kasturi Vijayam
8	కవితా కెరటాలు – తెలుగు	978-8197447525 12th March 2025	Kasturi Vijayam
9	కథల పరిమళాలు – తెలుగు	978-8197447556 7th May 2025	Kasturi Vijayam
10	విజయ శిఖరాన్ని స్పృశించడం – తెలుగు	978-8198710840 21st July 2025	Kasturi Vijayam
11	హృదయ అలల కథా సాగరం - తెలుగు	978-8198771926 31st December 2025	Kasturi Vijayam
12	మత ధర్మ జననం – తెలుగు	978-8198818485 7th February 2026	Kasturi Vijayam
13	మత ధర్మ జననం – తెలుగు భాగం 2	978-8198818447 7th March 2026	Kasturi Vijayam
14	మత ధర్మ జననం – తెలుగు భాగం 3	979-8-90431-189-6 2026	Notion Press.com

గ్రంథస్రష్ట, నూతలపాటి నాగేశ్వర రావు గారి విశిష్ఠ రచనలు

పై పుస్తకములన్నియూ ఆర్డరు పై Amazon, Flipkart ల ద్వారా పొందవచ్చును. తమ సందేహాలకు, తదుపరి సమాచారము కొరకు 9490742134 వాట్సప్ ద్వారా, nnrao112@gmail.com / nnrwh1975@gmail.com ద్వారా సంప్రదించవచ్చును.

రచయిత నూతలపాటి నాగేశ్వర రావు గారి జీవన ప్రయాణం లో కొన్ని జ్ఞాపకాలు

నాజీవిత సహధర్మ చారిణి చోడవరపు సుధారాణి

CERTIFICATE

OF PARTICIPATION

is presented to :

Nuthalapati Nageswara Rao

for participating in Challenge 43
Theme:- New Year
Language:- Telugu
On date:- 01/01/2023 organised by
by INKING ACTIVANTS COMMUNITY-
A UNIT OF SAMVN PUBLICATION
We would like to thank you for your ideal contribution.

INKING ACTIVANTS

NEERAJ JAYAKUMAR	CHAITHRA KUKKEMANE	ARJU MALI	SACHIN BANOUDHIYA
COMMUNITY COORDINATOR INKING ACTIVANTS	COMMUNITY HEAD INKING ACTIVANTS	PROJECT AND COMMUNITY DIRECTOR SAMVN PUBLICATION	FOUNDER AND CEO SAMVN PUBLICATION

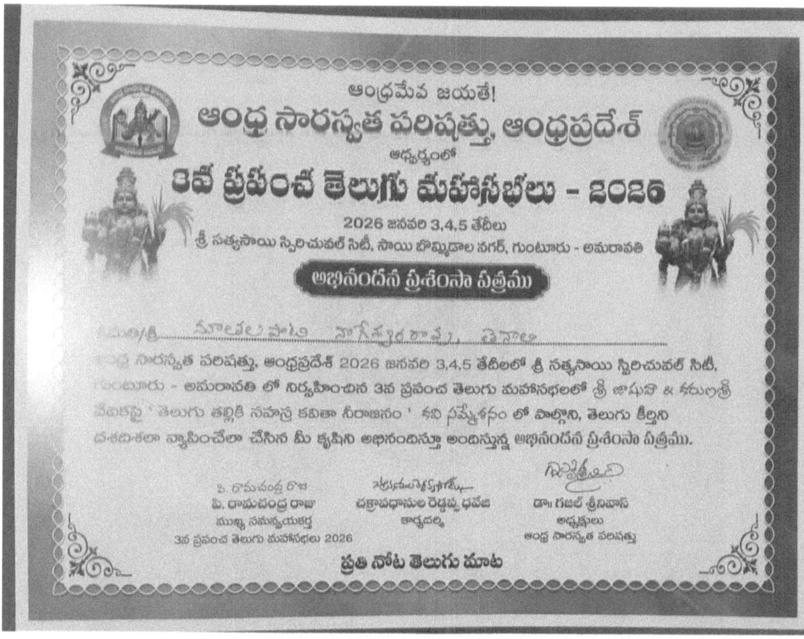

ఆంధ్రమేవ జయతే!

ఆంధ్ర సారస్వత పరిషత్తు, ఆంధ్రప్రదేశ్

ఆధ్వర్యంలో

3వ ప్రపంచ తెలుగు మహాసభలు - 2026

2026 జనవరి 3,4,5 తేదీలు

శ్రీ సత్యసాయి స్పిరిచువల్ సిటీ, సాయి బొమ్మిడాల నగర్, గుంటూరు - అమరావతి

అభినందన ప్రశంసా పత్రము

శ్రీమతి/శ్రీ నూతలపాటి నాగేశ్వరరావు, తెనాలి

ఆంధ్ర సారస్వత పరిషత్తు, ఆంధ్రప్రదేశ్ 2026 జనవరి 3,4,5 తేదీలలో శ్రీ సత్యసాయి స్పిరిచువల్ సిటీ, గుంటూరు - అమరావతి లో నిర్వహించిన 3వ ప్రపంచ తెలుగు మహాసభలలో శ్రీ జాషువా & కరుణశ్రీ వేదికపై 'తెలుగు తల్లికి సహస్ర కవితా నీరాజనం' కవి సమ్మేళనం లో పాల్గొని, తెలుగు కీర్తిని దశదిశలా వ్యాపించేలా చేసిన మీ కృషిని అభినందిస్తూ అందిస్తున్న అభినందన ప్రశంసా పత్రము.

పి. రామచంద్ర రాజు	చక్రావధానుల రెడ్డప్ప ధవేజి	డా॥ గజల్ శ్రీనివాస్
ముఖ్య సమన్వయకర్త	కార్యదర్శి	అధ్యక్షులు
3వ ప్రపంచ తెలుగు మహాసభలు 2026		ఆంధ్ర సారస్వత పరిషత్తు

ప్రతి నోట తెలుగు మాట

CERTIFICATE OF EXCELLENCE
THIS IS HEREBY AWARDED TO
NUTHALAPATI NAGESWARA RAO
For securing 'Special Mention' in the writing challenge, conducted by Subhas Chandra Bose Writing community, on the given topic " The Most Sad Day of My Life " on 2 August 2022.
DURLAV SARKAR
Founder of Inkzoid foundation
ABHAY SALHOTRA
Second Founder of SCB writing community
ASMI BARMAN
Co-founder of SCB writing community

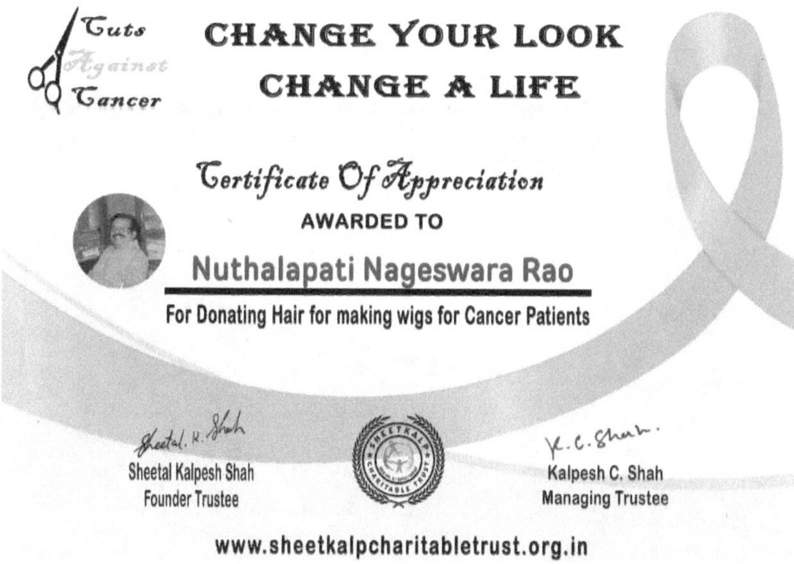
Cuts Against Cancer
CHANGE YOUR LOOK
CHANGE A LIFE
Certificate Of Appreciation
AWARDED TO
Nuthalapati Nageswara Rao
For Donating Hair for making wigs for Cancer Patients
Sheetal Kalpesh Shah
Founder Trustee
SHEETKALP CHARITABLE TRUST
Kalpesh C. Shah
Managing Trustee
www.sheetkalpcharitabletrust.org.in

22nd Deoghar
BOOK FAIR
STORYP
Publishing Books & Dreams
SCAN & BUY
AUTHOR NUTHALAPATI NAGESWARA RAO
THE BEATING HEART
Nuthalapati Nageswara Rao
अमृता कलश
నూతలపాటి నాగేశ్వరరావు
Nuthalapati Nageswara Rao
CONNECT WITH AUTHOR
nnrao112

31.05.2025న తెలుగు విశ్వవిద్యాలయంలో నిర్వహించబడిన 'కథాపరిమళాలు' కథాసంకలనం, 'కవితాకెరటాలు' కవితాసంకలనం ఆవిష్కరించబడ్డాయి. ఈ రెండు పుస్తకాలలో కాయల నాగేంద్ర రాసిన 'మారిన మనసు' కథ, 'వీరజవాన్లు' కవిత చోటుచేసుకున్నాయి.

CERTIFICATE
of Achievement

This certificate is proudly presented to

నూతలపాటి నాగేశ్వరరావు

for achieving the Golden badge in Pratilipi.

Pratilipi honours you for your contribution on the platform and our world of storytelling.
We hope you will keep up the splendid writing! We wish you all the love from your readers.

November- 2023
Date

Pratilipi

Ranjeet Pratap Singh
CEO, Pratilipi

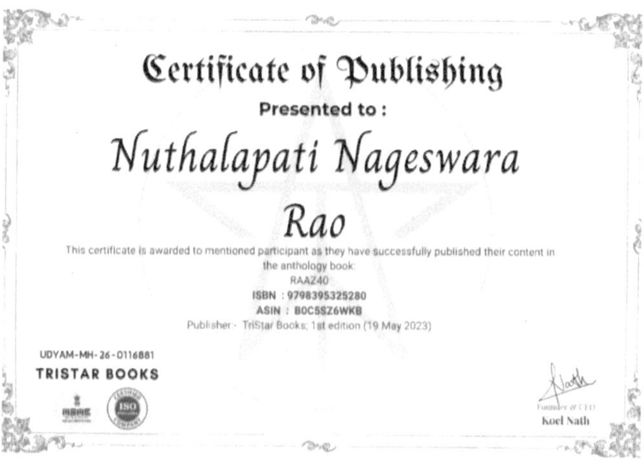

Certificate of Publishing

Presented to :

Nuthalapati Nageswara Rao

This certificate is awarded to mentioned participant as they have successfully published their content in the anthology book:

RAAZ40

ISBN : 9798395325280

ASIN : B0C5SZ6WKB

Publisher:- TriStar Books; 1st edition (19 May 2023)

UDYAM-MH-26-0116881

TRISTAR BOOKS

Founder & CEO

Koel Nath

INDIAN ICON NATIONAL AWARD 2023

Certificate

This Certificate is proudly presented to

NUTHALAPATI NAGESWARA RAO

On 04th February, 2023, Saturday
At Ravindra bharathi, Hyderabad

Presented By:

WISDOM CHARITABLE TRUST

Regd.No.12/2021,NITI Aayog No: TS/2021/0299951
Rampur, Kazipet (M) Hanumakonda,Telanagana. 506151

Co-ordination: NSR NEWS

జాతీయ
సాంస్కృతిక

రచయిత జీవన వివరాలు

పేరు: నూతలపాటి నాగేశ్వరరావు, జననం: 26 జూన్ 1961, జన్మస్థలం: సంతనూతలపాడు గ్రామం, ప్రకాశం జిల్లా, ఆంధ్ర ప్రదేశ్ 523225

మధ్యతరగతి కుటుంబంలో జన్మించిన నూతలపాటి నాగేశ్వరరావు, ప్రభుత్వ పాఠశాలలో ప్రాథమిక విద్యను పూర్తి చేసి, ఉన్నత విద్యను అభ్యసించారు. ఆయన ఆంధ్రా యూనివర్సిటీ నుండి ఎం.ఎస్.సి., డా. బి. ఆర్. అంబేద్కర్ ఓపెన్ యూనివర్సిటీ నుండి ఎం.ఏ. పట్టాలు పొందారు.

ప్రభుత్వ సేవలో రెవెన్యూ అధికారిగా విశిష్టంగా సేవలందించి విరమణ పొందిన అనంతరం, ప్రస్తుతం విజయవాడలోని ఎన్.హెచ్.ఏ.ఐ ప్రాంతీయ కార్యాలయంలో భూసేకరణ అధికారిగా సేవలందిస్తున్నారు.

ఆయన సాహిత్య యాత్ర 1980–83 మధ్య ప్రారంభమై, ఆ కాలంలో ఆయన రచనలు ప్రముఖ తెలుగు దినపత్రిక ఆంధ్ర జ్యోతిలో ప్రచురితమయ్యాయి. సంపాదకుడిగా రెండు సంకలనాలను స్వయముగా ప్రచురించి, వాటిని పొట్టి శ్రీరాములు తెలుగు విశ్వవిద్యాలయం, హైదరాబాద్‌లో ఆవిష్కరించారు:

కవితా కెరటాలు (కవితల సంకలనం), కథల పరిమళాలు (కథల సంకలనం)

పద్నాలుగు విభిన్న గ్రంథాలను రచించారు. వాటిలో ముఖ్యమైనవి:

- కథల కదంబం – కుటుంబ కథాసంకలనం (The Beating Heart)
- ప్రేమ అక్షయం – సామాజిక నవల
- హృదయ గీతికలు – మధ్యతరగతి జీవన కథలు
- అమృత కలశం – సరోగసీ నేపథ్యంలో నవల
- మిస్టర్ డేవిడ్ – సామాజిక నవల
- జీవన కేళి – కుటుంబ కథలు
- హృదయ అలల కథా సాగరం – కుటుంబ కథలు
- Touching the Zenith – వ్యక్తిత్వ వికాస గ్రంథం
- మత ధర్మ జననం (భాగం 1, 2 & 3) – మతం, ధర్మం ఆవిర్భావంపై పరిశోధనాత్మక గ్రంథాలు

పురస్కారాలు మరియు గౌరవాలు

సాహిత్య సేవలకు గాను అనేక పురస్కారాలు అందుకున్నారు. ముఖ్యంగా:

- గుర్రం జాషువా అవార్డు
- రావూరి భారద్వాజ అవార్డు
- బొల్లిముంట శివరామకృష్ణ అవార్డు
- ఇంకింగ్ యాక్టివిటీస్ సర్టిఫికెట్లు

సాహిత్య ధ్యేయం

రచనలు మానవ హృదయ స్పందనలను ప్రతిబింబిస్తాయి. మధ్యతరగతి జీవన వాస్తవాలు, ప్రేమ, సామాజిక విలువలు, ఆధ్యాత్మిక విచారణ, వ్యక్తిత్వ వికాసం వంటి అంశాలను సమన్వయపరుస్తాయి. సమాజంలో చైతన్యం, సానుభూతి, నైతిక విలువలు పెంపొందించడం లక్ష్యం.

ప్రస్తుత నివాసం

LIG-B/18, VUDA Colony,
తెనాలి, గుంటూరు జిల్లా – 522 202
మొబైల్: 9490742134
ఈమెయిల్: nnrao112@gmail.com / nnrwh1975@gmail.com

పై తెలిపిన వివరాలన్నీ నా పరిజ్ఞానానుసారం నిజమని ధృవీకరిస్తున్నాను.

భవదీయుడు,

(నూతలపాటి నాగేశ్వరరావు)

www.ingramcontent.com/pod-product-compliance
Lightning Source LLC
LaVergne TN
LVHW100310210926
848480LV00003B/1079
* 9 7 9 8 9 0 5 4 0 9 2 8 8 *